కస్తూరి విజయం
సాహితి ముద్రలు

నిర్వహణ
సుధీర్ రెడ్డి పామిరెడ్డి

Kasturi Vijayam–Sahiti Mudralu

ISBN (Paperback): 978–81–962667–0–7

ISBN (E-Book): 978–81–962667–1–4

Print On Demand

Ph:0091–9515054998
Email: Kasturivijayam@gmail.com

Book Available
@
Amazon, flipkart, Google Play, ebooks, Rakuten and KOBO

కృతజ్ఞతలు

కస్తూరి విజయం సాహితి ముద్రలు కి 'వ్యాస మంజరి' అనే పిలుపు ఇస్తే, ప్రముఖులు, ఆచార్యులు, సాహితీవేత్తలు, కళాకారులు సంతోషంగా స్పందించారు. అక్షరాలను వ్యాసాలుగా పేర్చి మరో తరానికి సాహితీ చరిత్రగా అందించినందుకు, ఈ పుస్తకానికి వ్యాసాలు రాసిన వారందరికీ మా కృతజ్ఞతలు.

- డా॥ దార్ల వెంకటేశ్వర రావు గారు, హైదరాబాద్
- డా॥ రాచపాళెం చంద్రశేఖర్ రెడ్డి గారు, అనంతపురం
- డా॥ వెలుదండ నిత్యానందరావు గారు, హైదరాబాద్
- డా॥ నూనె అంకమ్మరావు గారు, ఒంగోలు
- శ్రీ భమిడిపాటి గౌరీ శంకర్ గారు, నరసన్నపేట
- శ్రీ యు.వి. రత్నం గారు, ఒంగోలు
- శ్రీ దామరాజు విశాలాక్షి గారు, కెనడా
- శ్రీ గోవిందరాజుల నాగేశ్వర రావు గారు, ఆస్ట్రేలియా
- శ్రీ జి.రంగబాబు గారు, అనకాపల్లి
- శ్రీ నూతలపాటి నాగేశ్వర రావు గారు, తెనాలి
- శ్రీమతి సాయిలక్ష్మి ముండూరు గారు, గుడివాడ
- శ్రీ అనిశెట్టి సతీష్ కుమార్ గారు, సిద్దిపేట
- శ్రీమతి మహీధర శేషారత్నం గారు, గుంటూరు

వీరందరికీ మా హృదయపూర్వక కృతజ్ఞతలు తెలియజేసుకుంటున్నాము.

పుస్తకం కంపోజింగ్ మరియు స్పెషల్ యూనికోడ్ ఫాంట్ ఎంబెడెడ్ ఎఫెక్ట్స్ చక్కగా తీర్చిదిద్దిన శ్రీమతి పద్మజ పామిరెడ్డి గారికి, ముచ్చటైన ముందు మాట అందించి, ముద్ర రాక్షసాలను బాగా తగ్గించి, ఈ సంపుటికి సరైన రూపురేఖలను తీసుకొచ్చిన డా॥ మాధవి మిరప గారికి, పబ్లిషింగ్ వేగవంతం కావడానికి మాకు అంతే వేగంగా సహకరించిన శ్రీ రవి కుమార్ కొత్తపల్లి గారికి, మరియు కస్తూరి విజయం మొత్తం బృందానికి ధన్యవాదాలు.

సుధీర్ రెడ్డి పామిరెడ్డి

కస్తూరి విజయం

ముందు మాట

ఏ భాషా సాహిత్యమైనా ఆయా కాలమాన పరిస్థితులను స్పష్టంగా ప్రతిబింబిస్తుంది. సాహిత్యంలో రచయిత యొక్క శిల్ప, వస్తు, శైలీ విశ్లేషణలే కాకుండా ఆయా సందర్భాల యొక్క సామాజిక, రాజకీయ, సాంస్కృతిక అంశాలను కూడా కవులు, రచయితలు వారి రచనల ద్వారా పాఠకులకి అందిస్తారు. ఇలాంటి రచనల ద్వారానే పాఠకులు ఒక కాలం యొక్క కవులను గూర్చి గానీ, ఆ కవులు లేవనెత్తిన సామాజిక, సాంస్కృతిక, రాజకీయ సమస్యలను గానీ, పాఠకులు వారి వారి వివేక, వివేచనా అనుసారం తెలుసుకుంటారు. ఏ భాషా సాహిత్యమూ దీనికి అతీతము కాదు. ఒకకవి గానీ, రచయిత గానీ వారి రచన ద్వారా ఏం చెప్పాలకుంటున్నారు అనేది పాఠకుడు సులవుగానే గ్రహిస్తాడు. పాఠకునికి చదివించే ఆసక్తి, పాఠకుణ్ణి ఆలోచింప చేయగలిగే రచనలు చిరకాలం వర్ధిల్లుతాయి. అటువంటి రచనల ద్వారానే ప్రాచీన, ఆధునిక సాహిత్యంలోని సామాజిక పరిస్థితులను గాని, రాజకీయ పరిస్థితులను గాని పాఠకుడు విమర్శ, విశ్లేషణ చేయగలిగే జ్ఞానాన్ని పొందుతాడు. అయితే ఏ రచయితైనా వారు పుట్టి పెరిగిన పరిసరాలకు, పరిస్థితులకు అతీతంగా రచనలు చేయలేరు. అలా చేసిన రచనలు అంతగా పాఠకుల మీద ప్రభావం చూపవు కూడా. ఏ రచయితా భావోద్వేగాలకు అతీతుడు కాదు. ఈ భావోద్వేగాల విచక్షణ వారి వారి రచనల ద్వారా పాఠకులకు చేరవేయడం వారి సామాజిక బాధ్యతగా కూడా రచయితలు భావిస్తుంటారు.

అటువంటి వ్యాసాలే ఈ "**కస్తూరి విజయం- సాహితీ ముద్రలు**" లో రచయితలు పొందుపరచారు.

మహీధర గారు రాసిన "ప్రౌఢ సాహిత్య దృక్పథం" ద్వారా తెలుగులో నన్నయ్య, పోతన, శ్రీనాథుడు రచించిన రామాయణ మహాభారత కావ్యాలను వాటి విశేషాలను తమ తమ రచనల ద్వారా విశ్లేషించారు. నన్నయ్య భాషను సంపన్నవంతం చేసుకోవాలసిన బాధ్యత తన మీదే ఉన్నదని భావించడం అప్పటి కవుల రచనా బాధ్యతను, విజ్ఞతను తెలియచేస్తుంది. సాహిత్యమంటేనే హితముతో కూడినది అని చెబుతూ, సాహిత్య విలువలు ఎలా ఉండాలో చెబుతారు. వేదాలు ప్రభు సమ్మితాలై, రాజాజ్ఞల వంటివి అని, పురాణాలు మిత్ర సమ్మితాలని కొంతవరకు అంగీకార యోగ్యమైనవని, కావ్యాలు కాంతా సమ్మితాలని తెలియకుండానే అంగీకరింప చేస్తాయని చెబుతారు. ఏ కాలంలో అయినా అప్పటి జనాభా వారి మనస్తత్వాలు, ఆలోచనా రీతులు, ఎన్నో జీవన విధానాలు, ఎన్నో సమస్యలు, పరిష్కారాలు ఇవ్వడమే వాటి లక్ష్యమని చెప్తారు. ఎర్రన కూడా అరణ్యపర్వమును పూర్తి చేసి కవిత్రయంలో

స్థానం సంపాదించుకుని 'పురా అపి నవీనం' పురాణం అని, పురాణాలలోని అంశాలు తీసుకుని స్వతంత్ర కావ్యాలుగా ప్రబంధ రచనలు చేసారు. హరివంశం రచించిన ఎర్రన వారికి మార్గదర్శకం అని చెబుతూ, శ్రీనాథుడు ప్రబంధ రచనకు ముందుగా ఆ విధానంలో ఎన్నో కావ్యాలు వ్రాసాడు అంటారు. అంతే కాక అనేక ప్రదేశాలు సంచరిస్తూ ఆనాటి పరిస్థితులను గురించి, జీవన విధానాల గురించి పంటల గురించి, వంటల గురించి చమత్కార భరితంగా ఎన్నో చాటువులు కూడా రచించాడని, పోతన తన జీవన విధానంతో నిరాడంబర జీవితాన్ని నేర్పుతూ, క్రమశిక్షణను నేర్పే భయభక్తులను కూడా నేర్పాడని, కృష్ణదేవరాయల కాలం తెలుగు సాహిత్యంలో ప్రబంధ యుగంగా పేరుపొందింది అని చెబుతారు.

పాఠకులను సహృదయులతో పోల్చుతూ, కవితో, కవి భావపరంపరతో సమానంగా హృదయాన్ని పంచుకునేవాళ్ళు సునిశిత పాఠకులనియు 'వాక్యం రసాత్మకం కావ్యం' అంటారు. ఋతువర్ణనలు తప్పకుండా చేస్తూ ప్రకృతి సౌందర్యాన్ని ఆస్వాదిస్తూ, మనలను ఆస్వాదింపజేస్తారు. ఇంతే కాక పిల్లల కోసం చేసిన శతక రచనలు, ఇవి తెలుగు సాహిత్యమునకే ప్రత్యేకమైనవి అని చెప్తారు.

యు. వి. రత్నం గారు రాసిన "ఆధునిక సాహిత్య వైఖరి" వ్యాసంలో గ్రాంధిక సాహిత్యం వ్యవహారిక భాషా ఉద్యమం తెలుసుకోకుండా ఆధునిక సాహిత్య వైఖరి తెలియదని అంటారు. ఆధునిక సాహిత్య వైఖరుల తీరుతెన్నులు తెలుసుకునే ముందు ప్రాచీన సాహిత్య వైఖరులు తెలుసుకోవాలనీ, వాటిలో ముఖ్యంగా ప్రాచీన సాహిత్యకారులైన నన్నయ్య, తిక్కన, ఎఱ్ఱా ప్రగడ, శ్రీనాథుడు, ముక్కు తిమ్మన, చేమకూర వేంకట కవి మొదలగు వారు రాసిన కావ్యాలు, శృంగార నైషధం, మను చరిత్ర, విజయ విలాపము మొదలగు ప్రబంధ కావ్యాలు గురించి ప్రస్తావిస్తారు. ఉత్తర రామ చరిత్ర, సూర్య రాయాంధ్ర నిఘంటువు, ఆధునికాంధ్ర వాఙ్మయ వికాస వైఖరి రాసిన రామయ్య పంతులు ఎన్నో విమర్శనాత్మక గ్రంథాలు వ్రాశారని, తన వ్యాసంలో చెబుతారు. జంట కవులుగా పేరు పొందిన దూపాటి శేషాచార్యులు, దూపాటి వేంకట రమణాచార్యులు రచించిన చారిత్రక కృతులు మరియు చారిత్రక నవలలు ఆ కాలాన ఆధునికంగా చలామణి అయిన గోలకొండ కవుల చరిత్ర మరెన్నో పద్య నాటకాలు, పాపారాయ నిర్వాణము అనే బొబ్బిలి సంగ్రామం గూర్చి, అర్జున పరాభవం, చంద్రహాస్య చరిత్ర మొదలగు రచనలు గూర్చి ప్రస్తావిస్తారు . వీరిని అనుసరిస్తూనే వీరేశలింగం పంతులు గారు , గురజాడ అప్పారావు గారు , కాళ్ళ కూరి నారాయణ రావు గారు ఆ తరువాతి కాలంలో వచ్చిన విశ్వనాథ సత్యనారాయణ గారు ప్రసిద్ధమైన నవలలు, నాటకాలు రచించారని అంటారు.

కాలానుగుణ మార్పులతో పాశ్చాత్య సాహిత్య ప్రభావంతో డిటెక్టివ్ నవలా సాహిత్యం వచ్చాయని, గిడుగు రామమూర్తి గారి వ్యవహారికా భాషా ఉద్యమ ప్రభావంతో అనేక

సాహిత్య ప్రక్రియలు వెలువడ్డాయని చెబుతూ దివాకర్ల తిరుపతి శాస్త్రి , చెళ్ళపిళ్ళ వేంకట శాస్త్రి, కొప్పరపు సోదరులు , రామనారాయణ కవులు , దుగ్గిరాల కవులు జంట కవులుగా ప్రసిద్ధి చెందిన విషయం అందరికీ తెలుసున్నాయని అంటారు. వీరు గ్రాంధిక వచనంతో పాటు పద్య రచనను చేసి తెలుగు సాహిత్యాన్ని ద్విగుణీకృతం చేశారని అంటారు.

పద కవులుగా ప్రసిద్ధి చెందిన అన్నమయ్య, త్యాగరాజు, క్షేత్రయ్య, శ్రీ నారాయణతీర్థులు మొదలగువారు, శతక కవులుగా శతకాలు వ్రాసిన వేమన, బద్దెన, దూర్జటి, రామదాసు మొదలగువారు తెలుగువారికి ఆరాధ్యులనియు, వీరు లేని తెలుగు సాహిత్యం లేదని అంటారు. ఆధునిక సాహిత్య వైఖరులు కంటే ముందు అధ్యయనం చేయవలసినది జాతీయోద్యమ కవులయిన కొండా వెంకటప్పయ్య, చిలకమర్తి లక్ష్మీ నరశింహం, రాయప్రోలు సుబ్బారావు, వేదుల సత్యనారాయణశాస్త్రి, తుమ్మల బసవరాజు అప్పారావు, భావకవులుగా రాయప్రోలు సుబ్బారావు, అబ్బూరి రామకృష్ణారావు, దేవులపల్లి, నండూరి సుబ్బారావు, అభ్యుదయ కవులుగా ప్రసిద్ధి చెందిన తరువాత విప్లవ కవిగా, ఈ యుగకర్తగా, మహాకవిగా శ్రీశ్రీ పిలువబడ్డారని చెబుతారు.

అభ్యుదయ కవులుగా దాశరథి, ఆరుద్ర, సి నా రే, గజ్జెల మల్లారెడ్డి, ఆవత్స సోమసుందర్, పూరిపండ అప్పలసామి, బెల్లంకొండ రామదాసు మొదలగువారు, అభ్యుదయ కవులుగా రూపాంతరం చెందినవారిలో శ్రీశ్రీ,, దిగంబర కవులుగా తిరగబడే కవులుగా, విప్లవ కవులుగా, నయాగరా కవులుగా, చేతనావర్తన కవులుగా, అనుభూతి కవులుగా మార్పులు, చేర్పులు చేసుకుంటూ తెలుగు సాహిత్యం పరిఢవిల్లుతోంది.

సమాజంలోనూ, సాహిత్యంలోనూ స్త్రీల పై అణచివేతలను, అత్యాచారాలను ప్రశ్నిస్తూ మొదలైన స్త్రీవాద సాహిత్యంలో స్త్రీవాద కవయిత్రులుగా, ఆధునికంగా రచనలు చేస్తున్నవారు ఓల్గా, సావిత్రి, మందరపు హైమావతి, తుర్లపాటి రాజేశ్వరి మొదలగువారు స్త్రీ స్వాతంత్ర్యం గురించి, స్త్రీని ముందుకు నడిపించటానికి ఎన్నో రచనలు చేశారు. చేస్తూ వున్నారు. ఆరుద్ర 'త్వమేవాహం', శ్రీశ్రీ 'మహాప్రస్థానం' యువ కవులను ఉత్తేజపరిచి, ఎందరినో కవులుగా, రచయితలుగా తీర్చిదిద్దటంలో అతిశయోక్తి లేదంటారు. ఈ 74 భారతీయ ప్రజాస్వామ్యంలో తెలుగు సాహిత్య ప్రక్రియలో అనేక మార్పులు, చేర్పులు, కూర్పులు చేసుకుంటూ, గ్లోబలైజేషన్ ప్రభావంతో ఆంగ్లం వైపుకి ఆకర్షించబడుతూ, భవిష్యత్ పై నమ్మకం కోల్పోతూ, అంతటా ఆర్థిక సంబంధాలు విలసిల్లుతున్న తరుణంలో తెలుగు భాషకు ఆదరణ తగ్గుముఖం పట్టిందని చెబుతారు. ఇప్పుడు క్రొత్తగా వచ్చిన ఫేస్ బుక్ వాల్ పై నానీ లు, రుబాయిలు, వ్యంజనాలు, మినీ కవిత్వం, మూడు మాటల్లా చెప్పే కవిత్వం రాజ్యమేలుతున్నదని రచయిత వాపోతారు.

1965 లో వచ్చిన దిగంబర కవిత్వం నిఖిలేశ్వర్ (యాదవరెడ్డి), నగ్నముని (యం. హెచ్.కేశవరావు), చెరబండరాజు (బద్దం భాస్కరరెడ్డి), జ్వాలాముఖి (వీరరాఘవా

చార్యులు), మహాస్వప్న (కమ్మిశెట్టి వెంకటేశ్వరరావు), భైరవయ్య (మన్మోహన్) వంటివారు దిగంబర సాహిత్యంగా ప్రచురించారు. ఎక్కువ కాలం ఈ సాహిత్యం నిలబడకపోయినా కొందరు అదే బాటలో కవిత్వం వ్రాస్తున్నారు అని వ్యాస రచయిత అంటారు.

వ్యాస రచయిత తెలుగు సాహిత్యంలో వచ్చిన ఆధునిక సాహితి వైఖరులను వరుసగా వివరిస్తూ ఆయా సిద్ధాంతాల కనుగుణంగా వ్రాసిన కవులను వారు అవలంబించిన సాహిత్య ప్రక్రియలను సవివరంగా వివరించారు.

భమిడిపాటి గౌరీ శంకర్ గారు "శత వసంతాల తెలుగు కథ" అనే వ్యాసం ద్వారా వందేళ్ళకు పైగా కొనసాగుతున్న జీవనది వంటి 'తెలుగు కథా' ప్రయాణంలో గురజాడ రాసిన 'దిద్దుబాటు' శిల్పరీత్యా సన్నివేశ ప్రధానంగా, 'మెటిల్డా' పాత్ర ప్రధానంగా, 'సంస్కర్త హృదయం' మనఃస్థితి ప్రధానంగా ఆవిష్కరించిన తీరు, తరువాత తరాల కథారచయితలకు ఆయన అందించిన చేయూత అని చెబుతూ, ఈ ఒరవడిలో వందేళ్ళ తెలుగు కథా మార్గ పయనం వింత వింత, ప్రయోగాత్మక రీతులలో సమాజ స్థితిగతులను వివరిస్తూ వచ్చిందని అంటారు. స్వాతంత్ర్యానికి ముందు, తరువాత ప్రపంచీకరణ, సాంకేతికత, సాంస్కృతిక విప్లవాల పురోగతి, స్త్రీ సమస్యలు, ఉదారవాదం, హేతువాదం, దళితవాదం, స్త్రీవాదం ఇలా ఒకటేమిటి, ఎన్నింటినో తమలో కలుపుకొని తానే 'ఆయా పరిస్థితులతో మమేకమై వందేళ్ళ తెలుగు కథ నిరంతర స్రవంతిగా ముందుకు సాగిపోతున్నదని భమిడి పాటి గారి వ్యాసంలో వివరిస్తారు.

కథకు కావలసిన 'క్లుప్తత', అనుభూతి, 'సంఘర్షణ', 'నిర్మాణ సౌష్టవం' వంటివి నూరేళ్ల తెలుగు కథలో ప్రస్ఫుటంగా ద్యోతకమవుతాయని ఆయా కథలలో కథకులు గొప్ప 'శిల్ప' చాతుర్యంతో పై లక్షణాలు 'విభిన్నంగా', 'వైవిధ్యంగా' చిత్రించుకుంటూ వచ్చారని, గురజాడ రచించిన 'దిద్దుబాటు', 'మీ పేరేమిటి?' కథలను సునిశితమైన దృష్టి కోణంతో ఆవిష్కరించగలిగితే సామాజికపరమైన విశ్వాసాలు, నమ్మకాలు, విలువల నేపథ్యంను వివరించిన తీరు కనిపిస్తుందని అంటారు. ఆయన 'శిల్పం'లోని, చతురత ఆవిష్కరిస్తూ, సంభాషణలు, పాత్రల చిత్రణా వైవిధ్యం వంటివి అంతర్లీనంగా పాఠకుడిని తమలో కలిపేసుకుని ప్రయాణం చేస్తే, తదనంతర కాలంలో వచ్చిన శ్రీపాద, చలం, కొడవటిగంటి, కరుణ కుమార, బుచ్చిబాబు, మధురాంతకం, గోపీచంద్, పాలగుమ్మి, బలివాడ, చాసో, రావిశాస్త్రి, కా.రా.మాస్టారు, కేతు విశ్వనాథరెడ్డి, తుమ్మేటి, సింగమనేని, శాంతి నారాయణ, బండి నారాయణస్వామి, సన్నపనేని, యండమూరి తదితరులు తెలుగు కథను ప్రపంచ స్థాయికి తీసుకువెళ్లారని అంటారు. 'గాలివాన' కు అంతర్జాతీయ పురస్కారం కూడా లభించడంతో 'విమర్శ' ఎదుగుదలకు సోపానం అని, తెలుగు కథా వికాసానికి కూడా ఈ సూత్రం వర్తిస్తుందని, కందుకూరి, వేదం వారు, కట్టమంచి, రాళ్లపల్లి, రాచపాలెం వంటి

వారు ఈ దిశగా చేసిన అద్భుతమైన విమర్శ కథావికాసానికి 'విస్తృతి' చేసిందని 1900 నుండి 2023 వరకు ఓ వంద కథలను స్వీకరించి శోధన చేస్తే సిద్ధాంతికరించిన అంశాలు ఎన్నో, మరెన్నో ఉన్నాయని ఓ పది సిద్ధాంత గ్రంథాలు కూడా తయారవుతాయి లేదా తయారయి ఉంటాయి అని కూడా ఆశావాహ దృక్పథాన్ని భమిడిపాటి గారు వ్యక్త పరుస్తారు.

జి. రంగబాబు గారు 'వందేళ్ల కథా సాహితీ మార్గ పయనం' అనే వ్యాసం ద్వారా, కథ యొక్క పుట్టుపూర్వోత్తరాలు, కథ ఎప్పుడు ప్రారంభమైనది , రామాయణ, మహాభారత , భాగవతాలలో కథలు, ఉప కథలు ఎలా చెప్పబడ్డాయి , అక్కడ నుండి ఆరంభమైన కథ వివిధ మార్గాలలో , వివిధ కాలాలలో ఎలా అభివృద్ధి చెందింది , 1930 నుండి 1970 వరకు కథకు మహర్దశ ఏ విధంగా పట్టింది, 1970 తరువాత కథకు మూడవ దశ అని చెప్తారు. ఈ కాలంలో రాసిన కథకులు వివిధ ఉద్యమాలు, పోరాటాల ద్వారా కథకులుగా ఎంత విస్తరించారు, ముందు తరాల వారికి కథకులుగా ఎలా బాటలు వేశారు అనేది అనేకమంది రచయితలను వారి కథలను ఊటంకిస్తూ చెబుతారు. వాటిలో వివిధ సంఘాలు, పత్రికలు పోషించిన పాత్ర అద్భుతమని అంటారు.

దామరాజు విశాలాక్షి గారు రాసిన "వ్యక్తిత్వ వికాసము ప్రవాహ సదృశ్యము" మరియు ఆత్మ కథలు అవలోకనం, వ్యాసాలలోసమాజంలోని వ్యక్తి యొక్క వ్యక్తిత్వం ఎలా ఉండాలి? ఎలా ఉంటే ఆ వ్యక్తి ఆత్మవిశ్వాసం కోల్పోకుండా ఉంటాడు, వ్యక్తి యొక్క వ్యక్తిత్వం రూపుదిద్దుకోవడానికి తల్లిదండ్రులు, గురువులు, మత గ్రంథాలు ఏ విధంగా సహాయపడతాయి అనే విషయాన్ని చాలా చక్కగా చెబుతారు. వ్యక్తి యొక్క వ్యక్తిత్వం పునాదులలోనే ఎంత బలంగా ఉన్నతంగా రూపుదిద్దుకోవాలో చెబుతూ, అటువంటి వ్యక్తులు సమాజానికి ఎంత అవసరమో కూడా చెబుతారు. అలాగే ఆత్మ కథలు అవలోకనం అనే వ్యాసంలో ఆత్మ కథ అంటే ఏమిటి? ఒక మనిషి తనలోకి తను తొంగి చూసుకుని తమ చూట్టూ ఉన్న సామాజిక, ఆర్థిక, రాజకీయ, పరంగా ఏ విధంగా సహజంగా, నిజాయితీగా ఉండగలిగాడో, ఆ వ్యక్తి యొక్క ఆత్మకథ సమాజానికి ఎంత ఆదర్శంగా నిలుస్తుందో చెబుతారు. "మహాత్ముల ఆత్మకథలలో దార్శనికత "త్రివేణి సంగమంలో సరస్వతీనదిలా అంతర్వాహినిగా కనిపిస్తుంది" అని అంటారు. ఆత్మకథ, కట్టే కొట్టే తెచ్చే అన్నట్లు కాకుండా, సమాజ శ్రేయస్సు వాంఛిస్తేనే, చక్కనైన కథనంతో ఉంటేనే, ఆకట్టుకుంటుంది అని చెబుతారు. వాటిల్లో రెండు "నా ఆత్మ (హత్య) కథ" లోఒక రచయిత పడిన మానసిక క్షోభను, మరణానికి దారి తీసిన వైనాన్ని, ఆ తరువాత రచయిత టీ వి సీరియల్స్ కోసం రాసిన కథలను ఆయా టీవి సీరియల్స్ డైరెక్టర్స్ ఏ విధంగా ఎక్స్ప్లోయిట్ చేసింది, తద్వారా రచయిత ఎలా మరణించాడో, ఆ రచయిత యొక్క భార్య చెప్పిన మాటల్లో చెబుతారు.

అలాగే "నటుడి డైరీ లో ఓ పేజీ" అనే కథలో ఒక రంగస్థల ప్రతిభ గల నటుడు టీ వి సీరియల్స్ లో నటించడానికి వెళితే అక్కడ ఆ ప్రొడక్షన్ మేనేజర్ మరియు ఆ సీరియల్ డైరెక్టర్స్ ప్రవర్తించే తీరును హాస్యభరితంగాను, వ్యంగ్యం గానూ విశ్లేషిస్తారు.

డా. నూనె అంకమ్మరావు గారు వ్రాసిన "తెలుగు సాహిత్యంలో ఉద్యమాలు, తీరుతెన్నులు" వ్యాసంలో తెలుగు సాహిత్యంలో ఉద్యమ చరిత్రను, ఉద్యమం యొక్క పుట్టుకను గూర్చి వివరిస్తూ, వివిధ ఉద్యమాలు ఎలా ఆరంభమయ్యాయో చెబుతారు. ఒక లక్ష్యం మరియు సిద్ధాంతంతో సాగే పోరాటాలు ఉద్యమాలుగా ఎలా రూపాంతరం చెందాయో వివరిస్తూ స్వాతంత్రోద్యమం మొదలుకుని నేటి స్త్రీ వాద , అంబేద్కర్, దళిత వాద ఉద్యమం వరకు ఉద్యమాల యొక్క విశేషాలను విశ్లేషించారు . 'పాత' మీద తిరుగుబాటు చేస్తూ కొత్తగా చేసే అధ్యయనం, ఆ అధ్యయనం లో వచ్చిన కవిత్వ ఒరవడులను వివరిస్తూ జాతీయోద్యమం, స్వాతంత్ర్యోద్యమం, అభ్యుదయ ఉద్యమం, వరుసగా ఆ తరువాతి ఉద్యమాలు ఎలా తమ తిరగుబాటుని కవితల ద్వారా తెలుగు సాహిత్యంలో తమ ఉనికి చాటుకున్నాయో చెబుతారు.

రాచపాళెం చంద్రశేఖర్ రెడ్డి గారు వ్రాసిన "ఆధునిక సాహిత్య తత్వం" వ్యాసంలో ఏ కాలంలో వచ్చిన సాహిత్యం ఆ కాలంనాటి సామాజిక వాస్తవికతను ప్రతిబింబిస్తుందని, ప్రాచీన సాహిత్యం ప్రాచీన సమాజాన్ని, ఆధునిక సాహిత్యం ఆధునిక సమాజాన్ని ప్రతిబింబిస్తాయి అని అంటారు. లిఖిత సాహిత్యం రాకమునుపు మౌఖిక సాహిత్యం ఉండేదని అది ఆయా సమాజాల యొక్క సాంస్కృతిక భావజాలాన్ని వ్యక్తపరిచేదని చెబుతారు. తెలుగు సాహిత్యాన్ని మూడు భాగాలుగా జానపద, ప్రాచీన, ఆధునిక సాహిత్యాలుగా విభజిస్తారు. ఏ భాషా సాహిత్యానికైనా ఇన్ని సంవత్సరాల చరిత్ర ఉందని చెప్పడం అసాధ్యమని చెబుతారు, కొలకులూరి ఇనాక్ గారు.ప్రాచీన సాహిత్యం ప్రాచీన కాలపు ధర్మశాస్త్రాలు, తత్వశాస్త్రాల ప్రభావంతో అప్పటి సమాజాన్ని అర్థం చేసుకుని చిత్రించిందని, ఆధునిక సాహిత్యం ఆధునిక సామాజిక, వైజ్ఞానిక, తత్వశాస్త్రాల ప్రభావంతో సమాజాన్ని అర్థం చేసుకుని చిత్రిస్తోందని, ఆధునిక కాలంలో అందుబాటులోకి వచ్చిన చరిత్ర, సాంఘిక, ఆర్థిక శాస్త్రాలు ముఖ్యంగా తాత్విక పరిణామ వాదం, ఐన్ స్టీన్ సాపేక్షవాదం, కార్ల్ మార్క్స్ సామ్యవాదం, ఫ్రాయిడ్ మనస్తత్వశాస్త్రం, అంబేద్కర్ సామాజిక న్యాయవాదం వంటివి ఆధునిక సాహిత్యానికి మూల స్తంభాలు గా పేర్కొంటారు.

నూతలపాటి నాగేశ్వర రావు గారు వ్రాసిన 'హేతువాద దృక్పథం' మరియు సాయిలక్ష్మి ముండూరు గారు రాసిన " మృత్యువు తో హేతువాద పోరాటం" వ్యాసాలలో హేతువాదం యొక్క పుట్టుకను వివరిస్తూ మతం యొక్క తీవ్ర పోకడల మీద చేసిన తిరుగుబాటుగా హేతువాదాన్ని చెబుతారు. హేతువాదం మానవతా వాదాన్ని గట్టిగా విశ్వసిస్తుందని అంటారు. మనుధర్మ శాస్త్రం ప్రకారం, "వేదోనంతః నాష్టక" అంటే స్వర్గం, నరకం

నమ్మేవాళ్లను ఆస్తికులు అన్నారని, మానవుని హేతువాద ఆలోచనలకు అడ్డుకట్ట వెయ్యడానికై పురాణ, ఇతిహాసాల రచనల రంగరింపులో వీరు సఫలీకృతులయ్యారని చెబుతారు. ఫ్రెంచ్ విప్లవం హేతువాదాన్ని, మానవతా వాదాన్ని విశ్వవ్యాప్తం చేసింది. తదనంతర పరిణామాలు ప్రపంచ ప్రజలను మరింత శాస్త్రీయంగా ఆలోచింపజేసాయి.వాస్తవ పరిశ చూస్తే విజ్ఞానం పెరిగే కొలది తర్కం పెరిగిపోతూ, నాస్తికులుగా హేతువాదులుగా మారి కార్యాచరణ లో నిబద్ధత కలిగిన సిద్ధాంతంగా స్థిరపదిందని అంటారు. వేమన తన హేతువాద భావజాలంతో సామాజిక రుగ్మతలను సూటిగా ప్రశ్నించి ప్రజలను ఆలోచింపచేశారని నేటికీ అవి సమాజానికి అనుసరణీయమై ఆధునికంగా వున్నాయని, పోతులూరి వీరబ్రహ్మం సమాజ నిశిత పరిశీలనతో తత్వాల రూపంలో, దూరదృష్టితో అనేక సామాజిక రుగ్మతలను విశదీకరించి ప్రజలను చైతన్య పరిచారు అంటారు . పెరియార్ స్థామాజిక ఉద్యమంగా సమాజంలో విస్తరింపజేసి ప్రజలను ఆలోచింపజేశారనీ, త్రిపురనేని రామస్వామి, జైగోపాల్, కత్తి పద్మారావు మరియు దూరదృష్టితో మరెందరో నాస్తిక సమాజాన్ని హేతుబద్ధ ఆలోచనలు ప్రజల్లో విస్తరించడానికి నిరంతర కృషి చేశారనీ, కాల క్రమేణా నాస్తికత్వానికి కమ్యూనిజం, సామాజిక, రాజకీయ మరియు ఆర్థిక అంశాలు జోడించి ప్రజా ఉద్యమాలను నిర్మించి కుల, మత రహిత సమాజం కోసం నిరంతరం పాటుబడ్డారు అని చెబుతారు . సాయిలక్ష్మి ముందూరు గారు రాసిన " మృత్యువు తో హేతువాద పోరాటం" జ్ఞానానికి హేతువు అనేది మాత్రమే నమ్మదగిన ఆధారం అని భావించే తాత్విక ధోరణిని "హేతువాదం" అంటారని చెబుతారు. హైదరాబాద్ యూనివర్సిటీ ప్రొఫెసర్ అయిన దార్ల వేంకటేశ్వర రావు గారు "తెలుగు డయాస్పోరా సాహిత్యం–వస్తు కథన రీతులు" మీద వ్రాసిన వ్యాసంలో వివిధ దేశాలలో 1960 నుండి స్థిరపడిన తెలుగు వారు మాతృ భాషపై మమకారంతో వ్రాసిన వివిధ సాహిత్య ప్రక్రియలను డయాస్పోరా సాహిత్యంగా పరిగణిస్తూ వారి మూలాలతో ముడిపడి ఉన్న వైవిధ్యభరితమైన సాంస్కృతిక భావజాలాల వ్యక్తీకరణకు ఒక వేదిక అయిన తెలుగు సాహిత్యం యొక్క కథన రీతులను, వస్తువును దార్ల గారు అద్భుతంగా విశ్లేషించారు. గ్లోబలైజేషన్ లో ప్రపంచంలో భారతీయులు తమ అస్తిత్వం కోసం వెతుకులాడటం వంటివన్నీ డయాస్పోరా సాహిత్యంలో కొత్త వస్తువులవుతున్నాయని అంటారు. ఒకప్పుడు కులం, మతం, వర్గం, జెండర్ వంటి విషయాలు తమ జీవితంలో రకరకాల వైవిధ్యాల్ని, వైరుధ్యాల్ని సృష్టిస్తే, ఇప్పుడు వాటి స్థానంలో మనిషి తన కోసం తపన పెరిగిందని, ఈ అధ్యాయంలో తెలుగు డయాస్పోరా కథలు, నవలలు, కవిత్వం మొదలైన ప్రక్రియల్లో కనిపించే వస్తువైవిధ్యం, దాన్ని కథనీకరించిన పద్ధతుల్ని తెలుసుకోగలుగుతారు అని, డయాస్పోరా తెలుగు సాహిత్య నిర్మాణాంశాల్ని, కథనరీతుల్లో పాత కొత్త కలయికను సంతరించుకున్న ఈ కథనరీతుల్లో నవ్యత కనబరుస్తూ, భాషాపరంగా తెలుగు డయాస్పోరా

సాహిత్యం ఎంతో వైవిధ్యం గోచరిస్తుందని , అన్యభాషా పదజాలాన్ని విస్తృతంగా ప్రయోగిస్తున్నారని అంటారు . డయాస్పోరా సాహిత్యాన్ని అధ్యయనం చేస్తున్నప్పుడు Cultural Globalization అనే ఒక పదాన్ని కూడా విశ్లేషించుకోవాలి అని అంటారు. డయాస్పోరా అనే పదం గ్రీకు నుండి పుట్టిందని క్రీస్తు పూర్వం 586 లో యూదు జాతీయులు దేశ భ్రష్టులయి ఈజిప్టు నుండి చెల్లాచెదురైన సందర్భం లో చిన్న d తో రాసిన డయాస్పోరా పదం ఇప్పుడు వివిధ దేశాలలో స్థిరపడిన స్వదేశీయులు అప్రయత్నంగా వాడిన పదమే అని వేలూరి వేంకటేశ్వర రావు గారు అంటారు. వాటి లక్షణాలను ఈ విధంగా వివరిస్తారు 1. మాతృదేశ జ్ఞాపకాలు,2. పెంపుడు దేశంలో మనని పూర్తి భాగ స్వాములుగా ఎప్పటికీ ఒప్పుకోరు అన్న నమ్మిక (కారణాలు ఏవైతేనే!)3. ఎప్పుడో ఒకప్పుడు మనం వెనక్కి తిరిగి మన మాతృదేశానికి వెళ్తాం అన్న నమ్మకం, ఇది ఎంత పిచ్చి నమ్మకమైనా సరే, 4.మాతృదేశానికి ఏదో మంచి చేద్దామన్న కోరిక, గట్టి పట్టుదల (అందరికీ కాదులెండి.), 5. మాతృదేశ సాహితీ సంస్కృతుల్లో వచ్చే మార్పులలో, “విప్లవాలలో” భాగస్వాములు కావాలనే కుతూహలం, 6. సామూహిక స్పృహ, ధృఢమైన ఏకత్వ నిరూపణ గా భావిస్తారు. ఈ నేపథ్యంలో వచ్చిన అంతర్జాల పత్రికలు , రచయితలు, కవులను గూర్చి ఈ డయాస్పోరా సాహిత్యం సవివరంగా వివరిస్తుంది. వివిధ దేశాలలో స్థిరపడిన భారతీయుల అస్తిత్వ ప్రకటనగా డయాస్పోరా సాహిత్యం ఒక వేదికగా నిలబడిదని అంటారు. ముఖ్యంగా ఆఫ్రికన్, లాటిన్/స్పానిష్ డయస్పోరా సాహిత్యంతో పోల్చినప్పుడు మొత్తమ్మీద భారతీయ రచయిత(త్రు)ల సంగతి ఎలా ఉన్నా మన తెలుగు రచనలను మాత్రం సరితూచ లేకపోతున్నామనీ, ఎక్కువశాతం కుటుంబ విలువలు, మనోభావాలు, అంశాల మీదే ఆధారపడి ఉండటం వలన అదీ దశాబ్దాల తరబడి ఈ రచనాంశాల్లో పెద్దగా మార్పు లేకపోవడం ఒక కారణం అయి ఉండొచ్చుననిపిస్తుందని అంటారు. ఈ పరిణామాలన్నీ డయాస్పోరా సాహిత్య వికాసాన్ని, సమకాలీన భాష, సాహిత్య రంగాల్లో వస్తున్న మార్పుల్ని తెలియజేస్తుందని, డయాస్పోరా సాహిత్యం వ్యక్తి స్వేచ్ఛకూ, భాషాసాహిత్యాలు, ముఖ్యంగా మాతృభాషల మనుగడకు ఎంతో దోహదం చేస్తుందనే విశ్వాసాన్ని కలిగిస్తుందని, ఈ కోణంతో ప్రవాసాంధ్రుల సాహిత్యాన్ని భారతీయ, పాశ్చాత్య అలంకారిక, శిల్ప పద్ధతుల్లో కాకుండా, సామాజిక సాంస్కృతిక కోణంలో అధ్యయనం చేయగలిగినప్పుడే ఈ సాహిత్యవిలువల్ని సరిగ్గా అంచనా వేయగలుగుతామని అంటారు దార్ల గారు.

మరియు డా.కేశవరెడ్డిగారి ‘మునెమ్మ’ మహిళా చైతన్యమా? మార్మిక శిల్పమా? వ్యాసంలో మునెమ్మ కథను, పాత్రలను దార్ల గారు మాతృస్వామ్య వ్యవస్థ పై పితృస్వామిక వ్యవస్థ చేసే వికృత దాడిగా అభివర్ణిస్తారు. నోరు ఉండీ ఇష్టమొచ్చినట్లు మాట్లాడే మనుషుల కంటే నోరు లేని పశువులుకున్న ఉదాత్తతను బొల్లి గిత్త పాత్ర ద్వారా నిరూపితమైనదని

అంటారు. బొల్లి గిత్త ప్రేమ, నిష్కల్మషమైన వాత్సల్యం, విశ్వాసం, కృతజ్ఞతలను వర్ణించి వాటితో పోల్చుకున్నప్పుడు మానవుడు ఎంత వరకూ ఎదిగాడో పరీక్షించుకొమ్మన్నట్లుగా, మనముందీ నవలికను పెట్టారు అంటారు. స్త్రీ , పురుషుడు , బొల్లి గిత్త పాత్రల చుట్టూ తిరిగే సంఘటనల సమాహారంగా 'మునెమ్మ' నవలికను చెబుతారు. కథ యొక్క మార్మిక శిల్పం లోనే మహిళా చైతన్యం అంతర్లీనంగా ఉందని విశ్లేషిస్తారు.

ఉస్మానియా యూనివర్సిటీ విశ్రాంత ఆచార్యులు అయిన డా. వెలుదండ నిత్యానంద రావు గారు రాసిన "తెలుగు పరిశోధన వికాసం" వ్యాసంలో వివిధ రాష్ట్రీయ మరియు కేంద్రీయ విశ్వ విద్యాలయాలలో జరిగే పరిశోధనల మీద వెలువడిన అనేక సిద్ధాంత గ్రంథాలు గూర్చి ఎంతో వివరంగా చెబుతారు. వివిధ తెలుగు ప్రాచీన, ఆధునిక కవుల మీద, వారి రచనల ద్వారా వచ్చిన సామాజిక విశ్లేషణల మీద జరిగిన పరిశోధనలను వివరిస్తారు. ఏవి ఉత్తమ పరిశోధనలు, ఏవి ఉత్త పరిశోధనలు అనే విషయాన్ని కూలంకషంగా చెబుతారు.

అనిశెట్టి సతీష్ కుమార్ గారు రాసిన "రాజకీయ సాహిత్యం సమాజానికి వ్యర్థం" మరియు అనువాదం అనుసరణీయం అనే వ్యాసాలు రాజకీయ సాహిత్యం అనేది వ్యక్తిగతంగా, వ్యక్తి కేంద్రంగా లేదా వ్యక్తి పార్టీ గురించి మాత్రమే ఉంటుందని, ఈ సాహిత్యం ఆ వ్యక్తికి లేదా ఆ రాజకీయ పార్టీకి మాత్రమే చెందినదై, వారికి మాత్రమే హితాన్ని చేకూర్చేలా ఉంటుందని, సమాజ హితానికి ఏ మాత్రం దోహదం చేయదు, చేయలేదని, ఈ రాజకీయల గురించి రాసే సాహిత్యం ఆ వ్యక్తిని లేదా ఒక పార్టీని ఉన్నతంగా చూపించడానికి, అభూత కల్పనలు చేసి వ్రాస్తారని అంటారు. రాజకీయ సాహిత్యం గురించి ఎంత తక్కువగా చెప్పుకుంటే అంత మంచిదని కూడా భావిస్తారు. అనువాదం, అనుకరణకు వ్యత్యాసం చెబుతూ అనువాదానికి అవధులు లేవని చెబుతారు. నేటి సాంకేతిక అభివృద్ధి కారణంగా ప్రపంచం కుగ్రామం గా మారిందని తద్వారా అనేక రచనలు అనువాదానికి నోచుకున్నాయని అంటారు వ్యాసకర్త .

– డా. మాధవి మిరప Mphil,PhD

కస్తూరి విజయం

★★★

సాహితీ ముద్రలు

ప్రౌఢ సాహిత్య దృక్పథం

మహీధర

'శ్రీ వాణీ గిరిజాశ్చిరాయ దధతో వక్షోముఖాంగేషు యే
లోకానాం స్థితిమావహన్త్య విహతాం స్త్రీపుంసయోగోద్భవాం
తే వేదత్రయమూర్తయ స్త్రిపురుషా స్సంపూజితా వస్సురైః
భూయాసుః పురుషోత్తమాంబుజభవ శ్రీకంధరాశ్శ్రేయసే!

లక్ష్మిని వక్షస్థలమునందు నిలుపుకున్న విష్ణువు, వాణిని ముఖమునందు నిలుపుకున్న బ్రహ్మ, అర్ధభాగమునే పార్వతీ దేవికి ఇచ్చిన పరమేశ్వరుడు అవిచ్ఛిన్నముగా లోకమును నిలుపుతూ వేదత్రయమూర్తులై దేవతలచే పూజింపబడే 'త్రిమూర్తులను ' లోక శ్రేయస్సు కొరకు పూజించుచున్నాను.

ఇది తెలుగులో ఆదికవిగా పిలువబడే నన్నయ భారతానికి ముందు చేసిన ప్రార్థనా స్తుతి... సంస్కృత శ్లోకముతో ప్రారంభించబడినది.

ఇంకా గమ్మత్తైన విషయం ఏమిటంటే మొదటి తెలుగు వ్యాకరణ గ్రంథం సంస్కృతంలో రావడం.

ఈనాడు మనం ఇతరభాషా విషయాలు తెలుసుకోవడానికి మాతృ భాషను ఆశ్రయిస్తాం. కానీ నన్నయ చేతనే తెలుగు వ్యాకరణం 'ఆంధ్ర శబ్ద చింతామణి' అనే పేరుతో సంస్కృతంలో వ్రాయబడినది.

కారణం, ఆయన మీద ఆనాడు రెండు బాధ్యతలు మోపబడడం. మొదటిది పండితుల ఆమోదం పొందవలసి రావడం.

రెండు సామాన్య జనానికి కూడా చేరువ చేసి తృప్తి పరచడం, అదీ రాజుగారి విన్నపంలాంటి ఆజ్ఞతో.వేసిన దారి వెంట వెళ్ళడం తేలిక. దారి వేసుకు వెళ్ళడం కష్టం.

నన్నయది రెండవ స్థితి. నిజానికి ఆనాడు మహాభారతమంతటి ఉద్గ్రంథమును వ్రాయుటకు అవసరమైన భాషా సంపద కూడా తెలుగులో లేదు. కనుక, భాషను సంపన్నవంతం చేసుకోవలసిన బాధ్యత కూడా నన్నయ మీదే కలదు.కనుక తన మిత్రుడు 'నారాయణ భట్టు 'తో కలిసి ఈ మహా యజ్ఞానికి నన్నయ శ్రీకారం చుట్టాడు.ఇప్పుడు విషయానికి వస్తే సాహిత్యమంటేనే హితముతో కూడినది. ఉన్నత విలువలతో కూడినది. దాని దృష్టి ఎలా ఉంటుంది? ఎలా ఉండాలి? వేదాలు ప్రభుసమ్మితాలు, ఆజ్ఞల వంటివి. ఆజ్ఞాపాలన కష్టం కావచ్చు. పురాణాలు మిత్రసమ్మితాలు. కొంతవరకూ అంగీకార

యోగ్యాలు. కావ్యాలు కాంతా సమ్మితాలు. తెలియకుండానే అంగీకరింప చేసుకుంటాయి. నొప్పి తెలియకుండానే ఒప్పిస్తాయి.

'కావ్యం యశసే, అర్థకృతే, వ్యవహారవిదే శివేతరక్షతయే'

ఇది ప్రాచీనులు చెప్పిన సాహిత్య దృక్పథం. ఇందులో అన్నీ ముఖ్యమైనవే. కానీ 'వ్యవహారవిదే' విద్ జ్ఞానే ...

ఏ కాలమైనా ఎంతో జనాభా, ఎన్నో మనస్తత్వాలూ, ఎన్నో ఆలోచనా రీతులూ, ఎన్నో జీవన విధానాలూ, ఎన్నో సమస్యలూ, ఎన్నో పరిష్కారాలూ ..ఇంతటి జ్ఞానాన్ని యివ్వడమే దీని ప్రధాన లక్ష్యం.అదీ ప్రియురాలు చెప్పినంత మృదువుగా ... అంగీకరింప చేయడంలోనే ఆనందం. నేర్చుకుంటున్నట్లు తెలియకుండానే నేర్చుకోవడం. వీటికి అద్భుతమైన ఉదాహరణాలుగా 'రామాయణ, భారతాలను ' పేర్కొనవచ్చు.

ఈ రచనలు సార్వకాలికాలు. కష్టాలను నిబ్బరంగా ఎదుర్కోవడం, మనసును నిగ్రహించుకోవడం నేర్చుకోవచ్చు.

రాముడు సరయూ నదిలో మునిగి అవతార సమాప్తి చెందినా, స్థితప్రజ్ఞత నేర్పిన గీతాకారు డైన శ్రీకృష్ణుడంతటి వాడు వేటగాడి బాణపు ములుకు తగిలి విగత జీవియై అడవిలో నాలుగు రోజులు దిక్కు లేక పడిఉన్నా, అంత గొప్ప విలుకాడు పరమేశ్వరుడినే జయించిన అర్జునుడు కృష్ణ నిర్యాణానంతరం దోపిడీ దొంగల చేతులలో విఫలుడైనా, సీతమ్మ అగ్నిప్రవేశం చేసినా, ద్రౌపది పదేపదే అవమానాలకు గురి అయినా, ఎంతటి వాళ్ళకైనా కష్టాలు తప్పవు, స్థితప్రజ్ఞత నేర్చుకోండి ' అని చెప్పడం.

భాగవతములోని కృష్ణవర్ణన వలన జీవన మాధుర్యం, భారతంలోని కృష్ణవర్ణన వలన వ్యవహార దక్షతా కలిసి పరిపూర్ణ మానవ స్వరూపము వ్యక్తమవుతుంది.ఇవన్నీ సాహిత్యం జనాలకు నేర్పే జీవన పాఠాలే.

ఆధునికులు ఈ రోజు ప్రాచీన సాహిత్యం సంస్కృతపదభూయిష్టమని విమర్శించినా కొన్ని వందలనాటి సామాజిక స్థితిగతులను – అది భాషాపరంగా కానీ, విషయపరంగా కానీ చెప్పిన విధానపరంగా కానీ విమర్శించడం న్యాయం కాదు.

ఆనాడు, ఈనాడు, ఏనాడైనా అప్పటి పరిస్థితులను గమనించి మాట్లాడవలసి ఉంటుంది.

నన్నయ తన రచనా విధానాన్ని ఇలా పేర్కొన్నాడు.

సారమతిం గవీంద్రులు ప్రసన్న కథాకలితార్థయుక్తి లో
నారసిమేలునానితరులక్షరరమ్యతనాదరింప నా
నారుచిరార్థసూక్తినిధి నన్నయభట్టు తెనుంగునన్ మహా
భారత సంహితారచన బంధురుడయ్యె జగద్ధితంబుగన్

ఒకవిధంగా ఇవి ఏ రచనకైనా వర్తించే లక్షణాలే. ఎందుకంటే పాఠకులందరి మేధాశక్తి ఒకలా ఉండదు. వారి వారి సామర్థ్యాన్ని విశ్లేషణా శక్తినీ బట్టి కొందరు 'లోనారసి' అర్థం చేసుకుంటారు.

రెండవ లక్షణం 'ప్రసన్నకథాకలితార్థయుక్తి'... ప్రసన్నమైన కథలతో కలిపి చెప్పే విధానం.

మూడవది పదాలకుండే నాద సౌందర్యం. భావం తెలియకపోయినా ఆస్వాదింపకలిగే శక్తి.

అయితే ముఖ్య దృక్పథంగా 'నానారుచిరార్థసూక్తి నిధిత్వమును ' పేర్కొనవచ్చును.

ఏం చెప్పాలి? ఎలా చెప్పాలి? అన్నీ ఇందులో వచ్చేసాయి.ఈ పద్యంలో తలమానికమైన మాట 'జగద్ధితంబుగన్ ' – లోకానికి మేలు. అదీ ప్రాచీన సాహిత్య దృక్పథం.

ఎవరి ఆలోచనా రీతిని బట్టి అలా కనిపిస్తాయి అంటూ ధర్మతత్వజ్ఞులు ధర్మశాస్త్రంబనీ, అధ్యాత్మవిధులు వేదాంతమనియూ, నీతి విచక్షణులు నీతి శాస్త్రంబనీ, కవి వృషభులు మహాకావ్యమనియూ పురాణసముచ్చయమనియూ, ఇతిహాసమనియూ, విశ్వజనీనమనియు మహాభారతంలో నన్నయే పేర్కొన్నాడు.

ఆనాడు నన్నయ భారతంలో చెప్పిన పరిపాలనా విధానాలు, సైనికుల యెడల రాజులు తీసుకోవలసిన జాగ్రత్తలూ, ఆర్థిక విధానాలు, ఈనాటికీ ఆచరణీయాలే! సంస్కృత భారతంలో వర్ణించని ఆంధ్రదేశ వర్ణన నన్నయ అర్జునిని తీర్థయాత్రలో చేసాడు.

తెనుగువారిలోనున్న మేనరిక వివాహ వర్ణన సుభద్రా కల్యాణంలో వివరించాడు.

అంటే తన చుట్టూ ఉన్న సమాజమునూ, ప్రాంతమునూ దాటి వెళ్ళలేదు. కవుల పరిశీలనా శక్తి అటువంటిది.

కవిత్రయంలో రెండో వాడైన తిక్కన, మనుమసిద్ధికి మంత్రిగా కూడా ఉండడంవలన ప్రజలలో నెలకొన్న శైవ, వైష్ణవ మత ఘర్షణను నివారించడానికి తనకు కలలో హరిహరనాథుడు కనిపించి భారత రచన చేయమన్నాడని శివకేశవ అభేదంగా హరిహరనాథుడిని సృష్టించి విరాటపర్వం మొదలుకొని పదిహేను పర్వాలు రచించి ఆయనకు అంకితం ఇచ్చాడు.

ఇంత రచన చేసిన తిక్కనకు అరణ్యపర్వ శేషమును పూర్తి చేయడం విషయం కాదు. కానీ ఉచ్ఛిష్టమును నైవేద్యం పెట్టరు కదా!

అందులో ఆయన వ్యక్తిగా, మంత్రిగా, తన సామాజిక బాధ్యత నిర్వహించాడు.

భాషాపరంగా కూడా తెలుగుకు పెద్ద పీట వేసాడు. జనమనోరంజకమైన నాటక ఫక్కీ అనుసరించాడు. ఈనాటికీ మనం ఆనందంగా చూసే 'నర్తనశాల ' సినిమా

విరాటపర్వమే కదా. అందుకే దానిపేరు క్రింద 'విరాటపర్వ 'మని వేసారు.

మనకు సంస్కృతం వచ్చా, రాదా, భాష ఎలా ఉంది, అనే అలోచనే రాకుండానే ఇన్ని వందల సంవత్సరాల తరువాత కూడా ఆనందిస్తున్నాం.తరువాత ఎర్రన కూడా అరణ్యపర్వమును పూర్తి చేసి కవిత్రయంలో స్థానం సంపాదించుకున్నాడు.

'పురా అపి నవీనం' పురాణం. పురాణాలలోని అంశాలు తీసుకుని స్వతంత్ర కావ్యాలుగా ప్రబంధ రచనలు చేసారు పెద్దనాదులు.

హరివంశం రచించిన ఎర్రన వారికి మార్గదర్శకం అని చెప్పచ్చు కూడా.

శ్రీనాథుడు ప్రబంధ రచనకు ముందుగా ఆ విధానంలో ఎన్నో కావ్యాలు వ్రాసాడు. అంతే కాక అనేక ప్రదేశాలు సంచరిస్తూ ఆనాటి పరిస్థితులను గురించి, జీవన విధానాలను గురించి పంటల గురించి, వంటలు గురించి చమత్కారభరితంగా ఎన్నో చాటువులు కూడా రచించాడు.

పోతన తన జీవన విధానంతో నిరాడంబర జీవితాన్ని నేర్పుతూ క్రమశిక్షణను నేర్పే భయభక్తులను కూడా నేర్పాడు.

కృష్ణదేవరాయల కాలం తెలుగు సాహిత్యంలో ప్రబంధయుగంగా పేరుపొందింది.

సాహితీసమరాంగణ సార్వభౌముడైన రాయలు యుద్ధభూమిలో ఉపశమనం (రిలాక్సేషన్) కోసం కవులను తీసుకుని వెళ్ళేవారంటే సాహిత్యం ఇచ్చే ఆనందం, ఉత్తేజం ఎంతటివో చెప్పనవసరం లేదు.

తన సభలో అష్టదిగ్గజ కవులను పోషించడమే కాక తాను స్వయంగా కవియై 'ఆముక్తమాల్యద' వంటి గ్రంథాన్ని రచించాడు.తన రచనలో ఆనాటి జనజీవితాన్ని ఎంతో వివరంగా వర్ణించాడు. వర్ష ఋతువులో గొంగడి కప్పుకోవడం, మంచాల కింద కుంపట్లు పెట్టుకుని చలి కాగడం, వానా కాలంలో చూరు నీళ్ళతో పాత్రలు కడుగుకోవడం మొదలైనవి.

వాళ్ళు సమాజాన్ని దాటిపోలేదు. సప్త సంతానాలను ఘనంగా కీర్తించడం సమాజహితం కోసమే.ఆనాటి కవులు కేవలం కల్పనా కథలు కృత్రిమమైన రత్నములని, వాటికి విలువ ఉండదని పేర్కొన్నారు.

అదేవిధంగా యధాతథంగా తీసుకునే పురాణ కథలు పుట్టురత్నములనీ, గనులలోనుండి తవ్వి తీసిన వాటికి మెరుగు, అందమూ ఉండవని పేర్కొన్నారు. అవే రత్నములను శుద్ధి చేసి, సాన పెడితే ధగధగలాడుతూ వెలుగులు చిమ్ముతాయని భావించారు.ఈ మాట ఆనాడు రాయల ఆస్థానంలోని 'రామరాజభూషణుడే' అన్నాడు.

దీనికి ఉదాహరణగా పింగళి సూరన్న రచియించిన 'కళాపూర్ణోదయమును ' పేర్కొనవచ్చును.ఆయన రచియించిన కళాపూర్ణోదయము యొక్క ప్రాశస్త్యమును నాలుగు

వందల సంవత్సరాల తరువాత కట్టమంచి రామలింగారెడ్డి గారు లోకానికి వెల్లడి చేసారు.దీనివలన కేవలం కల్పనా కథలను ఆనాటి సమాజం అంగీకరించలేదనే అర్థం అవుతోంది.అయితే, వీరశైవులు జాను తెనుగుకు ప్రాధాన్యమిచ్చి రచియించిన శైవ సాహిత్యము జనులచే ఆదరింపబడినది.

మాండలిక పదాలకు ప్రాధాన్యత యివ్వకుండా సంస్కృత పదబంధురంగా చేసిన రచనలు ఒకవిధంగా ప్రాంతీయ సమైక్యతకు ఉపయోగపడ్డాయి.భాషను అర్థం చేసుకోవడంలో ఇబ్బంది లేకుండా చేసాయి.వేదపఠనమున్న కాలంలోనే ఊయల పాటలున్నాయి. సంస్కృత భూయిష్టమైన రచనాకాలంలోనే అచ్చతెలుగు పదాల రచనలున్నాయి.

అవి వారి వారి అభిరుచులనుబట్టి ఆదరింపబడ్డాయి.

పద్యరచనకు ఛందో నియమాలు సంకెళ్ళన్నవాళ్ళే దాని గొప్పదనాన్ని కాదనలేకపోయారు.తాపీ ధర్మారావుగారు 'ఊతపదాలు-వ్యర్థపదాలు' అనే వ్యాసం ఎంతో వివరంగా వ్రాసినా, అచ్చు తీసినట్టు వచ్చే పద్య రచనలో అది మనం గమనించలేము, కాదనలేము అని ఒప్పుకున్నారు.

ద్రౌపది ధర్మరాజును నిలదీస్తూ 'జూదరి ఆలికి గరువతనంబెక్కడిదీ! అన్నా, కర్రి విక్రమంబు కాల్పనే అన్నా, పెద్దన వరూధిని 'ఇంతలు కన్నులుండ తెరువెవ్వరి వేడెదు 'అన్నా, సత్యభామ 'శ్రీకృష్ణుని శిరసును తొలగద్రోసెను ' అన్నా మన మనసుకు గిలిగింతలు పెడతాయి.

చక్కటి సంభాషణలతో పద్యాలు వ్రాయడం వలన శ్రవ్య కావ్యాలు, దృశ్య కావ్యాలై కెమేరాలూ, వెండితెరలూ లేకుండానే అక్షరాలతో బొమ్మకట్టించి పులకింపజేసాయి.అందుకే వాళ్ళు నవ్వితే నవ్వాం, వాళ్ళు దు:ఖిస్తే దు:ఖించాం.జీవితాన్ని దర్శించి, సహృదయులమయ్యాం.

పాఠకులను సహృదయులే అన్నారు. అంటే కవితో, కవి భావపరంపరతో సమానంగా హృదయాన్ని పంచుకునేవాళ్ళు.'వాక్యం రసాత్మకం కావ్యం' ఒక విషయమే కాకుండా నవరసభరితంగా పూల మాలలా కథలను అల్లారు.ఋతువర్ణనలు తప్పకుండా చేస్తూ ప్రకృతి సౌందర్యాన్ని వారు ఆస్వాదిస్తూ, మనలను ఆస్వాదింపజేసారు.ఇంతే కాక పిల్లల కోసం చేసిన శతక రచనలు ...ఇవి తెలుగు సాహిత్యమునకే ప్రత్యేకమైనవి.

కుమార శతకం, కుమారీ శతకం, సుమతీ శతకం మొదలైనవి బాల్యం నుండే చిన్నపిల్లలకు జీవన విధానమును నేర్పేవి.

అంతేకాక, కాలానుగుణంగా మారిన సమాజంలోని దుర్లక్షణాలను కడిగి పడేసే వేమన శతకం, భాస్కర శతకం, ఇంకా ఎన్నో భక్తి శతకాలు ...ఇవన్నీ సాహిత్యంలోని

హితకర ధృక్పథమే కదా! కాలాన్ని బట్టీ, అవసరాలను బట్టి సమాజంలో మార్పు, చేర్పులు వస్తూనే ఉన్నాయి, ఉంటాయి.మట్టిగడ్డలున్నాయని ఉప్పు, పప్పులను, బియ్యాన్నీ పారబోసుకోంకదా! కథలలోకీ, రచనలలోకీ ప్రవేశించాకా మానవ మనస్తత్వాలూ, సన్నివేశాలూ, ఆ సన్నివేశాలలో వారు ప్రవర్తించిన తీరూ, ఆనాటి పరిస్థితులూ అన్నీ అంతర్గతంగా ఉంటూనే ఉంటాయి.అవి ప్రజల నడవడికను తీర్చి దిద్దుతూనే ఉంటాయి.స్పాంజి ముక్క నీటిని పీల్చినట్లు ఇవన్నీ మనసులలో యింకిపోయాయి.మనిషి విశృంఖల ప్రవర్తనను అడ్డుకట్ట వేయడానికి ఉపయోగపడుతున్నాయి.

ఇదే 'శివేతరక్షతి'. ... మన సాహిత్యంలో ఎప్పుడూ చివరకు మంచివాడే విజయం సాధిస్తాడు. భారతీయులకు చరిత్ర రచన లేదనే, పాశ్చాత్యుల మాటలను కొట్టిపడేయడానికి మన సాహిత్యమే మనకు ఆధారము.కల్పనలు తొలగించి, కథానుగుణంగా వచ్చిన సన్నివేశాలను బట్టి చూస్తే, ఆనాటి ఆచారాలు, అలవాట్లు, ఆహారాలు, నేరాలు, శిక్షలూ, పన్నులూ అన్నీ మనకు తెలుస్తాయి.సముద్ర యానాలూ, వాణిజ్యాలు, ఎగుమతి, దిగుమతులూ అన్నీ తెలుసుకోగలము.పాలకుల పరిపాలనా భాష కూడా వాటిలో ఇమిడిపోయాయి.

ఆనాటి ఆటపాటలు, బొమ్మ కట్టుట, కనుమారి, గిల్లదండ, వ్యాస పీఠం, గంటములు, తాళపత్రములు అనే పదాలు మన తరానికి తెలియని కొన్ని విషయాలు తెలుపుతాయి. చరిత్ర ఎలా తెలుసుకోవాలో, సురవరం ప్రతాపరెడ్డిగారి 'ఆంధ్రుల సాంఘిక చరిత్ర ' చదివితే అర్థం అవుతుంది.

'మంగళాదీని మంగళమధ్యాని, మంగళాంతాన్ని కావ్యాని'

మనం 'గ్రీకు ట్రాజడీ' లనే మాట వింటాం. కానీ భారతీయ సాహిత్యంలో ఆ మాట వినము. అంటే మన జీవితాలలో ట్రాజడీ లేదనా!

జీవితమంటేనే సుఖ దు:ఖాల సమ్మేళనం. కావ్యమంటేనే జీవితం.

మహాభారతంలో ధర్మరాజు జూదంలో ఓడిపోయి అడవులపాలవుతాడు.అంతటి మహావీరులకు ఎంతటి దు:ఖం?

అంతకు మునుపే జైత్రయాత్రలు చేసి, రాజసూయ యాగం చేసి, సకల గౌరవాలూ పొందిన పాండవులు కట్టుబట్టలతో అడవిబాట పట్టారు.ధర్మరాజు దు:ఖంతో కుంగిపోతూ 'నాలాంటి దురదృష్టవంతులున్నారా!' అని ప్రశ్నిస్తే అక్కడి ఋషులు రామాయణ గాథ, నల చరిత్ర చెబుతారు.

తెల్లారితే పట్టాభిషిక్తుడు కావలసిన రాముడు నీకంటే రెండేళ్ళు ఎక్కువగానే అరణ్యవాసం చేసాడు.భార్యను కూడా పోగొట్టుకుని అడవులలో తిరిగాడు.నలచక్రవర్తి రాజ్యాన్ని, భార్యనూ పోగొట్టుకుని, కురూపియై అల్లాడిపోయాడు. కానీ చివరికి వారి

జీవితాలు సుఖాంతమయ్యాయి.కష్టాలకు కుంగిపోకుండా నిబ్బరంతో ఉపాయాలు అన్వేషించారు. ఇవన్నీ మన కథలలో జనజీవనానికి పనికి వచ్చే అంశాలే. ప్రత్యేకంగా కౌన్సిలర్లు, కౌన్సిలింగ్ క్లాసులూ అంటూ ఏమీ లేవు.ఒక ఉపశమనం కలిగించడం, జీవితాలను నిలబెట్టడం ఆనాటి గాథలు చేసాయి. ఈనాటికీ సీతమ్మవారికే తప్పని కష్టాలూ అంటూ, రామకృష్ణులే ఎన్నో బాధలు పడ్డారనీ అనుకుంటూ మనసుల్ని ఊరడించుకుంటున్నాము.

అందుకే ఆనాటి సాహిత్యం 'ప్రౌఢ సాహిత్యం' వందల ఏళ్ళు గడిచినా ఈనాటికీ నిలబడింది.ఈరోజులలో ఎంత గొప్ప రచనలైనా కాలానికి ఎదురీది నిలబడేవి చాలా తక్కువ. మన జీవన మూలాలు ఆనాటి రచనలలోనే ఉంటాయి.ఒక్కమాటలో చెప్పాలంటే భౌతిక, మానసిక, సాంఘిక జనజీవితాలను గుదిగుచ్చి ఒత్తుగా కట్టిన కదంబ మాలలు ఆనాటి కావ్యాలు.పెద్దలు వాటిని బోధిస్తూ, పిల్లలకు జీవితాలను సుఖవతం చేసుకోవడానికి సహకరించేవాళ్ళు. అయితే ఈనాడు వాటిని చెప్పేవాళ్ళు, అర్థం చేసుకునేవాళ్ళూ కావాలి.

ఆధునిక సాహిత్య వైఖరి

యు.వి. రత్నం, ఒంగోలు.
ఫోన్ : 93904 11069

ఆధునిక సాహిత్యం తీరుతెన్నులు, వైఖరులు తెలుసుకొనటానికి ముందుగా తెలుసుకోవలసినది ప్రాచీన సాహిత్యం, తెలుగున వచ్చిన గ్రాంధిక తెలుగు ధోరణులు కవిత్రయంగా ప్రసిద్ధి చెందిన నన్నయ, తిక్కన్న, ఎఱ్ఱాప్రగడ వారి ప్రబంధ పురాణాలు మొదలగునవి. కావ్యాలయిన "శృంగార నైషధము", శ్రీనాథుడు, అష్టదిగ్గజ కవులలో మొదటివారయిన పెద్దనార్యుని "మనుచరిత్ర", ముక్కుతిమ్మన వారి "పారిజాతా పహరణము", రామరాజభూషణుని "వసుచరిత్ర", చేమకూర వేంకటకవి "విజయ విలాపము" మొదలగు కావ్యాలు చదవనిదే, పద్యం వ్రాయనిదే పండితుడు కాదని నానుడి. ఆ తరువాతి కాలంలో వచ్చిన గ్రాంధిక సాహిత్యం దాని తరువాత వచ్చిన వ్యవహారిక భాషా ఉద్యమం, తీరుతెన్నులు తెలుసుకోలేకపోతే ఆధునిక సాహిత్య వైఖరి తెలియదు.

ఆంధ్ర వాఙ్మయానికి సేవ చేసిన ఎందరో మహానుభావుల చరిత్ర తెలియని ఆధునిక సాహిత్య వైఖరి తెలుసుకొనడం అంత సులభం కాదు. పద్దెనిమిది వందల అరవైవ సంవత్సరంలో జన్మించిన జయంతి రామయ్యపంతులు, వీరి రచనలైన ఉత్తరరామ చరిత్ర, సూర్యరాయాంధ్ర నిఘంటువు, ఆధునికాంధ్ర వాఙ్మయ వికాస వైఖరి, మొదలగునవి వీరి కలం నుండి జాలువారాయి. ఎన్నో విమర్శనాత్మక గ్రంథాలు వ్రాశారు. వీరు శుద్ధ గ్రాంధికవాది. దరిమిలా వచ్చిన జంటకవులుగా ప్రసిద్ధి చెందినవారు దూపాటి శేషాచార్యులు, దూపాటి వేంకట రమణాచార్యులు, వీరి చారిత్రక కృతులు, చారిత్రక నవలలు. అప్పటి ఆధునికంగా చలామణి అవుతున్న గోలకొండ కవుల చరిత్ర, యింకా ఎన్నో పద్యనాటకాలు, పాపారాయ నిర్యాణము అను బొబ్బిలి సంగ్రామం, అర్జున పరాభవం, చంద్రహాస చరిత్ర వ్రాశారు. బహుశా వీరిని అనుసరిస్తూనే తరువాతి కవులైన వీరేశలింగం పంతులుగారు "రాజశేఖర చరిత్ర", గురజాడ అప్పారావు వంటివారు "కన్యాశుల్కం" వంటి నాటకాలు, కాళ్ళకూరి నారాయణరావు "వరవిక్రయం", "మాలపల్లి" వంటి మహోత్కృష్ట నవలలు, తరువాతి కాలంలో వచ్చిన విశ్వనాథ వారి "వేయి పడగలు" నవల జ్ఞానపీఠ అవార్డును స్వంతం చేసుకున్నది.

పాశ్చాత్య నవలా సాహిత్యం, డిటెక్టివ్ సాహిత్యం తెలుగు నేలను, చదువరులను సమ్మోహన పరిచింది.గిడుగు రామమూర్తి గారి వ్యవహారిక భాషా ఉద్యమం తారాస్థాయికి వచ్చిన తరువాత ఎన్నో సాహిత్య ప్రక్రియలు తెలుగునాట ఉద్భవించినవి. తెలుగును

పతాకస్థాయిలో నిలబెట్టినవి. జంట కవులుగా ప్రసిద్ధి చెందిన చెళ్ళపిళ్ళ వారు, దివాకర్ల తిరుపతిశాస్త్రి, చెళ్ళపిళ్ళ వెంకట శాస్త్రి గారి పాండవ ఉద్యోగ విజయాల నాటకాలు, కొప్పరపు సోదరులు, రామనారాయణ కవులు, దుగ్గిరాల కవులు మొదలగువారు జంట కవులుగా ప్రసిద్ధి చెంది తమ నాటకాలలో గ్రాంధిక వచనంతో పాటు పద్య రచనలు చేసి తెలుగుభాషను ద్విగుణీకృతం చేశారు. కవిత్రయం తరువాత శివకవులు, ప్రబంధం 16వ శతాబ్దం తరువాత విరివిగా వెలువడిన సాహిత్యం ప్రబంధ సాహిత్యం. వివరించటమంటే పెద్ద గ్రంథం అవుతుంది.

పద కవులుగా ప్రసిద్ధి చెందిన అన్నమయ్య, త్యాగరాజు, క్షేత్రయ్య, శ్రీ నారాయణతీర్థులు మొదలగువారు – శతక కవులుగా శతకాలు వ్రాసిన వేమన, బద్దెన, దూర్జటి, రామదాసు మొదలగువారు తెలుగువారికి ఆరాధ్యులు. వీరు లేని తెలుగు సాహిత్యం లేదు.

ప్రస్తుతమైతే ఆధునిక సాహిత్య వైఖరులు పరిశోధించటానికి ముందుగా అధ్యయనం చేయవలసినది జాతీయోద్యమ కవులయిన కొండా వెంకటప్పయ్య, చిలకమర్తి లక్ష్మీ నరశింహం, రాయప్రోలు సుబ్బారావు, వేదుల సత్యనారాయణశాస్త్రి, తుమ్మల బసవరాజు అప్పారావు, భావకవులుగా రాయప్రోలు సుబ్బారావు, అబ్బూరి రామకృష్ణారావు, దేవులపల్లి, నండూరి సుబ్బారావు, అభ్యుదయ కవులుగా ప్రసిద్ధి చెంది, ఆ తరువాత విప్లవ కవిగా, ఈ యుగకర్తగా, మహాకవిగా పిలువబడ్డ శ్రీశ్రీ (శ్రీరంగం శ్రీనివాసరావు).

★★★

అభ్యుదయ కవులలో దాశరధి కృష్ణమాచార్యులు, ఆరుద్ర, సింగిరెడ్డి నారాయణరెడ్డి (సినారె), గజ్జెల మల్లారెడ్డి, అవత్స సోమసుందర్, పూరిపండ అప్పలసామి, బెల్లంకొండ రామదాసు మొదలగువారు. అభ్యుదయ కవులుగా రూపాంతరం చెందినవారిలో శ్రీశ్రీ, దిగంబర కవులుగా తిరగబడు కవులుగా, విప్లవ కవులుగా, నయాగరా కవులుగా, చేతనావర్తన కవులుగా, అనుభూతి కవులుగా, మార్పులు– చేర్పులు చేసుకుంటూ తెలుగు సాహిత్యం వర్ధిల్లుతూ వుంది.

వీరిలో స్త్రీవాద కవయిత్రులుగా ఆధునికంగా రచనలు చేస్తున్నవారు ఓల్గా, సావిత్రి, మందరపు హైమావతి, తుర్లపాటి రాజేశ్వరి మొదలగువారు స్త్రీ స్వాతంత్ర్యం గురించి, స్త్రీని ముందుకు నడిపించటానికి ఎన్నో రచనలు చేశారు, చేస్తూ వున్నారు.

స్వాతంత్ర్యం సిద్ధించిన దరిమిలా ఊపిరులు పోసుకున్న కవులు, రచయితలు అంతా అభ్యుదయం వైపుకు కదలినవారు కొందరైతే, మరికొందరు ప్రాచీన సాహిత్యం, పద్య సాహిత్యం వైపుకి మరలి, రాజకీయ పార్టీలకు కొందరు, నాయకులను పొగడుతూ

కొందరూ, గాంధీయిజం వైపుకి కొందరూ, మరికొందరు కమ్యూనిజం, మార్క్సిజం వైపుకి మరలి కవిత్వం వ్రాయటం మొదలెట్టారు. రాయప్రోలు వారు, వేదులవారు, తల్లావఝులవారు యింకా ఎందరో అభ్యుదయం వైపుకి, డెబ్బది నాలుగు సంవత్సరాల స్వాతంత్ర్యం వచ్చాక కూడా అభివృద్ధికి నోచని వారిని చూచి వ్యధ చెంది, దళిత సాహిత్యం వైపుకి, మరికొందరు విప్లవ సాహిత్యం వైపుకి మరలి ప్రజలలో చైతన్యం కల్పించటానికి ఉద్యుక్తులయ్యారు.

రాయప్రోలు గారు –

ఏ దేశమేగినా ఎందు కాలిడినా
పొగడరా నీ జాతి నిండు గౌరవము – అని వ్రాసినా...
శ్రీశ్రీ గారు –
పదండి ముందుకు పదండి తోసుకు
పదండి పోదాం పైపైకి – అని నినదించినా...

యువతను కదిలించి –

నేను సైతం ప్రపంచాగ్నికి సమిధ నొక్కటి ఆహుతిచ్చాను – అని ఉటంకించినా...

ఆరుద్ర 'త్వమేవాహం', శ్రీశ్రీ 'మహాప్రస్థానం' యువ కవులను ఉత్తేజపరిచాయి. ఎందరినో కవులుగా, రచయితలుగా చేశాయి అనటంలో అతిశయోక్తి లేదు. ఈ డెబ్బది నాలుగు ఏండ్ల భారతీయ ప్రజాస్వామ్యంలో ప్రజల జీవన స్థితిగతులు ఎన్నో మార్పులు వచ్చాయి. ఆలోచనా సరళి మారింది. ప్రపంచం కుగ్రామంగా మారిన నేపథ్యంలో జీవన పద్ధతులు మారాయి, అభిరుచులు మారాయి. విలువల గురించిన అభిప్రాయాలు, నమ్మకాలు మారుతున్నాయి.

గ్లోబలైజేషన్లో అంతర్జాల ప్రభావం బాగా చొచ్చుకునిపోతున్నది. ఆంగ్లం వైపుకి ప్రజలు ఆకర్షించబడుతున్నారు. కవుల రచనలు గ్లోబలైజేషన్ ప్రభావంతో 'పొగచూరిన ఆకాశాలు' (అద్దేపల్లి)గా, 'విశ్వంబర'లుగా (సినారే) వచ్చినా, ప్రజలెవ్వరూ చదవటం లేదు. తెలుగు భాష నేర్చుకునే ప్రేరణ తగ్గుముఖం పట్టింది. యువతకు వర్తమానంలో ఆసక్తి లేదు. భవిష్యత్తుపై నమ్మకం సడలుతోంది. అలా అని ఆంగ్ల సాహిత్యంపైన ఆసక్తి లేకపోతున్నది. అంతటా ఆర్థిక సంబంధాలు విలసిల్లుతున్నాయి.

అంతర్జాలంలో, ఫేస్బుక్ లో .కవితలు .వ్రాస్తున్నవారు లైకులతో .సరిపెట్టుకుని ఆర్థిక సంబంధాలను అన్వేషిస్తున్నారు. సాహిత్య ప్రక్రియలు ఎన్నో వస్తున్నాయి, పోతున్నాయి. బొన్సాయి కవిత్వం, మినీ కవిత్వం, నానీలు, రుబాయిలు, వ్యంజనాలు, ముక్కనీలు, మూడుమాటల్లా చెప్పే కవిత్వం యిప్పుడు రాజ్యం చేస్తున్నది. యిప్పుడు తిలక్

'అమృతం కురిసిన రాత్రి' లో నా అక్షరాలు వెన్నెలలో ఆడుకునే ఆడపిల్ల అంటే పెదవి విరుస్తున్నారు.

ఆధునికులు ప్రాచీన సాహిత్యంలో వున్న సొబగులు ఆస్వాదించటం వదిలేసి – శ్రీశ్రీ గారన్నట్లు 'కాదేది కవిత కనర్హం' అన్న దాన్నే మనస్సులో ఉంచుకుని కవిత్వం వ్రాస్తున్నారు. అద్దేపల్లి రామ్మోహనరావు గారు, కవి విమర్శకులు 'సమాజాన్ని చూసి స్పందించని వారు కవులు కాలేరు' అనేవారు.

సమాజం విలువలు మారుతున్న కాలంలో రచయితల రచనల్లో మార్పులు చోటు చేసుకున్నాయి. ఆధునిక కాలం పరిపరివిధాల ఆలోచనలు, రకరకాలుగా మారింది. స్త్రీ స్వాతంత్ర్యం ఎంతో కాలంగా అణచబడ్డవారు చైతన్యవంతులైనారు.

ఆంగ్ల కవిత్వ ప్రభావంతో తెలుగులో కూడా ఆధునిక భావాలతో రచయితలు, కవులు రచనలుచేశారు. భావకవిత్వం నేపథ్యంలో దేవులపల్లి కృష్ణశాస్త్రి, రాయప్రోలు, నండూరి, బసవరాజు అప్పారావు మొదలగువారిని అనుసరిస్తూ ఎంతోమంది కవులు వారి బాటలో నడిచారు. భావకవిత్వంతో పాటుగా ప్రణయ కవిత్వం, దేశభక్తి కవిత్వం, స్మృతి కవిత్వం వెల్లివిరిసింది. నండూరి వారి ఎంకిపాటలు,

నాయుడుబావతో సరసాలు చదువరులను రసానందంలో ఓలలాడించాయి.

'ఎవరు' గేయంలో దేవులపల్లి వారు ఇలా రాస్తారు.

ఎవరహో, ఈ నిశీధి
నెగసి, నీడవోలె నిలచి
పిలుతురెవరో, మూగకనులు
మోయలేని చూపులతో ... ఎవరహో ఎవరహో

'అద్వైతం' అనే ఖండికలో శ్రీరంగం శ్రీనివాసరావు గారు

ఆనందం అర్ణవమైతే
అనురాగం అంబరమైతే
అనురాగపు టంచులు చూస్తా
ఆనందపు లోతులు తీస్తాం
అంటూ, యింకా...
మరణానికి ప్రాణం పోస్తాం
స్వర్గానికి నిచ్చెన వేస్తాం –

అన్న కవిత 'స్విస్ బరన్' కవితా మార్గం అంటారు వైతాళికుల,ముద్దుకృష్ణ సంకలనంలో,ప్రేమ తత్వాన్ని చెబుతూ బసవరాజు అప్పారావు గారు ఇలా అంటారు.

ప్రేమించు సుఖముకై

ప్రేమించు ముక్తికై ప్రేమించు ప్రేమకై

ఏమింక కావలెరా? – అంటూ రాస్తారు.

ఇలా ఎందరో కవులు ఆధునిక భావాలతో కవిత్వాన్ని, వారి వారి గేయాలలో కవితలతో సాహితీ నందన వనంలో పరిమళాలు నింపారు.

ఆ తరువాతి కాలంలో వచ్చిన అభ్యుదయ కవిత్వం, వైఖరులు మారాయి. శ్రీశ్రీ సామ్యవాదాన్ని కలగన్నాడు. మరోప్రపంచం మరోప్రపంచం పిలచిందంటూ మహాప్రస్థానం కావ్యం యువకవులకు మార్గదర్శకమైంది. కొందరు విప్లవం బాట పట్టారు. పందొమ్మిది వందల అరువైఐదులో దిగంబర కవిత్వం వచ్చింది. నిఖిలేశ్వర్ (యాదవరెడ్డి), నగ్నముని (యం. హెచ్.కేశవరావు), చెరబండరాజు (బద్దం భాస్కరరెడ్డి), జ్వాలాముఖి (వీరరాఘవాచార్యులు), మహాస్వప్న (కమ్మిసెట్టి వెంకటేశ్వరరావు), భైరవయ్య (మన్మోహన్) వంటివారు దిగంబర సాహిత్యం ప్రచురించారు. ఎక్కువ కాలం ఈ సాహిత్యం

నిలబడకపోయినా – కొందరు అదే బాటలో కవిత్వం వ్రాస్తున్నారు.

ఓటమి తిరుగుబాటు చేయాలి.

ఆత్మహత్య తిరగబడి హత్య చేయాలి.

పడిపోయిన తుపాకి నెత్తిచూడు

తుపాకి గొట్టంలో దాగిన విప్లవ సామ్రాజ్యాల

విజయ దుంధుభుల ప్రతిధ్వనులు ఆహ్వానించాయి – (జ్వాలాముఖి).

అయితే కొందరు అశ్లీల పదబంధాలు, బూతు పదాలు వాడటం వలన వీరిని ఎవరూ అనుసరించలేక పోయారు.

★★★

అభ్యుదయ రచయితల సంఘం 1936లో ప్రారంభం అయింది. తెనాలిలో జరిగిన మొదటి సభకు తాపీ ధర్మారావు గారు అధ్యక్షత వహించారు. శ్రీశ్రీ, అనిసెట్టి, సోమసుందర్, బెల్లంకొండ రామదాసు, కుందుర్తి ఆంజనేయులు, చదలవాడ పిచ్చయ్య ఈ సంఘంలో సభ్యులయ్యారు. వీరిలో కొందరి కవిత్వం మొదటగా "వైతాళికులు" అన్న ముద్దుకృష్ణ సంకలనంలో ప్రచురించారు.

స్త్రీవాద కవిత్వం నేపథ్యంలో అణచివేతకు గురౌతున్న స్త్రీల మనోభావాలు స్త్రీవాద కవిత్వం రూపంలో వెలువడింది. స్త్రీలకు సమాజం యిస్తున్న నిర్వచనాలను తిరస్కరించి, తమకుతామే కొత్తగా నిర్వచనాలను నిర్వచించుకోవాలని, పురుషాధిక్యతను చాటి, సమాజంలో పురుషునితోపాటు సమానంగా జీవించటం, స్త్రీ దృక్కోణంలో ప్రపంచ

సాహిత్యాన్ని పరిశీలించి, స్త్రీ వ్యక్తిత్వాన్ని సృజన్మాతకతను, ప్రేమను పంచే ప్రక్రియలతో స్త్రీవాదం ముందుకు సాగుతుంది.

భారతీయ సమాజంలో ఎన్నో సంక్లిష్టతలు, మరెన్నో మతాల సంఘర్షణలు నిండి వుంది. భిన్నత్వం - ఏకత్వం సాధించిన ఘనత భారతదేశానిది. అయినా కొన్నిచోట్ల అణచివేతలు సాగుతూనే వున్న నేపథ్యంలో దళితవాదం తలెత్తింది. కుల విభజన, ఉపకులాల మధ్య అసమానతలు, అస్పృశ్యతల మధ్య దళితవాదం వచ్చింది. ఎందరో కవులను తమ కవిత్వం ద్వారా వారి స్వరం వినిపించింది. పందొమ్మిది వందల తొమ్మిదిలో (1909) ఆంధ్రభారతిలో 'మాలవాంఁడ్ర పాట' అన్న గేయం వచ్చింది. అస్పృశ్యత పట్ల నిరసన కన్పిస్తుంది. దీనిని ఎవరు వ్రాశారో తెలియదు.

అందారు పుట్టిరి హిందమ్మ తల్లికి
అందారు ఒక్కటై ఉందారి సక్కంగా
అమ్మోరు దీవించే అయిశర్యమిచ్చారు
ఆనాటి కులనిర్మూలన పరంగా గొప్ప ముందుచూపున్న గేయం.

1915లో మంగిపూడి వెంకటశర్మ గారు తన 'నిదుర్ధ భారతం'లో అస్పృశ్యతా నిరసనను ప్రకటించారు.

జాతి వెన్నెముక యనందగు నంత్య జాతులను
సంఘమునకు భారము చేసి
మనకు కానివారిగ జేయుకొనుటకన్న
యాత్మహత్యలే రొండు లేదు - అంటారు.

దరిమిలా బహుజన పైన ఎందరో సాహిత్యం వెలువరించారు.

ప్రపంచీకరణ నేపథ్యంలోనూ గ్లోబలైజేషన్ను నిరసిస్తూ వామపక్షాలు ధ్వజమెత్తాయి. సామ్రాజ్య వాద భావజాలాన్ని వైఖరులను నిరసిస్తూ కవితలు వ్రాశారు.

ముస్లింవాద కవిత్వంలోనూ ముస్లీం జీవనంలోని వేదనను వాస్తవికతనూ విషాద జీవన సత్యాలను, యితర సమాజాలకు అవగాహన లేని ఎన్నో విషయాలను ముస్లీంవాద కవులు తమ కవిత్వంలో ప్రతిబింబిస్తున్నారు. కవి కరీముల్లా, స్కైబాబా, దీవాకర్, మహజబిన్, సిరాజుద్దీన్, నవలాకారుడు సలీమ్ లాంటి రచయితలు ఉత్తమ సాహిత్యం వెలువరిస్తున్నారు.

ఆధునిక వైఖరులు రేఖామాత్రంగానే వివరించటం ఈ వ్యాసం లక్ష్యం. యింకా ఎందరో మహానుభావులు సమాజంలోని రుగ్మతలను, అవినీతిని ఆశ్రిత పక్షపాతాన్ని తమతమ సాహిత్యం ద్వారా బహిర్గతం చేస్తూనే వున్నారు. ఇది ఒక అంతులేని సాహితీ స్రవంతి - జీవనది.

ఉపయుక్త గ్రంథములు :

1. యువభారతి ప్రచురణ – మహతి

2. కావ్యలహరి

3. వైతాళికులు – ముద్దుకృష్ణ సంకలనం

4. సాహితీ ప్రకాశిని – డా॥ వంకాయలపాటి రామకృష్ణ

శత వసంతాల తెలుగు కథ

-భమిడిపాటి గౌరీ శంకర్
9492858395

కథా ప్రయాణం అత్యంత ప్రాచీనం. నలచరిత్ర కంటే కథా చరిత్ర గొప్పదంటారు విమర్శకులు. ప్రపంచ భాషలన్నిటిలో 'కథ' ఉంది. సమాజంను చిత్రించింది. "నాగరికతలు కూడా అభివృద్ధి చెందని కాలంలో ఆదిమానవులు వానకురుస్తున్న రోజులలోనూ, వెన్నెల రాత్రుల్లోను కథలు చెప్పుకొని కాలక్షేపం చేసి ఉండవచ్చు" నంటారు వళ్ళంపాటివారు. పాశ్చాత్య దేశాలలో బొకేషియా కథలు, మధ్య ప్రాచ్యంలో అరేబియన్ నైట్స్ కథలు, చాల్డర్వాష్, పంచతంత్ర కథలు ఇలా ఎన్నెన్నో రకాల కథలు మనకు తెలుసు. నేటి కథ ప్రాచీన కాలంలోనే ఉందంటే వర్తమాన సాహితీ విమర్శకులు అంగీకరించరు. కారణం.. ఆ కథలలో 'వస్తువు' 'పాత్రలు' ఉన్నా, "శిల్పం" లేదని వారంటారు. నిజానిజాలు ఆనాటి... నేటి కథలను చదివి తెలుసుకోవాల్సిందే. ఆధునిక కథకు ప్రధానం "శిల్పం", పురాణ చరిత్ర కాలాల కథలలో కేవలం "కొన్ని సూత్రాల కొలతలు" దృశ్యమానం ఉందనే వారున్నారు. నాయికా నాయకుల వర్ణణ, శృంగార, వీర, బీభత్స రసాలకు ప్రాధాన్యమిచ్చారు. మానవ జీవితం మనోవిశ్లేషణ, సామాజిక పరమైన మార్పులు, మారుతున్న జీవన విధానం వంటివి ఆనాటి కథలలో లుప్తమని చెబుతారు. నిజం కూడా అంతే..! "ఆధునిక కథలో కనిపించే తక్షణత్వం సమకాలీనత" వంటివి పాత కథలలో లేవు. కథ ఒక పాత్ర, ఒక సంఘటన, ఒక భావం ఇలాంటి అంశాల మీద ఆధారపడి ఉంటుంది. "మంచి కథలోని జీవిత శకలం ఆ కథలో చిత్రించబడుతూ ఉన్న జీవితానికి మచ్చుతునక' అంటారు ఆంగ్ల కథా విమర్శకులు. ఈ జీవిత శకలాన్ని ఊహించే విధంగా రచయిత తన కథాశిల్ప నైపుణ్యంతో పాఠకులకు కలిగిస్తారు. నవల కన్నా కథ రాయటమే కష్టమనే రచయితలున్నారు. ఇందుకు ప్రధాన కారణం కథలోని క్లుప్తత, తీవ్రత అనే క్లిష్టమైన ప్రక్రియలు. గొప్ప కథకుడిగా ప్రసిద్ధి చెందిన మపాసా కథలను చదివిన ఎమిలీజోలా "ఇతడి ప్రతిభను ప్రదర్శించడానికి నవల" మంచిదంటారు. అంటే కథలోని క్లుప్తతలో రచయిత ఎంత నైపుణ్యం ప్రదర్శించినా, అది చేరవలసిన "వేదిక"ను చేరుకుంటే వృథా అవుతుంది. గురజాడ, బుచ్చిబాబు, చలం, విశ్వనాథ, అడవి బాపిరాజు, శ్రీశ్రీలు కూడా కథలు రాయటం కష్టమంటారు. బుచ్చిబాబు అంటే "చివరకు మిగిలేది" ఒక్కటే గుర్తుకు వస్తుంది. శ్రీశ్రీని "గొప్ప కవి"గా పేర్కొంటారు. గురజాడ గారు కూడా "గుప్పెడు కథలే" రాశారు. కానీ "కన్యాశుల్కం", గేయాలు రాశాడంటారు. ఏతావాత "కథ" ప్రయాణంలో గొప్ప కథలు ఆవిష్కరించిన కథకులు తెలుగులో ఎంతోమంది ఉన్నారు. బండారు అచ్చమాంబ

'స్త్రీ విద్య'(1902), ఆచంట వెంకట సాంఖ్యాయనశర్మ "లలిత"(1903), మాడపాటి హనుమంతరావు "నేనే"(1915), ఆధునిక కథా లక్షణాలున్నా 1910లో గురజాడ రాసిన కథ "దిద్దుబాటు" మొదటి కథగా ఆయనను తెలుగు కథకు ఆధ్యుణ్ణి చేసింది.

వందేళ్ళకు పైగా కొనసాగుతున్న జీవనది వంటి 'తెలుగు కథా' ప్రయాణంలో (సుమారు 113సంవత్సరాలుగా) గురజాడ దిద్దిన 'బాట'లోనే గొప్ప నైపుణ్యం ఉందనే సాహితీ ప్రముఖులున్నారు. అంగీకరించని వారూ ఉన్నారు. గురజాడ రాసిన 'దిద్దుబాటు' శిల్పరీత్యా సన్నివేశ ప్రధానంగా, 'మెటిల్డా' పాత్ర ప్రధానంగా, 'సంస్కర్త హృదయం' మనస్థితి ప్రధానంగా ఆవిష్కరించిన తీరు, తరువాత తరాల కథారచయితలకు ఆయన అందించిన చేయూతగా చెప్పాలి. ఈ ఒరవడిలో వందేళ్ళ తెలుగు కథా మార్గ పయనం వింత వింత, ప్రయోగాత్మక రీతులలో సమాజ స్థితిగతులను వివరిస్తూ వచ్చింది. స్వాతంత్ర్యానికి ముందు తరువాత, ప్రపంచీకరణ, సాంకేతికత, సాంస్కృతిక విప్లవాల పురోగతి, స్త్రీ సమస్యలు, ఉదారవాదం, హేతువాదం, దళితవాదం, స్త్రీవాదం ఇలా ఒకటేమిటి ఎన్నింటినో తమలో కలుపుకొని తానే 'ఆయా పరిస్థితులతో మమేకమై వందేళ్ళ తెలుగు కథ నిరంతర స్రవంతిగా ముందుకు దూసుకుపోతున్నది. కథకు కావలసిన 'క్లుప్తత' అనుభూతి ఐక్యత, 'సంఘర్షణ', 'నిర్మాణ సౌష్టవం' వంటివి నూరేళ్ల తెలుగు కథలో ప్రస్ఫుటంగా ద్యోతకమవుతాయి. ఆయా కథలలో కథకులు గొప్ప 'శిల్ప' చాతుర్యంతో పై లక్షణాలు 'విభిన్నంగా' 'వైవిధ్యంగా' చిత్రించుకుంటూ వచ్చారు. గురజాడ రచించిన 'దిద్దుబాటు', 'మీ పేరేమిటి?' కథలను సునిశితమైన దృష్టి కోణంతో ఆవిష్కరించగలిగితే సామాజికపరమైన విశ్వాసాలు, నమ్మకాలు, విలువలు నేపథ్యంను వివరించిన తీరు కనిపిస్తుంది. ఆయన 'శిల్పం'లోని చతురత ఆవిష్కరించబడుతుంది. సంభాషణలు, పాత్రలచిత్రణా వైవిధ్యం వంటివి అంతర్లీనంగా పాఠకుడిని తమలో కలిపేసుకుని ప్రయాణం చేయమంటే... తదనంతర కాలంలో వచ్చిన శ్రీపాద, చలం, కొడవటిగంటి, కరుణ కుమార, బుచ్చిబాబు, మధురాంతకం, గోపీచంద్, పాలగుమ్మి, బలివాడ, చాసో, రావిశాస్త్రి, కా.రా.మాస్టారు, కేతు విశ్వనాథరెడ్డి, తుమ్మేటి, సింగమనేని, శాంతి నారాయణ, బండి నారాయణస్వామి, సన్నపనేని, యండమూరి తదితరులు తెలుగు కథను ప్రపంచ స్థాయికి తీసుకువెళ్లారు. 'గాలివాన' కు అంతర్జాతీయ పురస్కారం కూడా లభించింది. అయితే 'విమర్శ' ఎదుగుదలకు సోపానం. తెలుగు కథా వికాసానికి కూడా ఈ సూత్రం వర్తిస్తుంది. కందుకూరి, వేదం వారు, కట్టమంచి, రాళ్లపల్లి, రాచపాలెం వంటి వారు ఈ దిశగా చేసిన అద్భుతమైన విమర్శ కథావికాసానికి 'విస్తృతి' చేసింది. 1900 నుండి 2023 వరకు ఓ వంద కథలను స్వీకరించి శోధన చేస్తే సిద్ధాంతికరించిన అంశాలు ఎన్నో, ఎన్నెన్నో. ఓ పది సిద్ధాంత గ్రంథాలు కూడా తయారవుతాయి. (తయారయాయికూడా!)

నూరేళ్ల తెలుగు 'కథ'లో వందేళ్ళ తెలుగు 'సమాజ' చిత్రణ ఉంది. గురజాడ 'మీ పేరేమిటి', 'దిద్దుబాటు'ల మీదుగా చలం, చింతాదీక్షితులు, శ్రీపాద, విశ్వనాథ, చాసో, బుచ్చిబాబు, సి.వి. కృష్ణారావు, శ్రీ శ్రీ, కొడవటిగంటి, పాలగుమ్మి, కళ్యాణ సుందరి, జగన్నాథ (అలరాస పుట్టిళ్ళు), కా.రా. మాస్టారు, రా.వి.శాస్త్రి, భూషణం, సావిత్రి, అల్లం రాజయ్య, త్రిపుర, ఓల్గా, కేశవరెడ్డి, మహమ్మద్ ఖదీర్ బాబు, కరుణాకర (1999) వరకు ఓ వరుస క్రమంలో కథలను పేర్చుకు వెళితే (ఇది నిర్దిష్టమని కాదు. నా వ్యక్తిగతం) నాటి 'సమాజం' పాఠకుల గుండెలను 'తడి' చేస్తుంది. 'మెదడును' కదిలిస్తుంది. ఆవేదన, ఆలోచన, ఆర్తి లను మనసు నిండా నింపుతుంది. వరుస క్రమంలో ఆయా కథల 'వస్తువు'లో ఎన్నెన్నో పాత్రలు, వ్యక్తిత్వాలు, దోపిడీ, కుటుంబంలో కనిపించని శ్రమదోపిడి, కనిపించే దౌష్ట్యం, స్త్రీలు, సంఘ కట్టుబాట్లు మధ్య నలిగిన వైనం, సంఘసంస్కరణ చిహ్నాలు, స్వాతంత్ర్యోద్యమ సమయంలో 'మనిషి' నిజనైజం. అనైతిక, అవినీతి పోకడలు, దుష్ట సంప్రదాయాలు వంటివి అరలు అరలుగా కనిపిస్తాయి. పొరలు పొరలుగా విప్పుకుంటూ పోతే వాటి మధ్య నలిగిన స్త్రీ హృదయ ఘోషలు, వాటి వెనుక చీకటి కన్నీరు, కనిపించని తిరుగుబాటు 'నిప్పు' వెచ్చదనం 'స్పర్శ' తగులుతుంది. పనిలో పనిగా 1900 నుంచి వర్తమానం వరకు 'భాషాపరమైన' 'దశ-దిశ' విస్తరణ కూడా చూడవచ్చు. వైరుధ్యాలు కూడా ఉన్నాయి. కట్టమంచి, విశ్వనాథ వార్ల నుంచి కె.ఎన్.వై. పతంజలి వరకు సావిత్రి నుంచి ఓల్గా, కుప్పిలి పద్మ, విమల వంటి వారి వరకు భాషా ప్రస్థానంలో విప్లవాత్మకమైన పెనుమార్పులు, ధిక్కరణ స్వరాలు క(వి)నిపిస్తాయి. ఇవి ఎంతో సహజమనిపిస్తాయి, అవసరమనిపిస్తాయి. సమాజం ఎదుగుదల భాషా నిర్మాణం పైన, మార్పుల పైన ఆధారపడి ఉంటుంది. భాష ఒక 'జాతి' చరిత్రకు దర్పణం. భాష ఒక 'జాతి' జీవనాడి. మార్పులు అనివార్యం, కాలగమనంతో 'మార్పులు' కలిసి పోవడం అతి ముఖ్యమైన ప్రయాణం. తెలుగు కథ ఈ ప్రయాణ మార్గాలను తనదైన శైలిలో తనలో ఐక్యం చేసుకుంది. కనుకనే 'కథ'కు ఇంతటి ప్రాధాన్యత, ప్రశస్తి.

వందేళ్ళ తెలుగు కథా పయనంలో ఆద్యులుగా గుర్తించిన గురజాడ కథ (కుల)కు ఓ మార్గనిర్దేశం చేశారు. అంతవరకు 'దేవతలు' 'రాజులు' దగ్గరే ఆగిన వస్తువులకు నూతనత్వం అద్దారాయన. వాటి ఆవశ్యకతను తన రచనల ద్వారా వివరిస్తారు. రాచపాలెం వారు అన్నట్టుగా 'సంకుచితత్వం నుంచి విశాల ప్రపంచంలోనికి అద్భుతత్వం నుంచి వాస్తవికతలోనికి, అనుపూర్వికత నుంచి ఆధునికతలోకి' ప్రయాణింపజేశారు. ప్రజా సమస్యలపై పోరాటం, వాడుక భాషలో రచనలు వంటివి గురజాడ వారు అవసరమని చెప్పారు. మానవ జీవితం, వాస్తవిక దృక్పథం, జీవితం పట్ల అవగాహన, శిల్పం పట్ల, కథా వస్తువు పట్ల శ్రద్ధ వంటి వాటిని 'తెలుగు కథ' నిరంతరం ప్రస్ఫుటం చేస్తూనే ఉన్నది. 'తెలుగు కథకులు)' నిరంతర అధ్యయనం చేస్తున్నది. ఇదో నిరంతర ప్రక్రియని రచయి(త్రి)తలు

తెలుసుకుంటున్నారు. మనసులలోని సువిశాల మానవత్వం నుంచి 'మరుగుజ్జు' వ్యక్తిత్వం వరకు తెలుగు కథ ఆవిష్కరించిన వైనం 'దృశ్యమానం' చేశారు గురజాడ వారు. 'శిల్పం' 'టెక్నిక్' వంటివి బ్రహ్మ పదార్థాలని కొంతమంది అభిప్రాయం. వీటి గురించి తెలియని సామాన్య పాఠకుడు కథను 'ఎందువలన' బాగుంది అని కాకుండా, 'మనసులో కథ' ఇందుకు బాగుందని నిర్ణయించుకుంటాడు. అదే టెక్నిక్, శిల్పం అనేవారున్నారు. అది వేరే విషయం. 'నవలలో ఉండే విస్తృత, నాటకంలోని సమగ్ర సంభాషణా, కావ్యంలో ఉండే రసోత్పత్తి లేకుండానే జీవిత చిత్రణా, పాత్రల మనస్తత్వ విచారణా, రసానంద స్ఫూర్తి ఇవ్వడమే కథ విశిష్టత' అంటారు చినవీరభద్రుడు గారు. వందేళ్లు దాటిన తెలుగు కథా మార్గపయనంలో ఈ వాస్తవిక సత్యానికి అక్షర రూపం కలిగించిన 'శిల్పులు' ఎందరో ఉన్నారు. వారందరికీ నమస్సులు.

వందేళ్ల కథా సాహితీ మార్గ పయనం

జి.రంగబాబు,అనకాపల్లి

తెలుగు కథకు వందేళ్ళ పైబడే ఘన చరిత్ర ఉంది. తెలుగువారి జీవితంలో కథ ఒక అంతర్భాగం అయిపోయింది అంటే అది అతియోశక్తి కాదు. కథ అంతగా మనుషుల జీవితాల్లో మమేకం అయిపోయింది. భాషేదైనా, ప్రాంతం ఏదైనా కథకు అత్యంత ప్రాధాన్యత ఉంది అనేది అందరూ అంగీకరించవలసిన వాస్తవం. అందునా తెలుగు కథ ఎన్నో విశిష్టతలను సంతరించుకుని ఎన్నో మలుపులు తిరుగుతూ నిరంతరాయంగా సాగిపోతూనే ఉంది. కాలానుగుణంగా మార్పులు చెందుతూ అన్ని రకాల పాఠకులనూ అలరిస్తూనే ఉంది.

తెలుగు కథ ఆవిర్భావం గురించి పరిశీలిస్తే 'కథ్ ' అనే ధాతువు నుండి 'కథ ' అనే పదం పుట్టింది. ఈ పదానికి చెప్పడం లేదా సంభాషించడం అని అర్థాలు ఉన్నాయి. అంటే చెప్పబడేదే కథ. దీన్ని ఎంత అందంగా చెప్పగలుగుతాము ,ఎంత వాస్తవికతను ప్రతిబింబిస్తాము అనే దాన్నిబట్టి అది చరిత్రలో చిరకాలం నిలిచిపోవడానికి అవకాశం ఉంటుంది. అలా చెప్పబడిన కథలెన్నో ఉన్నాయి . చరిత్రలో గుర్తిండి పోయేలా రాసిన ఎన్నో కథలు ఉన్నాయి. కొన్నింటిని చూస్తే గురజాడ వారి 'దిద్దుబాటు 'శ్రీపాదవారి'వడ్ల గింజలు ' , పాలగుమ్మి పద్మరాజు గారి 'గాలివాన', తిలక్ 'ఊరి చివర ఇల్లు', 'నల్లజర్ల రోడ్డు', రావిశాస్త్రి గారి' పిపీలికం, కార్నర్ సీటు', కాళీ పట్నం రామారావు గారి 'యజ్ఞం ' ఇలా చెప్పుకుంటూ పోతే ఈ పట్టికకు అంతే ఉండదు. అలా కథ పేరు చెబితే ఇట్టే రచయిత గుర్తుకొచ్చేలా.. రచయిత పేరు చెబితే డజన్ల కొద్దీ కథలు గుర్తుకు రావడం తెలుగు కథ కున్న ప్రత్యేకత.

కథ, కథానిక సుమారుగా ఒకే అర్థంలో వాడబడుతున్నాయి. అగ్ని పురాణంలో కథానిక ప్రస్తావన ఉన్నది. చరిత్రగాధ, వృత్తాంతం పదాలను కథకు పర్యాయపదాలు గా వాడుతారు. బ్రౌన్ నిఘంటువు అయితే ప్రధానంగా కథ అంటే 'ఇంచుక సత్యమైన కల్పిత ప్రబంధం' అని అర్థం చెబుతుంది. అగ్ని పురాణంలోని ఒక శ్లోకంలో' దీర్ఘంగా కాక పొందికగా ఉండడం, ఉదాత్తత కలిగి ఉండడం, సంభ్రమాశ్చర్యాలు కలిగించి కరుణ, అద్భుత రసాలను పోషించటం ఆనందాన్ని కలిగించడం కథానిక లక్షణాలు' అని చెప్పబడింది. గొప్ప కథ గురించి వాకాటి పాండురంగారావు గారు చెబుతూ" ఒక కథను చదివిన తర్వాత మనసు చలించాలి. మళ్లీ చదివింప చేయాలి. ఈ కథ బాగుంది అని పది మందికి చెప్పించగలగాలి. మళ్ళీ పదేళ్లో, ఇరవై ఏళ్లో పోయిన తర్వాత చదివినా అదే అనుభూతి, స్పందన కలగాలి. అప్పుడే అది గొప్ప కథ అవుతుంది."

కథ అనేది తెలుగు నాట అనాదిగా ఉన్నదే. ఇది ఒక సాహిత్య ప్రక్రియగా రూపు దిద్దుకోవడానికి కొంత సమయం పట్టిన విషయం వాస్తవం. కథలో వస్తువు ప్రధానం. ఏం చెప్పాము అన్నది వస్తువు అయితే ఎలా చెప్పాం అన్నది శిల్పం. వస్తు పరంగా, పరిమాణం పరంగా కథ, నవల, నాటకం, కావ్యం, పురాణ గాథ వంటి రూపాల్లో కథ తెలుగు భాషకు అత్యంత సన్నిహితం అయింది. బృహత్కథ తెలుగు నేల పైనే ఆవిర్భవించడం మనకు తెలిసిన విషయమే. అత్యంత ప్రాచీన ప్రక్రియ అయిన కథ మనకు ఎన్నోగొప్ప ప్రాచీన కథల ద్వారా పరిచయం అయింది.

దశకుమార చరిత్ర , సింహాసన ద్వాత్రింశిక , శుక సప్తతి హంసవింశతి , సాహసాన్ని, ఔదార్యాన్ని ప్రతిబింబించే విక్రమార్క కథలు ,వినోదాత్మకమైన పేదరాశి పెద్దమ్మ కథలు, అద్భుత రసాన్ని పోషించే బేతాళ కథలు, విజ్ఞానాత్మకమైన పంచతంత్ర కథలు, హాస్య భరితమైన తెనాలి రామలింగని కథలు , మేధస్సుకు పదును పెట్టే మర్యాద రామన్న కథలు, సున్నితమైన శృంగారాన్ని పంచే కాశీ మజిలీ కథలు, భోజరాజీయం, సహస్ర శిరచ్ఛేద అపూర్వ చింతామణి ఇలా ఎన్నో కథలు.. చెప్పుకుంటూ పోతే అనంతంగా ఉంటాయి. చారిత్రక , జానపద, సాంఘిక కథల నుండి ఈనాటి కథల వరకు అనేక రీతుల్లో ఎన్నో మలుపులు తిరుగుతూ, విశిష్టతను సంతరించుకుంటూ సాగిపోతోంది కథ. అభివృద్ధి పథంలో దూసుకుపోతోంది.

తెలుగు సాహిత్యంలో మహాభారతం, రామాయణం భాగవతం ఇతిహాసాల్లో ఎన్నో కథలు, ఉపకథలు చోటుచేసుకున్నాయి. అవి ఇతిహాసం, పురాణాలకు సంబంధించినవి. ప్రబంధాల్లో కూడా ఒక కథ అనేది అంతర్లీనంగా నడుస్తుంది. చిత్రవిచిత్రాలైన మహిమలతో ,మలుపులతో వినోద భరితంగా ,నీతులతో కూడుకున్న కథలు కల వాటిని కథా కావ్యాలుగా విమర్శకులు చెప్తున్నారు. కథలకే ఎక్కువ ప్రాధాన్యం కలవే కథాకావ్యాలు. కథా కావ్యాల్లో కథాకథన శిల్పానికి ప్రాముఖ్యత ఉంటుంది. ఆనాటి సాంఘిక పరిస్థితులను ప్రతిబింబిస్తాయి. చందమామ కథలు, కాశీ మజిలీ కథల వంటి పద్ధతి ఈ కథా కావ్యాల్లో కనిపిస్తుంది అని చెప్పుకోవచ్చు. తెలుగులో కథాకావ్యాలు 12వ శతాబ్దం నుండి 17వ శతాబ్దం వరకు వెలుపడ్డాయి కథా కావ్యాలు సమకాలీన సాంఘిక చరిత్రకు ఆధారభూతమై తెలుగు సాహిత్య చరిత్రలో ప్రత్యేకమైన స్థానాన్ని ఆక్రమించాయి .

తెలుగులో తొలిసారిగా రాయబడిన కథగా గురజాడ అప్పారావు రచించిన 'దిద్దుబాటు' ను పేర్కొంటారు. అయితే గురజాడకు ముందే బండారు అచ్చమాంబ, ఆచంట వెంకట సాంఖ్యాయన శర్మ వంటి వారు తెలుగు కథకు శ్రీకారం చుట్టినా కథకు ఉండవలసిన అన్ని మంచి లక్షణాలను పుణికి పుచ్చుకున్న కథగా 'దిద్దుబాటు' ను మనం తొలి కథగా గౌరవించుకుంటాం. ఈ దిద్దుబాటు కథ 1910లో రాయబడింది. అనగా 110 సంవత్సరముల పై మాటే. ఈ కథలో సామాజిక స్పృహ కావలసినంత ఉంది. స్త్రీ సమస్య

చర్చించబడింది. తన సమస్యను తానే పరిష్కరించు కొనగలిగే ఒక తెలివైన యువతి యొక్క చాతుర్యం చెప్పబడింది. ఒక సామాజిక రుగ్మత పై అల్లబడింది. ఎన్నో విశిష్టత లను సంతరించు కున్నది కనుకనే చరిత్రలో నిలిచిపోగలిగింది.

1880 నుండి 1930 వరకు గల ఈ కాలం కథ యొక్క ప్రారంభ దశ అని చెప్పుకోవచ్చు. ఈ దశలో వచ్చిన కథకులు ప్రధానంగా సంస్కరణ వాదులు. మహిళలకు సంబంధించిన అనేక సమస్యలను, మధ్య తరగతి కుటుంబాల ఆర్థిక పరిస్థితుల చిత్రణ మొదలైన విషయాలపై దృష్టి సారించింది. కథల్లోని వాతావరణం మధ్యతరగతి సంస్కృతి , సంప్రదాయాలతో నిండి ఉంటుంది.

ఈ దశలో వేలూరి శివరామశాస్త్రి ,శ్రీపాద సుబ్రహ్మణ్య శాస్త్రి ,చింతా దీక్షితులు, చలం , మునిమాణిక్యం ,మొక్కపాటి నరసింహ శాస్త్రి ,విశ్వనాథ సత్యనారాయణ ,అడవి బాపిరాజు , భమిడిడిపాటి కామేశ్వరరావు ,మల్లాది రామకృష్ణ శాస్త్రి వంటి రచయితలు ప్రముఖులు. వాడుక భాష కథల భాష అయింది.

1930 నుండి 1970 మధ్య కాలం తెలుగు కథకు మహర్దశ అని చెప్పవచ్చును. ఈ రెండవ దశలో అభ్యుదయవాదులు , తాత్వికులు కళా ప్రియులు కథకులుగా కనిపిస్తారు. అక్రమాలతో రాజీ పడలేని అభ్యుదయ దృక్పథం గల యువకులు కథా రచయితలుగా ప్రజా జీవితానికి సన్నిహితులయ్యారు. వాస్తవికతకు భంగం కలగకుండా జీవిత సత్యాన్ని నిరూపిస్తూ కథా శిల్పాన్ని పోషించడం వీరి లక్ష్యం.

పండితులు, పరిశోధకులు, కళాకారుల వంటి వారు కథా రంగం నుంచి నిష్క్రమించారు. పూర్తిగా మాండలిక శైలిలో కథలు రాయడం ఈ దశలోనే మొదలైంది. కొడవటిగంటి కుటుంబరావు, గోపీచంద్, పాలగుమ్మి పద్మరాజు, బలివాడ కాంతారావు, బుచ్చిబాబు, మధురాంతకం రాజారాం, కొమ్మూరి వేణుగోపాలరావు, శీలా వీర్రాజు , మంజుశ్రీ, హితశ్రీ, ఇచ్ఛాపురపు రామచంద్రం, వాకాటి పాండురంగారావు, ముళ్ళపూడి వెంకటరమణ మొదలైన వారు కథా క్షేత్రంలో బంగారు పంటలు పండించారు. ఉత్తరాంధ్ర కథాత్రయం చాసో, రావిశాస్త్రి, కాళీపట్నం రామారావు ఈ దశలో దిక్సూచిలుగా నిలబడ్డారు. ఈ దశ చివరి భాగంలో మహిళా రచయితలు తెలుగు కథ కు ప్రతిష్ట తెచ్చారు, వీరిలో రంగనాయకమ్మ, కోడూరి కౌసల్యాదేవి, లత, యద్దనపూడి సులోచనా రాణి, రామలక్ష్మి, భానుమతి, మాలతి చందూర్ వంటి వారందరూ మంచి కథలు రాశారు.

1970 తరువాతి కాలం మూడవ దశగా చెప్పుకుంటే ఈ దశలో విప్లవ వాదం ఇంకా తత్ సంబంధ అంశాలు ప్రధాన లక్షణాలుగా పరిణమించాయి. విప్లవ రచయితల సంఘం (విరసం) ఆవిర్భావం దీనికి దోహదం చేసింది. కొండగాలి, ఇప్పుడు ఇస్తున్న గాలి, కొలిమంటుకుంది వంటి కథా సంపుటాలు ఈ భావజాలాన్ని వ్యాప్తిచేశాయి. శ్రీకాకుళ

పోరాటంతో రాజుకున్న ఈ నిప్పు తెలంగాణకు వ్యాపించి కాలువ మల్లయ్య, అల్లం రాజయ్య వంటి కథకులందరూ ఈ దిశలో రచనలు చేశారు. రాయలసీమ కథ ముందంజ వేసింది, దళితవాదులు, స్త్రీవాదులు, మైనారిటీ వాదులు తమ కలం పోరుకు కథను ఆయుధంగా ఎంచుకున్నారు. మహిళా రచయితలు ముదిగంటి సుజాతా రెడ్డి, వోల్గా , కుప్పిలి పద్మ వంటి వారు పోరాటపటిమ కలిగిన రచనలు చేస్తున్నారు. చాగంటి తులసి వంటి వారు హిందీ, ఒరియా భాషల నుండి అనువాదాలు చేస్తున్నారు.

తెలుగు సాహిత్యంలో ప్రచురింపబడిన కథలను భావితరాల వారికి పొందుపరచి అందించాలన్న బృహత్తర ఆశయంతో కాళీపట్నం రామారావు కథా నిలయాన్ని స్థాపించారు. తెలుగు కథకు అత్యుత్తమమైన ఇటువంటి రిఫరెన్స్ గ్రంథాలయం ఏర్పరిచే కృషి ఇంతకుముందు జరగలేదని ప్రొఫెసర్ గూటాల కృష్ణమూర్తి అన్నారు. 1997లో ఆరంభమైన ఈ కథా నిలయం లో ఇప్పటికీ ఐదువేలకు పైగా వారపత్రికలు, మాస పత్రికలు, విశేష పత్రికలు ఉన్నాయి. యువ, జ్యోతి, జాగృతి, ఆంధ్రజ్యోతి , ఆంధ్రపత్రిక, భారతి, జయంతి, సంవేదన, అభ్యుదయ వంటి అనేక పత్రికల అమూల్యమైన సేకరణ ఇది. 1944 నుండి భారతి పత్రిక ప్రతులు ఇక్కడ సేకరించారు. ఇంకా సేకరణ జరుగుతూనే ఉంది. తెలుగు సాహిత్యంలో రాయబడిన ప్రతి కథ ఇక్కడ ఉండాలని వారి లక్ష్యం. కథలను పిడిఎఫ్ లు గా మార్చి అంతర్జాలంలో వారి వెబ్ సైట్ లో పొందుపరిచి అందరికీ అందుబాటులో ఉండేలా చేస్తున్నారు.

అయితే ఇప్పుడు వస్తున్న కథలు కొన్ని ప్రస్తుత సమాజ పరిస్థితులకు అద్దం పట్టేవిగా ఉన్నా కథలలో శిల్ప ప్రాధాన్యం తగ్గిందని, సహజత్వం కొరవడుతుందని, పాత్రలు ఆకాశం నుంచి ఊడిపడుతున్నట్లుగా ఉంటున్నాయని కొంతమంది విమర్శకులు విమర్శించడం మనం చూస్తున్నా కథ మాత్రం తన యొక్క ప్రాధాన్యతను, విశిష్టతను ఏమాత్రం తగ్గించుకోకుండా జనానికి చేరువ అవుతూనే ఉంది. కరోనా తర్వాత అచ్చు పత్రికలు తగ్గినా అంతర్జాలం వేదికగా ఎన్నో అంతర్జాల పత్రికలు ఇప్పుడు కథలను ప్రచురిస్తూ, ప్రోత్సహిస్తూ కథకు తమ వంతు న్యాయం చేస్తున్నాయి. కథా రచయితలు కూడా ఇదివరకు కన్నా పెరిగారు. ఎప్పటికప్పుడు మారుతున్న కాలానికి అనుగుణంగా కథా వస్తువులను ఎంచుకుంటూ కథలు రాస్తూ ఈ ప్రక్రియను కొనసాగిస్తూనే ఉన్నారు. నిజానికి కథ విషంలో ఇప్పుడు ఒక మంచి దశ నడుస్తూనే ఉంది అని చెప్పవచ్చు.

తెలుగు కథ ఇలాగే నిరంతరాయంగా , నిరాటంకంగా ఎన్ని ఒడిదుడుకులు వచ్చినా నిలదొక్కుకుని ముందుకు సాగుతూనే ఉండాలని మనస్ఫూర్తిగా కోరుకుందాం ..!

వ్యక్తిత్వ వికాసము ప్రవాహ సదృశ్యము.

దామరాజు విశాలాక్షి
విశ్రాంత ఉపాధ్యాయని..
విశాఖపట్నం.
9010902794.
ప్రస్తుత నివాసం:కెనడా

పునాదులు ఎంత దిట్టంగా ఉంటే భవనం అంతా దృఢంగా నిలబడుతుంది.. అలాగే వ్యక్తిత్వంఎంత ఉన్నతంగా ఉంటే జీవితం అంత ఉజ్వలంగా ఉంటుంది..

"విద్యా దదాతి వినయం" అనే వాక్యం విద్య వినయ ప్రదాతయని తెలియజేస్తుంది.

వినయం కేవలం శిరస్సువంచి చేతులు కట్టుకుని నిలబడినంత మాత్రాన కలగదు.

అది మానసికమైన ఉత్తమ స్థితి. ఆ స్థితి రావాలంటే ఉత్తమమైన విద్యను నేర్చుకోవాలి.

అలా నేర్చుకోవాలంటే అలాంటి విద్యను పాఠశాలలు అందించాలి. ఉత్తమ వ్యక్తిత్వ వికాసానికి విద్యార్థి విలువలకు కుటుంబమే పునాది కావాలి.. భగవంతుని సృష్టిలో అన్ని జీవరాసులు కన్నా మనిషి జన్మమే మహోన్నతమైనది అని గుర్తింపబడింది. పశువులకు పక్షులకు మనుషులకు ఆకలి దప్పిక నిద్ర సుఖం వంటి లక్షణాలు ఒకే విధంగా ఉన్నా, ఆలోచన ప్రవర్తనలలో చాలా తేడాలు ఉంటాయి.. మనిషికి జ్ఞానం ఎక్కువగా ఉండటం వలన కొన్ని నీతి నియమాలను అలవర్చుకొని మనిషి మనిషిగా విలసిల్లుతున్నాడు..

అందుకే మన ధర్మం ధర్మో రక్షతి రక్షితః అనే సూక్తితో ఎవరైతే ధర్మాన్ని ఆచరిస్తారు ఎవరైతే ధర్మాన్ని రక్షిస్తారు వారిని ఆ ధర్మం ఎల్లప్పుడూ రక్షిస్తూ ఉంటుంది అని చెప్తుంది అయితే ఏది ధర్మము ఏది ఆ ధర్మము ఎలా మెలగాలి అనడానికి మనకు. ఎంతో గొప్ప సాహిత్యం ఉంది.. నీతులు సూక్తులు కథలు సామెతలు వంటివి ఎన్నో ఉన్నాయి. ఇవన్నీ మానవుని సర్వతో ముఖాభివృద్ధికి దోహదపడతాయి.

రాతి యుగంలోని మానవుడు అనాగరికుడు ఆటవికుడు కొండలు, గుట్టలు గుహలు, చెట్లు చేపలు అతని నివాస స్థానాలు.. అతడు ఆకలి తీర్చుకోవడం కోసం ఆకులు అలములు తినేవాడు. తర్వాత వేట నేర్చుకున్నాడు. నిప్పును కనిపెట్టాడు. ఆహారం కాల్చుకు తినడం నేర్చుకున్నాడు... గూడు కట్టుకున్నా... కూడు వండుకున్నాడు చక్రాన్ని కనుక్కున్నాడు దానితో ప్రపంచాన్నే జయించాడు. ఆయుధాలు కనుక్కున్నాడు. యుద్ధాలు

చేశాడు ప్రకృతి మీద పట్టు సాధించాడు. వస్త్రాలు వస్త్రాలు సమకూర్చుకున్నాడు భాషను లిపిని వెతుక్కున్నాడు ఒక్కటేమిటి, ఆదిమ స్థితి నుంచి ఆధునిక స్థితి వరకు నిరంతర అన్వేషణ పరిశ్రమ తపన వలన తనను తాను అభివృద్ధి పరచుకుంటూ ప్రతి క్షణం కొత్త వాటి కోసం ఆరాటపడుతూ విశాలమైన ప్రపంచాన్ని వాకిట్లో నిలబెట్టుకోగలిగాడు.. నెట్ ద్వారా నట్టి ఇంట్లో కూర్చుని మొత్తం ప్రపంచాన్ని అంతా చుట్టూ వస్తున్నాడు. విశ్వాన్ని గ్లోబల్ విలేజ్ గా మార్చేశాడు. ప్రకృతిపై అతడు అలుపు లేకుండా చేసిన ప్రయత్నానికి ఫలితమే ఈ అభివృద్ధి... అనుక్షణం కొత్త కోణం ఆవిష్కరించడం కోసం ప్రపంచమంతా పరితపిస్తూ ఉంటే నాకు రాదు నాకు చేతకాదు నేను చేయలేను నేను చెయ్యను అంటూ నిరాశలో కొట్టుకుపోవడం నేటి యువతకు సరికాదు...

పోటీకి తట్టుకోలేక పోటీలో నిలబడలేక వెనుకబడిపోతే ఓటమి సహజమే. దానికోసం మళ్లీ వేరే మార్గాలు పట్టి పతనమవుతున్నాడు.. నిరాశ నిస్పృహలు విడనాడితే నింగికి నిచ్చెన వేసే అభివృద్ధి నీ సొంతమవుతుంది..

ఆదర్శవంతమైన అత్యున్నత స్థాయి జీవితాన్ని అందుకోవాలంటే ఉత్తమ వ్యక్తులుగా తీర్చిదిద్దబడాలి..

వేద కాలం నుండి నేటి వరకు వ్యక్తిత్వము వికసించే క్రమంలో అనేకమైన మార్పులు చోటు చేసుకుంటున్నాయి.మార్పు సహజమే. కానీ నేడు మార్పు అనేది ప్రవాహ సదృశ్యంగా ఉంది.. అత్యంత వేగంగా పరిగెడుతున్న ఆధునిక జీవితంలో వ్యక్తిత్వ వికాసం కోసం కూడా చాలా వేగంగా పరుగులు పెడుతున్నారు..

ఒకప్పుడు వ్యక్తిత్వ వికాసానికి వేదికగా తల్లి ఒడి, బడి, గుడి ప్రధాన పాత్ర పోషించేది..మాతృదేవోభవ పితృదేవోభవ ఆచార్యదేవోభవ అని నేర్పిన సంస్కృతి, వారి ద్వారానే వ్యక్తిత్వం వికసించడానికి వివిధమైన మార్గాలను రూపకల్పన చేసేవారు..వేద కాలంలో గురుకులాలు, గురువులు, ప్రభువులు, పిల్లల వ్యక్తిత్వ వికాసానికి తోడ్పడితే,, తర్వాత ఆ పాత్రను రామాయణ భారత భాగవతాలు భగవద్గీత వంటి బహుళ ప్రయోజనకరమైన గ్రంథాలు ఇతిహాసాలు పోషించాయి..

బాలల వ్యక్తిత్వ వికాసంలో ప్రథమ సోపానంగా / మొదటి మెట్టుగా కథలను గూర్చి చెప్పొచ్చు.. పిల్లలు ఎంతో ఆసక్తిగా విని కథల ద్వారా.. పెద్దలు వారికి చక్కని విలువలను తెలియజేసి సభ్యతా సంస్కారాలు నేర్పించేవారు.అనుక్షణం పెద్దలకు కనుసన్నల్లో మెలిగే పిల్లలు ఆప్యాయత అనురాగాలను అందుకుంటూ వారిని వారు ఉన్నతంగా మలుచుకోవడానికి ఉత్సాహాన్ని చూపేవారు..

కాయ కష్టం చేసుకునే కుటుంబాల్లో పిల్లలు కూడా క్రమశిక్షణతో మెలుగుతూ ఉండేవారు..కుటీర పరిశ్రమలలో కూడా పిల్లల తల్లిదండ్రులకు సహాయపడుతూ శ్రమ

జీవన సౌందర్యానికి ప్రత్యేకంగా ఉండేవారు. ఉమ్మడి కుటుంబాలలో అమ్మా,నాన్న, అమ్మమ్మ, తాతగారు, నాయనమ్మ, తాత, మేనత్తలు ,బాబాయిలు పాలేర్లు, దాది ఇలా ప్రతి ఒక్కరూ మంచి చెడు తెలియజేస్తూ పిల్లలకు మార్గదర్శకత్వం వహించేవారు.పిల్లల జీవితంలో వ్యక్తిత్వ వికాసానికి కథలు ఎంత తోడ్పడ్డాయో అదేవిధంగా శతకాలు సహాయపడ్డారు. శతకాలు పిల్లల ధారణ శక్తిని గ్రహణ శక్తిని పెంపొందించడమే కాకుండా విలువలు జీవితాంతం నిలబడడానికి విశిష్టమైన కృషిని చేశాయి... నాటి విద్యా విధానాలలో వ్యక్తిత్వ వికాసం అంతర్లీనంగా ప్రవహించేది.దానికోసం ప్రత్యేక తరగతులు అంటూ ఏమీ ఉండేవి కావు.. సాంకేతికంగా అభివృద్ధి చెందని ఆ రోజుల్లో ముఖాముఖిగా విద్య నేర్చుకోవడం, చదివిన దానిని మననం చేసుకోవడం, చదువుతూ వింటూ వ్యక్తిత్వాన్ని తీర్చిదిద్దుకోవడం విద్యార్థులకు వెన్నతో పెట్టిన విధ్యగా అలవాటుపడేది.

వ్యక్తిత్వ వికాసానికి హనుమంతుని పెద్ద ఉదాహరణగా చెప్పుకోవచ్చు.. అతనిలో ఉండే పట్టుదల, ఆత్మవిశ్వాసం, అత్యున్నతంగా నిలబెట్టాయి.. నేటి యువత ఎవరూ నివురుకప్పిన నిప్పులాంటి వాళ్ళు వారు తలుచుకుంటే ప్రపంచాన్ని ఉగ్రూతలూగించగలరు వారికా శక్తి ఉంది..

ఆంజనేయుడు ఒక చిన్న ప్రేరణతో జాంబవంతుడు ఉత్సాహపరచడంతో తనలోని అఖండమైన శక్తిని గుర్తించి సప్త సముద్రాలు లభించి లంక గుండెల్లో గుబులు పుట్టించాడు కదా! అదేవిధంగా విద్యార్థులలో గల సామర్థ్యాలను గుర్తించి ఉత్సాహపరిచి ప్రోత్సహిస్తే అద్భుత విజయాలు సాధించి వికసించగలరు...నేడు వ్యక్తిత్వ వికాసం కోసం ప్రత్యేకమైన తరగతులు నిర్వహించడం సర్వసాధారణంగా చూస్తున్న విషయం.కానీ నాటి రోజుల్లో ప్రతి ఇల్లు ఒక వ్యక్తిత్వ వికాస కేంద్రం. ప్రతి పాఠశాల ఒక వ్యక్తిత్వ వికాస ప్రపంచం..

భగవద్గీత కేవలం పెద్దవాళ్ళకే కాకుండా పసిపిల్లల నుండి ముసలి వారి వరకు ప్రేరణ కలిగించింది. భగవద్గీత భారత దేశంలోనే కాక ప్రపంచవ్యాప్తంగా వ్యక్తిత్వ వికాసాన్ని కలిగించే ఒక సాధనంగా ఉపయోగపడుతుంది అంటే మనకు ఆశ్చర్యమే కాదు ఆనందం కూడా కలుగుతుంది కదా...

అసలు విద్యార్థి జీవితంలో తల్లిదండ్రులు కూడు గూడు నీడ కల్పిస్తే, గురువులు విద్యలు విలువలు నేర్పి సర్వతో ముఖాభివృద్ధికి సంస్కారవంతమైన జీవితం గడపడానికి పునాదులు వేస్తారు త్రేతాయుగంలో రామచంద్రుడు వశిష్ట విశ్వామిత్రుల వద్ద తన వ్యక్తిత్వ వికాసానికి మెరుగులు పెట్టించుకున్నాడు. ద్వాపర యుగంలో గోపాలకృష్ణుడు గర్గ మహాముని విద్యాభ్యాసం చేసి సాందీప మహాముని గురుకులంలో సమస్త విద్యలను నేర్చుకున్నాడు. అక్కడే క్రమశిక్షణ గురుభక్తి స్నేహ తత్వం వంటివి అలవర్చుకున్నాడు. మానవుని జీవన ప్రస్థానం నుండి ఈనాటి ఆధునిక యుగం వరకు ప్రయాణం చేయడానికి

ఎన్ని వేల సంవత్సరాలు పట్టిందో ఆ ప్రస్థానంలో మానవుడు ఎంత పరిణితి చెందాడో చూస్తే ఆశ్చర్యం వేస్తుంది.

ప్రతి ఓటమి విజయానికి తొలి మెట్టు కావాలి మరింత శ్రమతో పట్టుదలతో దీక్షతో అంకితభావంతో ప్రయత్నం సాగించాలి థామస్ అల్వా ఎడిసన్ కు జాతి ఎంత రుణపడి ఉంటుంది మానవజాతిలో పట్టుదల అంటే ఏమిటో నేర్పాడు అపజయాలను ఎదుర్కొనగలిగే ఆత్మస్థైర్యాన్ని నేర్పాడు మనకోసం మన ఆనందాల కోసం మన నిత్య జీవిత అవసరాల కోసం కాంతిని వెదజల్లే బల్బునే కాదు దాదాపు 1300 కొత్త వస్తువులను కనుక్కున్నాడు మరి చీకటి పడగానే దీపానికి అతని వలన దండం పెట్టుకుంటున్నాం కదా.. స్పార్టకస్ మహాశయుడు చెప్పినట్లు మనిషి బ్రతకడానికి గాలి నీళ్లు ఎంత అవసరమో ఆశ కూడా అంతే అవసరం.

నన్ను చూసి నేనెప్పుడూ జాలి పడను పరిస్థితులకు లొంగిపోను .నా చుట్టూ అనేక అననుకూల పరిస్థితులు ఉన్ననూ అవి నన్ను ఏమీ చేయలేవంటారు స్వామి వివేకానంద..మీలో ఒక గొప్ప మార్పు తేగలిగిన రోజు దేశభక్తి యొక్క భవితవ్యం కూడా మారుతుంది అంటారు.. మెదడుకి ఏడు రకాల తెలివితేటలు ప్రవేశించగలిగే శక్తి ఉంటుందట. 1. భావవ్యక్తీకరణ 2. గణిత తార్కిక శక్తులు.3. మూడు సంగీత జ్ఞాన..4. కళాత్మక దృష్టి 5. శారీరక శక్తి..6. కలుపుగోలు పతనం.7. మంచి చెడుల మధ్య అవగాహన

ఈనాటి ప్రపంచానికి కమ్యూనికేషన్ స్కిల్స్ అంటే భావ వ్యక్తీకరణ నైపుణ్యాలు ముఖ్యంగా కావాలి.. ఏ విషయాన్ని అయినా వివరించి చెప్పగలగాలి. చక్కటి వాక్య నిర్మాణాలతో చతురతతో ఒప్పించి శెహభాష్ అనిపించుకోవాలి.. ఈ విషయంలో ఆంజనేయ స్వామి అతిపెద్ద ఉదాహరణ.

చక్కని స్వరంతో, స్పష్టంగా, సూటిగా విషయాన్ని చెప్పి రామచంద్రుని రంజింప చేశాడు. రామరాజ్యానికి రక్షకుడయ్యాడు. అమ్మ సీతను చూచి వచ్చాను. ఇదిగో చూడామణిని తెచ్చాను. అమ్మ మీ రాక కోసం ఆత్రంగా ఎదురుచూస్తోంది..అని చెప్పిన మాటలు రామునికి వెయ్యి ఏనుగుల బలాన్ని ఇచ్చాయి..అందుకే పెద్దలంటారు మాట మంచిదైన మర్యాద చూపిన మిత్ర రాసి పెరుగు మేలుకొలుపు అని.

అదే వాగ్భూషణం భూషణం ..మానవులలో మూడు రకాల వాళ్ళు ఉంటారు. అనుకున్నది సాధించేవారు2. ఇతరులు సాధించిన దానిని చూచేవారు.3. ఇతరులు సాధించిన విజయాన్ని చూచి ఆశ్చర్యపడేవారు

తెలుగు సాహిత్యంలో ఉద్యమాలు తీరుతెన్నులు

డా॥ నూనె అంకమ్మరావు ఆంధ్రోపన్యాసకులు
శ్రీ నాగార్జున డిగ్రీ కాలేజి,ఒంగోలు.

తెలుగు సాహిత్యాన్ని ప్రత్యేకంగా అధ్యయనం చేసేవారు తప్పకుండా తెలుగు సాహిత్యంలోని ఉద్యమాలను గూర్చి, వాదాలు-ధోరణులను గూర్చి పూర్తిగా అర్థం చేసుకోవాల్సి ఉంటుంది. సమాజానికీ, సాహిత్యానికీ, రాజకీయాలకీ సాహిత్యానికీ సంబంధాలుంటాయనీ, ఇవి పరస్పరం ఆశ్రితాలనీ ఈ ఉద్యమాలు వెల్లడిస్తాయి. అయితే ఉద్యమాల ప్రభావం తెలుగు సాహిత్యంపై ఎక్కువగానే ఉందని చెప్పకోవాలి. అందునా కవిత్వం పై మరీనూ.

ప్రాచీన సాహిత్యం, ఆధునిక సాహిత్యం విభాగాలలో సమ ప్రాధాన్యంతో సాగిన తెలుగు సాహిత్య చరిత్రలో ముఖ్యంగా ఆధునిక సాహిత్యంలో ఆయా కవుల వ్యక్తిగత విషయాల జోలికి పోకుండా ఆయా ఉద్యమాల నేపథ్యం, సాహిత్య పరిచయాలకు పరిమితం కావటం ఇందులో ప్రత్యేకత. "ఉద్యమం" అంటే శబ్దార్థం పైకెత్తుట అని. కానీ తర్వాత కాలంలో ప్రయత్నం, పూనిక అనే అర్థం రూఢి అయింది. బ్రౌణ్యంలో ఉద్యమం అంటే ఇదే అర్థంలో "An attempt" అని వుండటం గమనించవల్సి ఉంది. అయితే మన "ఉద్యమం" అనే మాట అంతకు మునుపే వాడుకలో ఉన్నట్టు తెలుస్తోంది. ఈ 'ఉద్యమం' అనే మాట స్వాతంత్ర్య సంగ్రామములోనే బాగా ప్రాచుర్యం పొందింది. ఏది ఏమైనా "మూవ్ మెంట్" ఉద్యమం సమానార్థకాలు.

నేటి కాలంలో ఉద్యమం-వాదం-ధోరణి అనే వాటికి ఎక్కువ మంది ఒకే అర్థంలో వాడటం మనం గమనిస్తున్నాము. అభ్యుదయ వాదం, అభ్యుదయ ధోరణి, అభ్యుదయ ఉద్యమం - స్త్రీవాద ఉద్యమం, స్త్రీ వాద ధోరణి, దళిత వాదం, దళిత ఉద్యమం ప్రాంతీయ వాదం, ప్రాంతీయ వాద ధోరణి ఇలా ప్రయోగించటం గమనార్హం అయినప్పటికీ వీటి మధ్య కొంత తేడా లేక పోలేదు. అయితే ధోరణిని ఆంగ్లంలో 'ట్రెండ్'గా, వాదాన్ని 'ఇజమ్'గా ఉద్యమాన్ని మూమెంట్ గా పిలస్తునట్లుగా చెప్పవచ్చు. ఒక విశిష్టమైన ఆలోచన ధోరణి అయితే-అది బలమైన సిద్ధాంతంగా మారితే వాదమనీ అది కార్యరూప ప్రయత్నమైతే 'ఉద్యమమ'ని పేరొన్నారు.

"ఉద్యమం అంటే నిర్దిష్ట లక్ష్యంతో క్రమ బద్ధంగా చేసే కార్యకలాపాల సమాహారం" లేదా " ఒక నిర్దిష్ట లక్ష్యాన్ని సాధించడం కోసం జనం సామాజికంగా చేసే ప్రయత్నం" లేదా

"ఒక లక్ష్యాన్ని సాధించడం కోసం జరిగే వ్యవస్థీకృత ప్రయత్నం." అని పెద్దల నిర్వచనాలు. అందుకే ఉద్యమం అంటే

"ఒక లక్ష్యం/సిద్ధాంతం కోసం
అనేకులు ఏకత్రాటిపై చేసే
విశిష్టమైన/కార్యరూపమైన గట్టి
ప్రయత్నం అనాలి."

అందుకే "చరిత్రను విస్మరించినవాడు చరిత్రను సృష్టించలేడు" అని డా॥బి.ఆర్. అంబేద్కర్ అన్నట్లు ఏ ఉద్యమమైనా 'మార్పు' కోసం వస్తుంది. 'పాత' పై తిరుగుబాటు చేసి/నిరసించి అధ్యయనం చేయడం కోసం, ఆకళింపు చేసుకోవడం కోసం వస్తుంది సరికొత్తదనాన్ని తెస్తుంది. తెలుగు సాహిత్యం లో ఏ ఉద్యమమైనా మొదట కవిత్వం తోనే వచ్చింది. వస్తుంది కూడానూ. ఆ తర్వాతే కథ, నవల, నాటకం వంటి ప్రక్రియలలో కూడా మార్పు వచ్చింది. కవిత్వానికున్న ఆకర్షణ శక్తి, ఉత్తేజం కలిగించే శక్తి, ఉద్రేకం కలిగించే శక్తి మిగతా ప్రక్రియలతో అంతగా కనిపించదు. ఉద్యమాల గురించి చర్చించుకుందాం.

శైవ కవిత్వోద్యమం: ఈ వ్యాసంలో నేను కూడా అందరికిలాగే వాదాలను ఉద్యమాలుగానే గ్రహించాను. తెలుగులో తొలి కవిత్వోద్యమం శైవ కవిత్వోద్యమమే. మొట్ట మొదటి సారిగా ఉద్యమ లక్షణాల తో తీవ్రమైన ప్రయత్నంలో, తీవ్రమైన లక్ష్యంతో వెలువడిన ఉద్యమమిది. మతం కోసం ఉద్యమించడం దీని ప్రధాన లక్ష్యం. అవైదికమైన జైన బౌద్ధాలను నిరసిస్తూ వైష్ణవమతం కన్నా శైవమతమే గొప్పదని చాటి చెప్పడానికే ఈ ఉద్యమం పుట్టికొచ్చిందని చెప్పాలి. అయితే ఈ శైవభక్తి ఉద్యమం సామాజిక స్వభావంతో కూడుకున్నదని కూడా గుర్తుంచుకోవాలి

బసవని శరణన్న పాపక్షయంబు
బసవని శరణన్న పరమపావనము
బసవని శరణన్న ప్రత్యక్ష సుఖము
బసవని శరణన్న భవరోగహరము
–పాల్కురికి సోమన

ఈ చరాచర సృష్టికి ఒక అపూర్వ శక్తి వుందనీ, అదే మూలమనీ ప్రజల విశ్వాసం. ఈ విశ్వాసమే దైవ భావనకీ, మతానికీ మూలమైనది. మానవాళికి మతం జీవితంలో ఒక అంతర్భాగమైంది. 'భక్తి' ఆధారంగా ఒక్క హిందూ మతంలోనే అనేక శాఖలు ఏర్పడ్డాయి. వాటిల్లో ప్రధానమైనవి రెండు. వైష్ణవం, శైవం. శైవానికి సంబంధించిన భక్తి ఉద్యమమే శివకవుల ఉద్యమంగా ఆవిర్భవించిందని చెప్పాలి . ఈ ఉద్యమానికి శ్రీపతి పండితుడు,

మల్లికార్జున పండితుడు, మంచన పండితుడు - పండిత త్రయంగా ప్రఖ్యాతి గాంచారు. అయితే నాంది పలికినది వీరైనా నన్నెచోడుడు, మల్లికార్జున పండితారాధ్యుడు, పాల్కురికి సోమనలను ముచ్చురూ శివకవులుగా ప్రసిద్ధి చెందారని చెప్పవచ్చును.

మానవులందరూ సమానులుగా నిలబడగల సమాన గౌరవ హోదాలు పొందగలిగి కుల,మత,వర్గ భేధాలు, స్త్రీ పురుష భేదాలు లేకుండా శివుని ముందర నిలిచి నూతన శివభక్తి ప్రపంచాన్ని నిర్మించడం శైవకవిత్వోద్యమ అంతిమ ప్రయోజనంగా తెలుస్తోంది (తెలుగులో కవిత్వోద్యమాల-పుట 6) శివకవులు ఏదో ఒక ప్రక్రియలో మాత్రమే కాకుండా దేశ ప్రక్రియలకు పట్టం గట్టారు. శివకవుల రచనలు సమకాలీన సాంఘీక జీవనానికి ప్రతిబింబాలుగా నిలిచాయని చెప్పవచ్చు.

జాతీయోద్యమం:

కొన్ని వందల సంవత్సరాలు మన దేశం పరాయిపాలనలో మగ్గుతున్నప్పుడు సాంస్కృతిక పునరుజ్జీవం వల్ల, ఆంగ్ల విద్యాభ్యాసం వల్ల, జాతీయతను సంస్కృతిని ఉత్తేజపరచిన మహనీయులవల్ల మహాత్మ గాంధీ నాయకత్వం వల్ల భారతమాతను బానిస సంకెళ్ళ నుండి విముక్తి చేయాలన్న ఆలోచన వలన జాతీయోద్యమం ప్రబలింది. జాతీయత, జాతీయ భావాలు స్వాతంత్ర్య కాంక్షని పురికొల్పాయి.భారతీయులందరూ స్వాతంత్ర్యం నా జన్మహక్కు" అని నినదించారు - ఇదీ జాతీయోద్యమానికి నేపథ్యం. ఆంగ్లేయుల పాలన అంతం అవ్వాలని, స్వాతంత్ర్యం సాధించాలనీ జాతీయోద్యమం ప్రారంభమైంది. ఆంధ్రులు కూడా ఈ ఉద్యమంలో ముఖ్యపాత్ర వహించారు. జాతీయోద్యమ కవిత్వం వివిధ ప్రక్రియలలో విస్తరించింది.

భరత ఖండంబు చక్కని పాడియావు
హిందువులు లేగదూడలై యేడ్చుచుండ
తెల్లవారను గడుసరి గొల్లవారు
పితుకుచున్నారు మూతులు బిగియగట్టి
-చిలకమర్తి

అనే పద్యాన్ని జాతీయోద్యమ కవిత్వంలో తొలి పద్యంగా చెప్తారు. మంగిపూడి వేంకట శర్మ , తుమ్మల, దాయరాజు పుండరీకాక్షుడు, బసవరాజు అప్పారావు, కనుపర్తి వరలక్ష్మమ్మ, ములుకుట్ల పున్నయ్య శాస్త్రి, సీతారామాంజనేయ కవి, దువ్వూరి, వేదుల, వానమామలై. రాయప్రోలు, గరిమెళ్ళ, గురజాడ రాఘవశర్మ, కాటూరి, కరుణశ్రీ, బాబ్జీ వంటివారు విశ్వనాధ, గురజాడ, జాషువా, కొడాలి, దాశరథి వంటివారు ఎందరు ప్రముఖులు దేశభక్తి కవిత్వం లో జాతీయోద్యమానికి తమ వంతు సహకారం అందించారు.

ఈ విధంగా కవులు వైతాళికులై జాతిని ఉత్తేజపరిచారు. ఎందరో వీరుల త్యాగఫలం మనదేశస్వాతంత్ర్య ఫలం.

భావ కవిత్వోద్యమం:

కొత్తపాతల మేలుకలయికతో సంప్రదాయ ప్రయోగముల సముచిత మేళనముతో తెలుగునాట వెలుగులు చిమ్మినదీ భావకవిత్వం: ఎన్ని ఆటు పోటులు వచ్చిననూ అచంచలంగా మూడు నాలుగు దశాబ్దాలపాటు సాగిపోయిన కవిత్వోద్యమమిది" అని సినారె తన సిద్ధాంత వ్యాసంలో చెప్పినట్లు దాదావు కొన్నేళ్ళు కొనసాగిందీ భావ కవిత్వోద్యమం.

"వలపెరుంగక బ్రతికి కులికి మురిసేకన్న
వలచి విఫలమ్మొంది విలపింపమేలురా
చెలివలపు లేని నీ కలిమి కాల్చనె వినుము"

– బసవరాజు అప్పారావు

జాతీయోద్యమంలో భాగంగా – దానితో పాటు కోనసాగిందీ భావ కవిత్వం. అప్పుడు అభినవకవిత, నవ్యకవిత అనే పేర్లతో ఉన్నప్పుడు భావకవిత్వం అనే పేరు మొదట పెట్టిన వారు గాడిచర్ల హరిసర్వోత్తమరావుగా గిడుగు సీతాపతి పేర్కొన్నారు. రాయప్రోలు, దేవులపల్లి తమ కావ్యాలలో "భావగీత" మనే పదాన్ని ప్రయోగించారు. భావ కవిత్వోద్యమానికి నాంది పలికింది రాయప్రోలు సుబ్బారావు అయినా భావకవి అనగానే దేవులపల్లి కృష్ణశాస్త్రినే చెప్తారు. రాయప్రోలు వారి లలిత (1909) రచనతో కాల్పనికోద్యమం తెలుగులో ప్రారంభమైందనవచ్చు. అచ్చమైన భావకవికి నిలువుటద్దంలో దేవులపల్లిని చూపారు. భావకవులు స్వేచ్ఛా ప్రియులు. కట్టుబాట్లను, ఆంక్షలను సహించలేరు. సాహిత్యంలోను, సమాజంలోను ఉన్న సంకెళ్ళను తెంచుకోవాలన్నదే వీరి ప్రయత్నం. విశ్వనాధ, నాయని సుబ్బారావు, అబ్బూరి, దువ్వూరి, వేదుల, నండూరి, వేంకటపార్వతీశ కవులు, తల్లావఝ్ఝల, మల్లవరపు విశ్వేశ్వరరావు, బసవరాజు, కవికొండల వెంకటరావు, చావలి బంగారమ్మ, బసవరాజు రాజ్యలక్ష్మమ్మ మొదలగు వారు భావకవులుగా ఎన్నదగినవారు.

అభ్యుదయ ఉద్యమం :

కవితా ప్రపంచంలో దాదాపు పాతిక సంవత్సరాలకు పైగా భావకవిత్వం తిరుగులేని శక్తిగా ఎదిగింది అయితే సామాజికస్పృహ పెద్దగా లేకపోవడం, అస్పష్టత– నిరాశ – నిస్పృహలు ఎక్కువ కావటం, "పాడిందే పాటగా"గా వస్తువైవిధ్యం లేని కారణాన భావకవిత్వోద్యమం తన వైభవాన్ని కోల్పోవడం దానికి తోడు ప్రపంచ రాజకీయాలలో

పెనుమార్పులు సంభవించడం చేత " 1935 లో ఇండియన్ ప్రోగ్రెసివ్ రైటర్స్ అసోసియేషన్ ఏర్పడి లండన్ లో ది డైలీ ట్రిబ్యూన్ , భారత అభ్యుదయ రచయితల ప్రణాళిక ప్రకటించింది. మార్క్సిజం ప్రచారం లోకి వచ్చి భారతదేశంలో కమ్యూనిస్టు మానిఫెస్టో విడుదలైంది. 1936 లక్నోలో మున్షీ ప్రేమ్ చంద్ అధ్యక్షతన ' అఖిలభారత అభ్యుదయ రచయితల మహాసభలు జరగటం, 1936 లో అభ్యుదయ రచయితల సంఘం ఏర్పడటం జరిగింది. ఈ నేపథ్యం లో తెలుగునాట అభ్యుదయ ఉద్యమం ఊపందుకుంది.

అభ్యుదయ ఉద్యమం ప్రగతి, పురోగమనం అనే అర్థంతో కొనసాగింది. కార్మిక, శ్రామిక, పీడిత జనుల ప్రగతి, మేలుకోరుకోవడం అభ్యుదయంగా విశదమవుతుంది. అభ్యుదయ నాయకుడు శ్రీశ్రీ మాటల్లో సాహిత్యం ఒక భోగ వస్తువుగా పరిగణించే దృక్పథం మీద వీరు తిరగబడుతున్నారు. నేటి రచయితలకు ప్రజలే ప్రమాణం. కొన్ని కారణాల వలన సాహిత్యానికి దూరమైపోయిన ప్రజల జీవితాలను మళ్ళీ సారస్వతోన్ముఖంగా తిప్పటానికి నేటి రచయితలు పాడుతున్నారు" అని చెప్పారు. అభ్యుదయ ఉద్యమానికి 'మార్క్సిజం' పునాది. గతి తార్కిక భౌతికవాదం మార్క్సిజంలో ముఖ్యమైంది. అభ్యుదయ ఉద్యమంలో కుందుర్తి, ఏల్చూరి సుబ్రహ్మణ్యం, బెల్లంకొండ రామదాసు, దాశరథి, సోమసుందర్, ఆరుద్ర, అనిసెట్టి, రెంటాల, కాళోజీ, గంగినేని, సినారె, గజ్జెల మల్లారెడ్డి మొదలగు వాళ్ళు ప్రధానంగా ముందుకొచ్చారు. ఈ ఉద్యమం కూడా నీరసపడిపోయింది. వామపక్ష పార్టీలలో చీలికలు రావడం వల్ల అభ్యుదయ కవులు కూడా చీలిపోయారు.శ్రీ శ్రీ యే విరసం లోకి వెళ్ళడం, కొంతమంది సినీ సాహిత్యం వైపు పరుగులు తీయడంతో అభ్యుదయ భావజాల తీవ్రత తగ్గిపోయిందని చెప్పాలి. ఆ తర్వాత కొంత స్తబ్ధత ఏర్పడింది.

దిగంబర కవిత్వోద్యమం :

అభ్యుదయ ఉద్యమం బలహీనమైనప్పుడు తెలుగు కవిత్వం లో ఒక నిస్తేజం, నిర్లిప్త ఏర్పడింది. స్వాతంత్ర్యం వచ్చాక సమాజం మారిపోయిందన్న ఆశ అడుగంటి పోయింది. పంచవర్ష ప్రణాళికల తీరు తెన్నులు ఒక ప్రహసనంగా మారిపోయిన సందర్భంలో కొంతమంది బాకారాయుళ్ళు, కాకా రాయుళ్ళు కవులుగా చలామణి అయ్యే నేపథ్యంలోనే దిగంబర కవిత్వోద్యమం తెరపైకి వచ్చింది.

దేశదేశాల సుఖవ్యాధి పుండ్లతో
చీడపురుగులు నిండిన మేడిపండ్లతో
భూమి వెలయాలై | పతితయై, భ్రష్టయై
పుచ్చి గబ్బు కొడుతున్నప్పుడు
నేను పుడుతున్నాను దిగంబరకవిని" – మహాస్వప్న

ప్రాపంచిక ఆచ్ఛాదనల్ని చీల్చుకొని కొత్త రక్తాన్ని ఇంజెక్ట్ చెయ్యడానికి" దిగంబర కవిత్వం వస్తోందని మొదటి సంకలనం ఇతిశాసనమ్"లో దిగంబర కవులు ప్రకటించుకున్నారు. వీళ్ళు మొత్తం ఆరుగురు. నగ్నముని (కేశవరావు) నిఖిలేశ్వర్(యాదవరెడ్డి), చెరబండరాజు (భాస్కర్ రెడ్డి), జ్వాలాముఖి (వీర రాఘవాచార్యులు) మహాస్వప్న (వెంకటేశ్వర రావు), భైరవయ్య (మన్ మోహన్ సహాయ్) అనే వాళ్ళు తెలుగు సాహిత్యానికి షాక్ ట్రీట్మెంట్ ఇవ్వాలనుకున్నారు " మంచికోసం, మనిషిలోని నిప్పులాంటి నిజమైన మనిషి కోసం కపటంలేని చిరునవ్వులు చిందే సమాజం కోసం తమ పోరాటమని ఆరాటపడ్డారు. ఆ తర్వాత వీళ్ళని అనుసరిస్తూ గళమెత్తిన దిగంబరకవులు కూడా చిచ్చుబుడ్డిలా ఓ వెలుగు వెలిగి తుస్సుమన్నారు. అయితే దిగంబరకవుల ఉద్యమం ఒక సంధి యుగంలో జడత్వాన్ని తొలగించి సాహితీపరుల నరాల్లో నిప్పు రగిలించి, విప్లవ ఝుంఝు వీచటానికి తోడ్పడిందని భావించుకోవాల్సిన పరిస్థితి ఈ ఉద్యమం ద్వారా కలిగిందని చెప్పాలి.

విప్లవోద్యమం :

ఈ ఉద్యమానికి నేపథ్యం రాజకీయాలు. తిరుగుబాటు కూడానూ.

మా గుండె మా జెండా మా మనసే మా కంద
మార్క్సిజమే మాపథం – మావో వజ్రాయుధం

అని కె.వి.రమణారెడ్డి అన్నట్లు మార్క్సిస్టు కమ్యూనిస్ట్ పార్టీ, మార్క్సిస్టు లెనినిస్ట్ పార్టీలు వీనికి పునాదులు. చైనాలో మావోభావాలు వ్యాప్తిలో ఉన్న సమయంలో 1967 ప్రాంతంలో పశ్చిమ బెంగాల్ నగ్జల్ బరీ జిల్లాలో రైతులు, కూలీలు భూస్వాములకి వ్యతిరేకంగా సాయుధ పోరాటం చేయడం, దీని ప్రభావం శ్రీకాకుళం గిరిజన ప్రాంతాలకు వ్యాపించింది. ఈ పోరాటానికి వెంపటావు సత్యం. ఆదిభట్ల కైలాసం, సుబ్బారావు పాణిగ్రాహి వంటివారు నాయకత్వం వహించారు..ఆ సందర్భములోనే 1969లో తెలంగాణ నుంచి శ్రీకాకుళం గిరిజన పోరాటానికి సంఘీభావం ప్రకటిస్తూ "తిరుగబడు" సంకలనం వచ్చింది. ఇందులోని కవులు కిషన్, ఐ.అశోక్, లోచన్, సుదర్శన్, సుధాకర్, సంజీవరావు, యాదగిరిరావు, వరవరరావు తిరుగబడు కవులుగా పిలువబడ్డారు. అలా 1969–70 లో విప్లవోద్యమం రూపుదాల్చింది. చెరబండరాజు, వరవరరావు, సత్యమూర్తి, నిఖిలేశ్వర్, కె.వి. రమణారెడ్డి, నగ్నముని లాంటివాళ్ళు ఎన్నో విప్లవ కార్యాలను సృష్టించారు. ఇవి కాక గద్దర్ పాటలు, వంగపండు పాటలు వెలువడ్డాయి. శ్రీశ్రీ రాసిన కావ్యం మరోప్రస్థానం విప్లవ కవితోద్యమానికి కొండంత బలాన్ని ఇచ్చింది. ఆ తర్వాత కొత్త ఉద్యమాలు రావడం, విరసంలో చీలికలు వల్ల ఈ ఉద్యమం స్థిరంగా నిలవలేకపోయింది .

స్త్రీవాదం :

తెలుగు సాహిత్య చరిత్రలో ఎన్ని ఉద్యమాలు వచ్చినా – స్త్రీల గురించి పెద్దగా ఎవరూ పట్టించుకోలేదు. అయితే కందుకూరి, చలం వంటివారు కొంత స్థాయిలో ఉద్యమించారు.
★ సమాజంలో అన్ని రంగాలలోనూ ఆడదానికి సమాన భాగస్వామ్యం ఉండాలనీ, ఆడవాళ్ళ వ్యక్తిత్వమూ, జీవితమూ కొందరి చెప్పుచేతలలోకి లోబడి తీర్చదిద్దబడే పరిస్థితి మారాలని అనే ఉద్దేశ్యంలో ఫెమినిజం ఉద్యమముగా సాగింది. ఆత్మ చైతన్యానికి, ఆత్మాభిమానానికై రూపొందించబడిన ఆలోచనా ధోరణే స్త్రీ వాదం గా పిలవబడింది. ఇంకా ఎన్నో నిర్వచనాలు వెలుగులోకి వచ్చాయి. ఆర్థిక అసమానతలు తొలగి సమసమాజం సాధిస్తేనే సమస్యలన్నీ సమసి పోతాయన్నది ఈ వాద సారాంశం. ఓల్గా, జయప్రభ, కొండేపూడి నిర్మల, మందరపు హైమావతి, పాటిబండ్ల రజని, ఘంటసాల నిర్మల,మహెజబీన్, షాజహాన్,కుప్పిలి పద్మ, పి. సత్యవతి, అరుణ, గీతాంజలి, పి.మృగాళిని, తేళ్ల అరుణ, సింహాద్రి జ్యోతిర్మయి, పాతూరి అన్నపూర్ణ, రజియాబేగం,డా.తుర్లపాటి రాజేశ్వరి మొదలగు స్త్రీవాద కవయిత్రులు 'వంటివారు ఈ ఉద్యమానికి ప్రాణం పోసారు.ఈ ఉద్యమంలో కొంతమంది పురుషుల పాత్ర కూడ వున్నది. దీన్ని పురుషాధిక్య సమాజం పై తిరుగుబాటు ఉద్యమం గా పేర్కొన్నారు . తెలుగు కవులు అంటరానితనానికి వ్యతిరేకంగా కవిత్వం రాశారు.దాని వలన హరిజనోద్ధరణ ఉద్యమం అదే దళిత ఉద్యమంగా ప్రబలింది. ముఖ్యంగా కుల వ్యవస్థపై పోరాటం సాగించారు.ఈ ఉద్యమానికి జాషువా, కత్తి పద్మారావు, బొజ్జా తారకం,వేముల ఎల్లయ్య, బివిస్ రాములు, దేవపుత్ర, అల్లం రాజయ్య, బోయ జంగయ్య, కొలకలూరి ఇనాక్, ఎండ్లూరి సుధాకర్ వంటి వాళ్ళూ ఆర్థిక శక్తిగా, సాంఘిక చైతన్య శక్తిగా దళిత కవిత్వం కొనసాగాలని కాంక్షించారు.

ఆ తర్వాత నవ్య సంప్రదాయవాదం, హేతువాదం అనుభూతి వాదం , ముస్లిం వాదం (మైనారిటీవాదం) బి.సి. కవిత్వవాదం, అస్తిత్వవాదం, ఆధునికోత్తర వాదం, ప్రాంతీయవాదం, మానవతావాదం, ప్రతీకవాదం, అధివాస్తవికతా వాదం లాంటి అనేక వాదాలు ఉద్యమాలుగా ఊపిరి పోసుకున్నాయి. ఆయా వాదాల ధోరణులనూ ఎంతోమంది కవులు తమ గళాల ద్వారా విన్పించారు.

సమకాలీన సమాజాన్ని ప్రతిబింబించేలా అనేక ఉద్యమాలు వాటి తోడ్పాటును అందించాయి. తెలుగు సాహిత్యంలో వచ్చిన ఉద్యమాలు, వాదాలు, ధోరణులూ పరిశీలిస్తే తెలుగు కవులు, రచయితలు ఎప్పటికప్పుడు కాలం వెంట పయనిస్తూ తాజా సమాచారాన్ని సాహిత్యలోకానికి అందిస్తూనే ఉన్నారు. తెలుగు సాహిత్యాన్ని ఈ ఉద్యమాలు నిత్య చైతన్యం కలిగిస్తూ సజీవంగా ఉంచుతునే వున్నాయి. ఈ ఉద్యమాల వల్ల కొత్త కవులు వచ్చారు. చిన్న కవులు పెద్ద కవులుగా పేరు పొందారు. " ఉద్యమాలు కవుల్ని తయారు చేస్తాయి అనేది

కూడా నిరూపించాయి ఈ ఉద్యమాలు. ఈ ఉద్యమాల వల్ల ప్రయోజనాలు ఉన్నట్లే అంతే నష్టాలు
కూడా ఉన్నాయి.

ఇన్ని ఉద్యమాలలో జాతీయోద్యమ లక్ష్యం మాత్రమే పూర్తిగా నెరవేరింది . మిగిలిన ఉద్యమాల లక్ష్యాలు నెరవేరలేదనే చెప్పాలి. కాకపోతే భావజాల ప్రభావం కాదనలేని సత్యం. కాబట్టి, ఈ ఉద్యమాలు నెమ్మది నెమ్మదిగా ఆలోచనలపై ప్రభావం చూపుతాయి. ఒకనాడు ఉద్యమ శీలురుగా ఉన్నవాళ్ళు ఆ తర్వాత నిస్తేజంగా ఉండటం, ఆనాటి భావజాలాలకి తిలోదకాలివ్వడం మనం గమనిస్తున్నాం. ఉద్యమాల వల్ల పేరు ప్రఖ్యాతులు సంపాదించిన తర్వాత నిశ్శబ్దంగా, లేక సాదాసీదాగా ఉండటం నేడే చూస్తున్నాం. మన రాష్ట్రంలో ఉన్న నీచ రాజకీయాలు, నికృష్ట సినిమాలు, హీనమైన చానళ్ళ తీరుతెన్నులు, దుస్సాహసమైన అవినీతి కార్యకలాపాలు మునుపెన్నడు లేవు. అయినా ఈ ఉద్యమ కవులూ, రచయితలూ క్రియాశీలురు కాకపోవడం శోచనీయం. ఈ వ్యాసం ఆయా ఉద్యమాలు, వాదాలు, ధోరణులను గురించి రాసిన రేఖా మాత్ర పరిచయం.

ఆకరాలు:

1. తెలుగులో కవిత్వోద్యమాలు: తెలుగు అకాడమీ ప్రచురణ
2. తెలుగు సాహిత్య సమీక్ష 1, 2 సంపుటాలు; డా॥ జి. నాగయ్య
3. తెలుగు సాహిత్య చరిత్ర: డా. వి. సిమ్మన్న
4. ఆధునిక తెలుగు సాహిత్యంలో విభిన్న ధోరణులు: డా॥కె. రంగనాథాచార్యులు (సంపాదకులు)
5. ఆధునికాంధ్ర కవిత్వం – సంప్రదాయములు, ప్రయోగములు: డా.సి. నారాయణరెడ్డి

ఆధునిక సాహిత్య తత్వం

రాచపాలెం చంద్రశేఖర్ రెడ్డి, అనంతపురం

"చారిత్రక పరిణామాలు, శాస్త్రజ్ఞుల పరిశోధనలు, మేధావుల ఆలోచనలు, హేతువాదుల సిద్ధాంతాలు మానవ విజయాన్ని నిర్దేశించాయి. మనిషి విజయుడై విముక్తుడై నిర్మించిన సమాజం ఆధునికం. దీనిని నియంత్రించిన సాహిత్యాంశం ఆధునికత. (కొలకలూరి ఇనాక్... ఆధునిక సాహిత్య విమర్శ సూత్రం/ పు18) ఏ భాషా సాహిత్యానికైనా ఇన్ని సంవత్సరాల చరిత్ర ఉందని చెప్పడం అసాధ్యం. అంతేకాదు అశాస్త్రీయం కూడా. ఎందుకంటే ఏ భాషా సాహిత్యమైన మూడు భాగాలుగా విభజించుకొని పరిశీలిస్తే ఈ వాస్తవం తెలుస్తుంది. అవి

1. జానపద సాహిత్యం
2. ప్రాచీన సాహిత్యం
3. ఆధునిక సాహిత్యం

ఈ మూడింటిలో మొదటిది అలిఖిత సాహిత్యం. రాయబడని సాహిత్యం .మౌఖిక సాహిత్యం . ఈ సాహిత్యం ఎప్పుడూ ఎవరి ద్వారా మొదలైందో చెప్పడం కష్టం. ఒక భాషను మాట్లాడే జాతి ఎప్పుడు పుట్టి ఉంటే, ఆ జాతి జానపద సాహిత్యం కూడా అప్పుడే పుట్టి ఉంటుంది. తెలుగుజాతి ఎప్పుడు పుట్టి ఉంటే, తెలుగు జానపద సాహిత్యం కూడా అప్పుడే పుట్టి ఉంటుంది. ఇది మనిషి నుంచి మనిషికి, మనిషి నుంచి గుంపుకు చేరి ఉంటుంది. ఈ మౌఖిక ప్రసారంలో రూపం మారుతూ ఉంటుంది. ఏ మార్పు ఎప్పుడు జరిగిందో ఖచ్చితంగా చెప్పలేం. తర్వాత రెండు ప్రాచీన, ఆధునిక సాహిత్యాలలో ఇవి లిఖిత సాహిత్యాలు. తాళపత్రాల మీదనో రాగిరేకుల మీదనో, రాళ్లమీదనో, కాగితాల మీదనో రాయబడిన సాహిత్యాలు. లేఖన సౌకర్యాలు తక్కువగా ఉన్న కాలంలో ప్రాచీన సాహిత్యం వచ్చింది. లేఖన సౌకర్యాలు అభివృద్ధి చెందిన కాలంలో ఆధునిక సాహిత్యం వచ్చింది. అందువలన ప్రాచీన సాహిత్య చరిత్రను స్థూలంగా ఆధునిక సాహిత్య చరిత్రను నిర్దిష్టంగా గుర్తించవచ్చు. ప్రాచీన తెలుగు సాహిత్యం ఉంది. 1022 ప్రాంతానికి చెందినదిగా భావింపబడుతున్న నన్నయ్య భారతం తొలి కావ్యం అనుకుంటున్నాం. దీనికన్నా ముందే చాలా దేశీయ సాహిత్యం వచ్చింది. అనేక కారణాలవల్ల అది ధ్వంసమైపోయిందని అంటున్నారు.క్రీ.శ ఆరవ శతాబ్దం నుండి శాసనాలలో పద్యాలు లభిస్తున్నాయి. అందువల్ల ప్రాచీన తెలుగు సాహిత్యానికి 1500 ఏళ్ల చరిత్ర (క్రీ.శ ఆరవ శతాబ్దం నుండి 1850)

ఉండవచ్చు అని భావించవచ్చు. వలస పాలకులు భారతదేశంలో ప్రవేశించి రాజకీయంగా స్థిరపడి, అచ్చు యంత్రం, కాగితం వచ్చి పత్రికలు మొదలైనవి తర్వాత వచ్చినవి ఆధునిక సాహిత్యంగా పిలవబడుతున్నది. తెలుగులో ఆధునిక సాహిత్యం 1850 తర్వాత మొదలైంది అనుకుంటే దానికి 170 ఏళ్ల చరిత్ర ఉన్నట్లు లెక్క.

అయితే ఈ 170 ఏళ్లలో వచ్చిందంతా ఆధునిక సాహిత్యమేనా అని ప్రశ్నించుకుంటే కాదని సమాధానం లభిస్తుంది. తెలుగు సాహిత్యానికే కాదు అన్ని భారతీయ భాషల సాహిత్యాలకు ఈ ప్రశ్న వర్తిస్తుంది. అందువల్ల ఆధునిక సాహిత్యం అంటే ఏమిటి? అనే దానిని స్పష్టం చేసుకోవాలి.

ఏ కాలంలో వచ్చిన సాహిత్యం ఆ కాలంనాటి సామాజిక వాస్తవికతను ప్రతిబింబిస్తుంది. ప్రాచీన సాహిత్యం ప్రాచీన సమాజాన్ని, ఆధునిక సాహిత్యం ఆధునిక సమాజాన్ని ప్రతిబింబిస్తాయి. వలస పాలకులు భారతదేశంలో వలస పాలనను ప్రవేశపెట్టకముందు ఉన్నది రాచరిక వ్యవస్థ. అందులో వర్ణ వ్యవస్థ అమలులో ఉండేది. అది భగవంతుని సృష్టి అనే విశ్వాసం ఉండేది. ప్రాచీన సాహిత్యం ఈ రాచరిక వర్ణ వ్యవస్థని ప్రతిబింబించింది. రాజుల పౌరుష విలాసాలను, భగవంతుని లీలలను కీర్తించింది. ఆధునిక సాహిత్యం దీనికి భిన్నమైనది.

ప్రాచీన సాహిత్యం ప్రాచీన సమాజాన్ని, ఆధునిక సాహిత్యం ఆధునిక సమాజాన్ని ప్రతిబింబిస్తాయి అనుకున్నాం కదా! భారతదేశం విషయానికి వస్తే, ఇప్పుడు భారతదేశం ఆధునిక దేశం అయిపోయిందా? భారతదేశం ఆధునిక దేశంగా మారుతూ ఉన్నది. ఇంకా ఈ ప్రక్రియ పూర్తికాలేదు. ఇంకా చాలా మారాలి. అందువల్ల భారత దేశ పరిధిలో ఆధునిక సాహిత్యం అంటే దేశం మారవలసిన అవసరాన్ని చెప్పేది, వస్తున్న మార్పును చెప్పేది, మారకుండా మిగిలి వున్న అంశాలను వెలికి తీసి చూపించేది అని అర్థం చేసుకోవాలి. అందువల్ల ఆధునిక కాలంలో వచ్చిన సాహిత్యమంతా ఆధునిక సాహిత్యం కాదు. 21 శతాబ్దంలో రామాయణ భారతాలను పాత దృక్పథంతో తిరిగి రాసినంత మాత్రాన అది ఆధునిక సాహిత్యం కాదు. అది సమకాలీన సాహిత్యమే. సమకాలీన సామాజిక వాస్తవికతను చిత్రించేదే ఆధునిక సాహిత్యం. ఆధునిక కాల వాచి కాదు అది గుణవాచి. రచయితలు రాసుకునే వస్తువును బట్టి దాని పట్ల వాళ్ళ దృక్పథాన్ని బట్టి అది ఆధునిక సాహిత్యం అవునా కాదా అనేది నిర్ధారింపబడుతుంది.

ప్రాచీన సాహిత్యం ప్రాచీన కాలపు ధర్మశాస్త్రాలు, తత్వశాస్త్రాల ప్రభావంతో అప్పటి సమాజాన్ని అర్థం చేసుకుని చిత్రిస్తుంది. ఆధునిక శాస్త్ర సాహిత్యం ఆధునిక సామాజిక, వైజ్ఞానిక, తత్వశాస్త్రాల ప్రభావంతో సమాజాన్ని అర్థం చేసుకుని చిత్రిస్తోంది. ఆధునిక కాలంలో అందుబాటులోకి వచ్చిన చరిత్ర, సాంఘిక, ఆర్థిక శాస్త్రాలు. ముఖ్యంగా తాత్విక

పరిణామ వాదం, ఐన్ స్టీన్ సాపేక్షవాదం, కార్ల్ మార్క్స్ సామ్యవాదం, ఫ్రాయిడ్ మనస్తత్వశాస్త్రం, అంబేద్కర్ సామాజిక న్యాయవాదం వంటివి ఆధునిక సాహిత్యానికి మూల స్తంభాలు, తాత్విక నేపథ్యాలు.

అందువల్ల ప్రాచీన సాహిత్యం ఏ వ్యవస్థను అయితే గొప్ప వ్యవస్థగా కీర్తించిందో ఆధునిక సాహిత్యం దానిని వ్యతిరేకిస్తుంది. దానిని ప్రశ్నిస్తుంది, నిలదీస్తుంది, ప్రతిఘటిస్తుంది. ఆధునిక సాహిత్యం వర్ణ వ్యవస్థను తిరస్క/రిస్తుంది." వర్ణధర్మమధర్మధర్మంబె" (గురజాడ) అని తీర్పునిచ్చేది ఆధునికసాహిత్యం."ఒక రాజు మొగాన్నే పొద్దు పొడిచిందా?" (కుందుర్తి)అని ప్రశ్నించేది ఆధునిక సాహిత్యం."అందారు పుట్టీరి హిందమ్మ తల్లీకి....... యెట్టాగు యెక్కువ యెవ్వారు మాకంటె"(మాలవాంద్రపాట)అని నిలదీసేది ఆధునిక సాహిత్యం.

ప్రాచీన సాహిత్యానికి మత, వర్ణ సారూప్యం లేని సమాజ నిర్మాణం లక్ష్యం. ఆధునిక సాహిత్యానికి మత, కుల ప్రసక్తి లేని లౌకిక సమాజ నిర్మాణం లక్ష్యం. ప్రాచీన సాహిత్యం రాజులను, దేవుళ్ళను నాయకులుగా వారి భార్యలను, ప్రేయసీలను నాయికలుగా చిత్రిస్తుంది. ఆధునిక సాహిత్యం సామాన్య మానవులను, శ్రామికులను ప్రధాన పాత్రలుగా చిత్రిస్తుంది. ప్రాచీన సమాజంలో ఎవరైతే అప్రదానం చేయబడ్డారో, వివక్షకు గురయ్యారో, అణచివేతకు గురయ్యారో వాళ్లకు ఆధునిక సాహిత్యం ప్రధాన స్థానం ఇస్తుంది. ప్రాచీన సాహిత్యంలో ఆదర్శ పురుషులుగా చిత్రింపబడిన వాళ్లు రాజకీయాల్ని ఆధునిక సాహిత్యం బహిర్గతం చేస్తుంది. ఆధునిక సాహిత్యం మనిషిని వాస్తవంగా భావిస్తుంది. మనిషిని చరిత్ర నిర్మాతగా గుర్తిస్తుంది. మానవ శక్తిని కీర్తిస్తుంది. శ్రమైక జీవీ! కష్టజీవి! కార్మికుడా! మానవుడా! అని ఆలపిస్తుంది ఆధునిక సాహిత్యం. (శ్రీశ్రీ)

"గతకాలము మేలువచ్చు కాలము కంటెన్" అనే వాదాన్ని తిరస్కరించి మంచి గతమున కొంచమేనోయ్ అని ప్రబోధిస్తుంది ఆధునిక సాహిత్యం. (గురజాడ)

పేదరికం, ఆకలి, నిరుద్యోగం, అవినీతి, బంధు ప్రీతి వంటి రుగ్మతలను ఆధునిక సాహిత్యం కర్మవాదానికి వదిలిపెట్టదు.

ఒక్క నిరుపేద ఉన్నంతవరకు
ఒక్క మలినాష్టబిందు ఒరిగినంతవరకు
ఒక్క ప్రేగు ఆకలికి అనంతవరకూ
నా సిగ్గులేని ముఖాన్ని చూపించలేను – తిలక్

అని ప్రకటిస్తుంది ఆధునిక సాహిత్యం.

"అంతా మిథ్యా తలంచి చూసినన్" (ధూర్జటి)

అనే ప్రాచీన సాహిత్యాన్ని ప్రబోధాన్ని తిరస్కరించి

పాలికాపు నుదుటి చెమట
కూలివాని గుండె చెరువు
బిచ్చగాని కడుపు కరువు మాయంటావా -శ్రీ శ్రీ

అని ప్రశ్నిస్తుంది ఆధునిక సాహిత్యం. ఆధునిక సాహిత్యం అంటే ప్రశ్నించే సాహిత్యం. సృష్టిని గురించి ప్రాచీన సాహిత్యం ఆలోచనలు, ఆధునిక సాహిత్యం ఆలోచనలు వేరు వేరుగా ఉంటాయి. ప్రాచీన సాహిత్యం జీవ వాద దృక్పథంలోంచి సృష్టి ఎలా జరిగిందో ఒక రకంగా చెబుతుంది. ఆధునిక సాహిత్యం భౌతిక వాద దృక్పథంతో సృష్టి ఎలా జరిగిందో మరో రకంగా చెబుతుంది.

"ఎవ్వనిచే జనించు లోకమెవ్వని లోపల నుండి లీనమై
ఎవ్వని హిందూయందు" – పోతన

అని సృష్టి పరమాత్మ సంకల్పం అని చెబుతోంది ప్రాచీన సాహిత్యం.

"రాశి చక్ర గతులలో
రాత్రిందివాల పరిణామాలలో
బ్రహ్మాండగోలాల పరిభ్రమణాలలో
కల్పాంతాలకు పూర్వం కదలిక పొందిన పరమాణు సంకల్పంలో
ప్రభావం పొందిన వాడ! మానవుడా! మానవుడా! -శ్రీశ్రీ

అంటూ ఆధునిక సాహిత్యం పరమాణువు సంకల్పం లోంచి ప్రపంచం పుట్టిందని చెబుతుంది. ఆధునిక సాహిత్యం అంటే వైజ్ఞానిక సాహిత్యం. అజ్ఞానాన్ని పోగొట్టే సాహిత్యం..

సమాజంలో పరివర్తనను, మార్పును కోరేది ఆధునిక సాహిత్యం. యధాతధ వాదాన్ని, తిరోగమనాన్ని ఆధునిక సాహిత్యం తిరస్కరిస్తుంది. పురోగమన వాదాన్ని ఆహ్వానిస్తుంది. ఆధునిక సమాజంలో భారతదేశానికి పరిమితమై ఆలోచించినా- అనేక ఉద్యమాలు వచ్చాయి. ఆధునిక సాహిత్యం ఆ ఉద్యమాలను సమర్థించింది. వాటికి మద్దతునిచ్చింది. సంఘసంస్కరణోద్యమం, స్వాతంత్రోద్యమం, తెలంగాణ రైతాంగ సాయుధ పోరాటం, ఆంధ్రోద్యమం, కార్మికోద్యమాలు, జమిందారీ వ్యతిరేక పోరాటాలు, తెలంగాణ రాష్ట్రోద్యమం, నక్సల్ బరి ఉద్యమం, దళితోద్యమం, మహిళొద్యమాలు ప్రాంతీయ అస్తిత్వ ఉద్యమాలు, బహుజన ఉద్యమాలు ముస్లిం అస్తిత్వ ఉద్యమాలు. ఇలా గత 150 ఏళ్లలో మన దేశంలో సంభవించాయి. వీటి అన్నిటికి ఆధునిక తెలుగు సాహిత్యం అక్షరసాక్షిగా నిలిచింది. మిగతా భారతీయ భాషలలో కూడా అలాగే జరిగింది. ఆధునిక

సాహిత్యం గ్రామం నుండి విశ్వమంతా వ్యాపిస్తుంది. నిర్దిష్టత, సాధారణతా, ప్రాదేశికత, విశ్వజనీనత ఆధునిక సాహిత్య లక్షణాలు.

ప్రజాస్వామ్య సాధన ఆధునిక సాహిత్య కర్తవ్యం. అందుకే అది నిరంకుశత్వాన్ని వ్యతిరేకిస్తుంది. సాంఘికంగా, ఆర్థికంగా, రాజకీయంగా నిరంకుశత్వం ఉండడాన్ని ఆధునిక సాహిత్యం ఆమోదించదు. శ్రమశక్తిని ఆధునిక సాహిత్యం గౌరవిస్తుంది. శ్రమైక జీవన సౌందర్యానికి సమానమైనది లేనేలేదని ఆధునిక సాహిత్యం చాటి చెబుతుంది. శ్రమ అనేది ఉత్పత్తి, దాని పంపిణీ, దాని వినియోగం – ఈ నాలుగింటి మధ్య ఆర్థిక న్యాయాన్ని ఆధునిక సాహిత్యం కోరుకుంటుంది. సామాజిక అభివృద్ధి దాని ఫలా అనుభవం– వీటిలో సామాజిక న్యాయాన్ని కోరుకుంటుంది ఆధునిక సాహిత్యం.

ఆధునిక సాహిత్య పరిధి చాలా విశాలమైనది. కన్యాకుమారి నుండి కాశ్మీరం దాకా, జాతీయస్థాయిలో అంతర్జాతీయంగా సకల దేశాలు రాష్ట్రీయం గా మహబూబ్ నగర్ నుండి ఆదిలాబాద్ దాకా అమలాపురం నుండి ఇచ్ఛాపురం దాకా ఆధునిక సాహిత్యానికి వస్తువునిస్తాయి. ఆర్థికమాంద్యాలు, ప్రపంచ యుద్ధాలు, కరువు కాటకాలు, అతి అనావృష్టిలు, భూకంపాలు అంటువ్యాధులు, సకలము ఆధునిక సాహిత్యానికి వస్తువులే. ప్రపంచంలో ఏ మూల ఏ అన్యాయం జరిగినా, ఏ మంచి జరిగినా, ఏదో ఒక భాషలో ఆధునిక సాహిత్యం అందుకుంటుంది.

ప్రాచీన సాహిత్యం సాధారణంగా కవిత్వ రూపంలో ఉంటుంది. కొన్ని భాషలలో గద్యం, వచనం కూడా ఉంటాయి. ఆధునిక సాహిత్యంలో కవిత్వంతో పాటు నవల, కథానిక అనే ఆధునిక ప్రక్రియలు ఉంటాయి. భారతీయ సాహిత్యంలో సంస్కృతంలో ఉండిన నాటకం ఆధునిక కాలంలోనే ప్రాంతీయ భాషలలోకి ప్రవేశిస్తుంది. నవలలు, కథానికలు రాసిన వాళ్లందరూ ఆధునిక రచయితలు కారు. కవిత్వంలో వచన కవిత్వం ఆధునిక రూపం. వచన కవులు అందరూ ఆధునికవులు కారు. ప్రక్రియ ఆధునికమైన, అందులో చిత్రింపబడే జీవితం, రచయితలు దృక్పథం ఆధునిక అయితేనే అది ఆధునిక రచన అవుతుంది. ఆధునిక సాహిత్యం అంటే ప్రజా సాహిత్యం. ప్రజలను గురించి, ప్రజల కోసం, ప్రజా రచయితల చేత రచింపబడేది ఆధునిక సాహిత్యం. ఆధునిక సాహిత్యానికి వస్తువు సామాన్య ప్రజల జీవితం. దానికి పాఠకులు, శ్రోతలు, ప్రేక్షకులు సామాన్యులే. సామాన్యులది కానిదేదీఆధునిక సాహిత్యం కాదు.

ఉర్వి వారికెల్ల నొక్క కంచముబెట్ట
కులము పొలయ జేసి పొత్తు కుడిపి
తలను చెయ్యి పెట్టి తగనమ్మ చెప్పురా.... విశ్వదాభిరామ వేమ
ఎల్ల లోకములొక్క యిల్లై– వర్ణ బేధములెల్ల కల్లై

నేల నెరుగని ప్రేమ బంధములుకురియ
మతములన్నియు మాసిపోవునా జ్ఞానం ఒక్కటి నిలిచి వెలుగును
అంత స్వర్గ సుఖంబులన్నవి – అవని విలసిల్లును – గురజాడ

కోటానుకోట్ల నరులుక
నేటి జగన్మాత సుతులని మదిని
బాటింపు మీసువార్తన్
జాటింపుము జీవితంబు సార్థకమగున్ – గుర్రం జాషువా

ఇవి ఆధునిక రచయితల కలలు. ఆధునిక సాహిత్య స్వప్నాలు. ప్రతి భాషలోనూ ఈ స్వప్నాలు కనిపిస్తాయి.ఇవి సాకారం కావాలంటే ఊరికే జరగదు. మార్పు ఆకాశంలో నుంచి ఊడిపడదు. మళ్లీ దీనికి మానవ ప్రయత్నమే శరణ్యం. ఆర్థిక, రాజకీయ శక్తుల సమరశీలం వల్లనే ఇది సాధ్యమవుతుంది. దానికి సంబంధించిన భావ ప్రచారం చేయడం ఆధునిక సాహిత్యం కర్తవ్యం. సాహిత్యం సామాజిక పరివర్తనకు అవసరమైన భావ విప్లవాన్ని సృష్టించగలరు. స్తబ్దతను విచ్చిన్నం చేసి చలనాన్ని తీసుకురావడానికి అవసరమైన భావ సారాన్ని ఆధునిక సాహిత్యం సృష్టిస్తుంది. జనాన్ని నిద్రలేపేది ఆధునిక సాహిత్యం. నిద్రపుచ్చేది కాదు. మనుషులను కుల,మత మత్తులో ముంచేది ఆధునిక సాహిత్యం కాదు. వాటి నుంచి మనిషిని దూరం చేసేది ఆధునిక సాహిత్యం. అవినీతి ఆగర్భ శత్రువుగా గుర్తించేది ఆధునిక సాహిత్యం. దోపిడీ పీడనలకు అనాగరిక చర్యలుగా భావించేది ఆధునిక సాహిత్యం. మనిషిని మనిషిగా రూపుదిద్దేది ఆధునిక సాహిత్యం. మనుషుల్ని కలిపేది ఆధునిక సాహిత్యం. గోడల్ని పగలగొట్టడమే మా పని అని నినదించేది ఆధునిక సాహిత్యం. సమాజంలోంచి అజ్ఞానం, భయం వంటి రుగ్మతలను పారద్రోలి జ్ఞానం, ధైర్యం ప్రోదిచేసేది ఆధునిక సాహిత్యం. మనిషిని పరాధీనత నుండి విముక్తం చేసి స్వావలంభునిగా నిలిపేది మనిషికి తన మీద, సమాజం మీద విశ్వాసం కలిగించి, జీవితం మీద గౌరవం కలిగించేది ఆధునిక సాహిత్యం. జీవితం మీద నమ్మకం పోగొట్టేది, ఆత్మన్యూనతకు గురి చేసేది ఆధునిక సాహిత్యం కాదు. ఆధునిక సాహిత్యం అందమైన సాహిత్యం.

హేతువాద దృక్పథం

నూతలపాటి నాగేశ్వర రావు,తెనాలి.
9490742134

నాస్తికులు, సంశయ వాదులు, హేతు వాదులు, మానవ వాదులు, భౌతిక వాదులు, ఆగ్నేయ వాదులు మరియు చార్వాకులు వీరందరూ ఒకటేనా? అయితే వీరందరినీ ఒకే పేరుతోనే పిలవాల్సి ఉంది. ఇన్ని పేర్లతో పిలుస్తున్నారంటే, ప్రతి పదానికి ప్రత్యేకమైన అర్థాన్ని కలిగి ఉంటుందని భావించవచ్చు. మానవ పరిణామక్రమంలో మొదట ప్రపంచంలో అందరూ దైవ కేంద్రంగా ఆలోచించేవాళ్లు . కాలక్రమంలో కొందరు మానవ కేంద్రంగా ఆలోచించడం మొదలుపెట్టారు. ఈ భావం అనేది అసలు భౌతికమా లేకుంటే భావమా అనేది ఒక తర్కంగా ఏర్పడి ఏకకాలంలో దేవుడు ఉన్నాడు లేడు అనే వాదన ప్రారంభమైంది. ఈ వాదనలో దేవుడు లేడు లేదా దేవుడిని ధిక్కరించేవాళ్లు, యజ్ఞయాగాదుల్ని తిరస్కరించిన వాళ్ళు, మేకలు బలి ఇచ్చి స్వర్గం ప్రార్థించే బదులు వారి తల్లిదండ్రులకు బలి ఇచ్చి స్వర్గ ప్రాప్తి కలిగించవచ్చు కదా? అని సమాజాన్ని సూటిగా ప్రశ్నించే వాళ్లే చార్వాకులుగా పిలవబడ్డారు.

చార్వాకులు అనే పదానికి రక రకాలైనటువంటి అర్థాలు ఉన్నాయి. గిట్టని వాళ్ళు వీరిని తిట్టుపదంగా మార్చేశారు. కథల్లో వీరి పట్ల వ్యతిరేక భావాన్ని మనసుల్లో కలిగించే పాత్రలతో సృష్టి చేసి చార్వాక వాదాన్ని నిర్వీర్యం చేయడానికి ప్రయత్నించారు. ఇది చారిత్రాత్మక వాస్తవం .

భావవాదులు అంటే మనువాదులు ఎంతగా ప్రచారం చేసినా, మానవ జాతిని ఏవిధంగా తప్పుదోవ పట్టించినప్పటికీ చార్వాకులు సంధించే సూటి ప్రశ్నలకు సమాధానం చెప్పలేక పోయారు.

నిజం కోసం, ఒక ప్రయోగ వాస్తవికత కొరకై, అనేక అనాచారాలపై సూటిగా ప్రశ్నించారు. శాస్త్రీయంగా సమాధాన పర్చడానికి వీరి వద్ద ఎలాంటి ప్రాతిపదిక లేదు. మతం అనే ఒక అభూత కల్పనతో అల్లిన వలలో ప్రజలందరినీ బందీచేసి తమ కనుసన్నల్లో మెలగడానికి సమాజాన్ని మలచుకున్నారు. ఈ పరంపరలో చార్వాకుల సాహిత్యాన్ని పూర్తిగా నాశనం చేశారు. భావితరాలకు చార్వాక సాహిత్య సంపద దొరికినట్లయితే మనువాదం ప్రశ్నార్థక మవుతుంది. చార్వాకులు రచించిన గ్రంథాలు, వా జ్మయాన్ని మనుగడలో లేకుండా చేశారు.

చార్వాకులు తాము అనుసరించి, సామాజిక పరిశీలన చేసిన విషయాలు శాస్త్రీయంగా ఆలోచించదగ్గ విషయంగా ఉండటం వల్ల, క్రమంగా ప్రజల ఆలోచన విధానంలో మార్పు తీసుకురావడానికి ఒక మంచి అవకాశం, ఒక వాదం లేదా ఒక మార్గం ఏర్పరిచారు.

చార్వాకుల గూర్చి సమగ్రంగా అవగాహన చేసుకోవాల్సి వుంది. వీరు హేతువాదానికి, హ్యూమనిస్ట్ ల ఆలోచనలకు పునాది వేశారు. వీరు శాంతికాముకులు. మనుషుల్లో ఇంగిత జ్ఞానం పెంపొందించడానికి తమ చేష్టల ద్వారా సమాజానికి హేతువాదాన్ని బోధించారు. మానవ వాద దృక్పథం అనే ఒక మార్గం ఏర్పడటానికి మూల కారకులయ్యారు. వాస్తవానికి పూర్వాశ్రమంలో చార్వాకులకు వేద, ఉపనిషత్తుల తర్వాత సమాజంలో ఒక ప్రత్యేక స్థానం ఏర్పడింది. కాల క్రమేణా తాత్విక భావాలతో ఉన్నటువంటి వీరిని లోకాయిత్తులుగా ప్రసిద్ధి చెందారు. బౌద్ధ గ్రంథాల్లో కూడా చార్వాకుల ప్రస్తావన కనిపిస్తూ ఉంటుంది.

సమాజంలో మంచికి విలువ ఎప్పుడూ తరగదు. అబద్ధపు ప్రచారాలు అభూత కల్పనలు ప్రచారం చేసే మతవాదుల్ని తరిమి కొట్టారు. యూరప్ నందు సుమారు వెయ్యి సంవత్సరాలపాటు మతవాదుల తీవ్ర పోకడల వల్ల అనేక మంది విజ్ఞానవంతులను, పరిశోధకులను, నిజాలను ఆవిష్కరించిన వారిని క్రూరంగా చంపడం, బహిష్కరణలు, నీళ్ళల్లో ముంచి చంపడం, నిప్పుతో తగులబెట్టడం లాంటి చేష్టలతో మానవ జీవన కాలం అంధకార యుగం.

చార్వాకుల ప్రవర్తన ప్రజల జీవన విధానంలో ఎందరికో విస్తృతమైన ఆలోచన అవగాహన కల్గించాయి. దీని ఫలితంగా శతాబ్దాల పాటు చార్వాకుల ప్రభావం మానవ సమాజాన్ని ఆలోచింప జేసిన వైనం వల్ల దైవాన్ని పూజించటం, ఆరాధించటం, క్రతువులు, యజ్ఞ యాగాదులను విసర్జించడంతో సమాజంలో ప్రజల సమస్యలు కనుమరుగై మతవాదులకు జీవనోపాధి లేకుండా పోయిందనేది చారిత్రక సత్యం.

మతవాదుల మనుగడ ప్రశ్నార్ధకం కావడంతో తిరిగి తమ నైపుణ్యాన్ని అంతా రంగరించుకొని అప్పటి రాజులును ప్రసన్నం చేసుకోవడమేకాకుండా వీరే రాజ్యాధికారం చేపట్టి మతవాద సాహిత్యాన్ని, అభూత కల్పనలను చట్టబద్ధంగా ప్రజల మనసుల్లోకి ఎక్కించి, తాము కోరుకున్న విధంగా ప్రజలను మతం, అభూత కల్పనలవైపు తిప్పుకోగలిగారు. మతవాదుల ప్రేరణతో ప్రచారం ఉవ్వెత్తున సమాజాన్ని ఆవహించింది. నేటికీ జనజీవన స్రవంతిలో భాగమై పట్టి పీడిస్తోంది.

మనుధర్మ శాస్త్రం ప్రకారం, వేదోనంతః నాష్టక అంటే స్వర్గం నరకం నమ్మేవాళ్లను ఆస్తికులు అన్నారు . మానవుని హేతువాద ఆలోచనలకు అడ్డు కట్ట వెయ్యడానికై పురాణ,

ఇతిహాసాల రచనల రంగరింపులో వీరు సఫలీకృతులయ్యారని చెప్పవచ్చు.

ఫ్రెంచ్ విప్లవం హేతువాదాన్ని, మానవతా వాదాన్ని విశ్వవ్యాప్తం చేసిది. తదనంతర పరిణామాలు ప్రపంచ ప్రజలను మరింత శాస్త్రీయంగా ఆలోచింపజేశాయి. వాస్తవ పరిశీలన చేస్తే విజ్ఞానం పెరిగే కొలది తర్కం పెరిగిపోతూ, నాస్తికులుగా హేతువాదులుగా మారి కార్యాచరణ లో నిబద్ధత కలిగిన సిద్ధాంతంగా స్థిరపడింది.

వేమన తన హేతువాద భావజాలంతో సామాజిక రుగ్మతలను సూటిగా ప్రశ్నించి ప్రజలను ఆలోచింపచేశారు. నేటికీ అవి సమాజానికి అనుసరణీయమై ఆధునికంగా వున్నాయి. పోతులూరి వీరబ్రహ్మం సమాజ నిశిత పరిశీలనతో తత్వాల రూపంలో, దూర దృష్టితో అనేక సామాజిక రుగ్మతలను విశదీకరించి ప్రజలను చైతన్య పరిచారు.

కొందరు భక్తి ఉద్యమంతో మతంలోని అవలక్షణాలను తోసిరాజనడం కొంతమేరకు ప్రజలను ఆలోచింప జేశారు. స్వతంత్ర సంగ్రామంలో హేతువాదుల పాత్ర బలీయమైనది. అనేక మంది సంఘ సంస్కర్తలు సమాజ హితమై ఉద్యమాలు నడిపించారు.

కాలక్రమేణా నాస్తిక వాదం, హేతువాదం, మానవ వాదం బలపడుతూ వాటిని ప్రజా ఉద్యమంలా ప్రజలలోకి తీసుకెళ్లడానికి ఎంతోమంది అనేకరకాలుగా ప్రయత్నాలు మొదలుపెట్టారు. భారత హేతువాద సంఘం, దళిత మహాసభ ఇలాంటివన్నీ బాగా ప్రచారం పొంది ప్రజలలో మతం పట్ల, ఆలోచనల విధానాన్ని హేతుబద్ధంగా కొంతమేరకు ప్రభావం చూపాయనడంలో సందేహం లేదు. గోరా హేతువాదం, నాస్తిక వాదంతో చేసిన అనేక రకాలైన ప్రయత్నాలు ప్రజల జీవన విధానంలో ఎదుర్కొనే అశాస్త్రీయ అంశాలను నిర్వీర్యం చేశాయి. రాజకీయాలను చెప్పుకోదగ్గ స్థాయిలో ప్రభావితం చేశాయి. ఇతర మౌలిక రంగాలపై కూడా ప్రగాఢ ముద్రను వేశాయి.

పెరియార్ సామాజిక ఉద్యమంగా సమాజంలో విస్తరింపజేసి ప్రజలను ఆలోచింప జేశారు. త్రిపురనేని రామస్వామి, జైగోపాల్, కత్తి పద్మారావు మరియు దూరదృష్టితో మరెందరో నాస్తిక సమాజాన్ని హేతుబద్ధ ఆలోచనలు ప్రజల్లో విస్తరించడానికి నిరంతర కృషి చేశారు. కాల క్రమేణా నాస్తికత్వానికి కమ్యూనిజం, సామాజిక, రాజకీయ మరియు ఆర్థిక అంశాలు జోడించి ప్రజా ఉద్యమాలను నిర్మించి కుల, మత రహిత సమాజం కోసం నిరంతరం పాటుబడ్డారు.

మరి కొందరు దేశంలో వివిధ ప్రాంతాలలో నాస్తిక సమాజాలను స్థాపించారు. వీరి నిరంతర కృషి ఫలితంగా నాస్తిక భావజాలం సమాజానికి ఆమోద యోగ్యంగా మారింది. ఇంద్రజాల ప్రదర్శనలతో, వివిధ కళారూపాల ద్వారా సమాజంలో చైతన్య స్ఫూర్తిని రగిలిస్తూ తమ వంతు కృషి చేస్తున్నారు.

విద్యా వేత్తలు తమదైన శైలిలో సాహిత్య ప్రక్రియలతో కూడిన రచనల, ప్రసంగాలతో హేతుబద్ధతను విశ్వ వ్యాప్తం చేస్తున్నారు. విలేఖరులు, కవులు, రచయితలు తమ శక్తి కొలది అంది వచ్చిన అవకాశాలను వినియోగించుకొని సమాజ చైతన్యం హేతుబద్ధంగా రగిలిస్తున్నారు. వీరు సమాజం కోసం పాటుబడడం మత వాదులకు, మత ముసుగులో అధికార రాజకీయ నాయకులకు మింగుడు పడడం లేదు. ఈ క్రమంలో కొందరు నిర్బంధం, నిషేదం, అక్రమ కేసులు, వేధింపులు, హత్యలవల్ల ప్రాణాలు పోగొట్టుకుంటున్నారు.

ప్రశ్నస్తే మతం మనుగడ ప్రశ్నార్ధకంగా మారుతుంది. ప్రశ్నలను నిరంతరం ఆహ్వానించడం హేతువాద లక్షణం. శాస్త్రీయ ఆలోచనలు మరింత మెరుగ్గా మానవ దైనందిన జీవనాన్ని ప్రభావితం చేస్తూ ఉన్నత స్థాయిలో వుండడం మంచి పరిణామంగా పేర్కొనవచ్చు. దీనిలో ఎలాంటి సందేహం లేదు..

హేతువాద దృక్పధం, ఆలోచనలు రాను రాను ప్రజల్లో ఆలోచనా విధానాల్లో మార్పులు తీసుకురావడానికి మూలకారణంగా మారింది హేతువాదమంటే కేవలం . దేవుడిని తిట్టడం, మతాలను విమర్శించడం, పురాణ గాధలపై ప్రశ్నలు సంధించడం మాత్రమే కాదు.

హేతువాద ఆలోచనలు మంచి, చెడుల మధ్య తేడా గమనించడం, మోసపోకుండా జాగ్రత్త వహించడం, విశ్వం పట్ల, మానవ సమాజం పట్ల అవగాహన పెంచుకోవడం, మరెవరో రచించిన మతగ్రంధాలను అనుసరించే కంటే ప్రకృతిని నిశితంగా పరిశీలించి వాస్తవికతను అవగాహన చేసుకోవాలి. ఇదే హేతువాదానికి అతి ముఖ్యమైన హేతువు. జాతి, మత, వర్గ పరంగా మానవుని విభజన చేయడం హేతువాదులు అనుమతించరు. స్వతంత్ర ప్రతిపత్తి, వాస్తవ చింతన, జ్ఞానం, సత్యం, స్వేచ్ఛ మానవ లక్షణాలు. వీటికై హేతువాదులు, మానవ వాదులు నిరంతర శ్రామికులు.

కొందరి వ్యక్తిగత ప్రవర్తనలు, అతి పోకడలవల్ల హేతువాదం, నాస్తిక వాదం పై ప్రజలకు అపోహలు ఏర్పడటానికి అవకాశం కలిగింది. వాస్తవ దృక్పధంతో హేతువాదాన్ని అర్ధం చేసుకోవడానికి ప్రయత్నిస్తేనే అపోహలు తొలగిపోవడానికి అవకాశం కలిగి మరింత మందిని హేతుబద్ధ ఆలోచనల వైపు మళ్లించే అవకాశం వుంటుంది .

మానవుడు తన దైనందిన జీవితంలో శాస్త్రీయమైన పద్ధతులను అవలంబిస్తాడు. మత గ్రంథాలు చెప్పే లేదా ప్రబోధకులు బోధించే వాటిని గుడ్డిగా అనుసరించటం అనేది నూరు శాతం జరగడం లేదు. ప్రపంచంలో సుమారు 150 నుండి 200 కోట్ల మంది మౌనంగా లౌకిక వాదులుగా, హేతువాదులుగా సమాజంలో తమ జీవనాన్ని కొన సాగిస్తున్నారు.

మత వాదులందరూ నాస్తిక వాదులుగా భావించవచ్చు. ఒకమతాన్ని అనుసరించే వారు అన్య మతాన్ని విశ్వసించరు, దానిపై నమ్మకం కలిగి వుండరు. ఇతర మతస్థులు మరొక మతాన్ని విశ్వసించరు. సమగ్రంగా ఏ మతాన్ని ఎవరూ విశ్వసించడం లేదని రూఢి అవుతోంది. మతాన్ని విశ్వసించినప్పటికీ అతడు, అతడి కుటుంబ సభ్యులు అనారోగ్యం పాలైనప్పుడు వారు నమ్మే మతగ్రంథాలను వల్లించడమో లేక దేవాలయం, చర్చి, మసీదు లేదా మరొక ప్రార్థనా స్థలానికో వెళ్లకుండా వైద్యుడి సహాయంతో వైద్యాన్ని పొంది అనారోగ్యాన్ని తగ్గించుకోవడానికే ప్రయత్నిస్తారు. లోతుగా విశ్లేషిస్తే ప్రతి మనిషిలోనూ శాస్త్రీయ దృక్పథం అనేది నూరు శాతం వుందని నిర్ధారించ వచ్చు.

పుట్టుకతో నే మనిషి స్వతహా నాస్తికుడని చెప్పవచ్చు. గర్భంలో ఉన్నప్పుడు గాని, జన్మించినప్పటి నుండి శిశువు పై మత పరమైన, తల్లిదండ్రుల, బంధువులు, సమీప బంధువులు వల్లించే మతపర క్రతువులు, పద్ధతుల వాతావరణ పరిస్థితుల్లో మతానికి మొగ్గు చూపినట్టుగా కనిపిస్తారు. కాని వారి ఆలోచన శైలి వాస్తవ శాస్త్రీయ దృక్పథంలో ఉన్నవాళ్లే సమాజంలో నలుగురికి ఆదర్శంగా నిలుస్తారు.

మత భావనలతో, మూఢనమ్మకాలతో కూడిన జీవితాన్ని కొనసాగిస్తే సమాజంలో ఒంటరి అయ్యే అవకాశం వుంది. ఆస్తికుడైనప్పటికి జీవన విధానంలో శాస్త్రీయత లోపిస్తే అనేక గడ్డు సమస్యలకు పరిష్కారం లభించక ఇబ్బందులకు గురి కావడం సహజం.

కరోనా సమయంలో కొందరు గుడ్డిగా దైవాన్ని నమ్మి వైద్యం నిరాకరించడం వల్ల తమ జీవితాలను పోగొట్టుకున్నారు. మత విశ్వాసం వల్ల, జాతక చక్రాల మూఢ నమ్మకాలతో సుదీర్ఘ ఆయువుతో బతుకుతామన్న ఆలోచనలు వారి మరణానికి దారితీసింది. కళ్ళ ఎదుట కనిపించే సత్యాలను గమనించకుండా మానవుని ప్రవర్తనలో హేతుబద్ధత లోపిస్తుందో అప్పుడే మానవ పతనానికి, అనైతికతకు దారితీస్తుంది. హేతు వాదులు స్వార్ధపరులు కారు. సమాజానికి మంచి, చెడుల మధ్యనున్న తేడాలను స్పష్టంగా సమాజానికి తెలియ పరుస్తుంటారు. మనిషి ఆలోచనలలో మార్పులు కలిగించడం, సామాజిక, శాస్త్రీయ పరంగా ఆధునికరించుకుంటేనే మానవుని మనుగడ సాధ్యమవుతుంది .

శాస్త్రీయ దృక్పథంతో హేతువాదులు సమాజానికి సేవ చేయడమే కాకుండా ఆర్థికాభివృద్ధితో బాటు కుటుంబ వ్యవస్థ లేదా దేశ సామాజిక పరిస్థితులు ఆర్థిక స్థితి గతులు, సాంఘిక పరిస్థితులను గణనీయంగా ప్రభావితం చేసేలా ప్రవర్తిస్తారు. నాస్తిక వాదం, చార్వాకులు, హేతువాదం, మానవవాదం మరియు కమ్యూనిజం ఎన్ని పేర్లు పెట్టినప్పటికీ అన్నింటా అంతర్లీనమైన మానవాద ప్రగతి కలసి వుంటుంది .

పూర్వకాలం నుంచి ఆ హేతుబద్ధతతో ఆలోచించి ప్రశ్నించ బట్టే సమాజంలో నేడు ప్రతి మనిషి ప్రశ్నించడం అలవాటు చేసుకొని మతం పట్ల, అజ్ఞానం నుంచి జీవితాన్ని సరైన దిశగా సరిదిద్దుకొనే అవకాశం కల్పించుకున్నాడు. కాలక్రమేణా హేతువాదం జీవన విధానంలో కలసి ఉన్నత ప్రగతివైపు మానవుడిని నడిపిస్తోంది.

ప్రశ్నను స్వీకరించే వారు కూడా ప్రశ్నను అర్థం తెలుసుకొని మెదడులో కలుగుతున్న ఆలోచనల గతిని మార్పు చేసుకోవడానికి ఒక అవకాశంగా మలచుకుంటున్నాడు. ప్రశ్నించే వ్యక్తికోసం ఎదురుచూసే సగటు మనుషులు సమాజంలో ఎందరో వున్నారు .

మరొక కోణంలో ఆలోచిస్తే, మతవాదులు ఆశ్రమాలు నిర్మించుకొని స్వచ్ఛంద సామాజిక సేవల ముసుగులో, ఆధ్యాత్మిక సంస్థల రూపంలో స్వామీజీలుగా స్వయం ప్రకటితులు మాఫియా వలె సమాజంలో మాన ప్రాణాలు హరించి వేస్తున్నాయి . ఇలాంటి సంస్థలను శాశ్వతంగా నిషేదించి, నిర్వాహకులపై చట్టపరంగా కఠిన చర్యలు తీసుకోగలిగితేనే అమాయక ప్రజల మాన ప్రాణాలను కాపాడుకోగలుతాము .

భారత దేశంలో అమలులోవున్న రాజ్యాంగం ప్రపంచంలోనే అత్యున్నతమైనది. రాజకీయ నాయకులు రాజ్యాంగాన్ని తమ అవసరాలకై దుర్వినియోగం చేస్తున్నారు. ముందుగా హేతువాద భావనలు, ఆలోచనలు రాజకీయ రంగంలో వుండడం అత్యవసరం.

కొందరు మత వాదులైనా సమాజ హిత కార్యక్రమాలు చేపడుతున్నారు. విద్య, వైద్య రంగాలలో విశేషమైన కృషి చేస్తున్నారు. కరువు కాటక ప్రాంతాలలో తాగునీరు, ఆహారం సరఫరా చేస్తున్నారు. హేతువాదులు మతాన్ని, మత వాదులను వ్యతిరేకిస్తున్నప్పటికీ వీరు అనుసరించే సామాజిక సేవను తక్కువ చేసి చూడడం శాస్త్రీయత కాదు.

సాధారణ పౌరుల అసాధారణమైన సేవలు సమాజానికి అందిస్తున్నారు. మతం పట్ల విశ్వాసం కలిగి వున్నా వారి ఆలోచనలు సామాజిక అంశం తో ముడిబడి వుంటున్నాయి.

రాజ్యాంగ రక్షకుడిగా పేరుగాంచిన ఆధ్యాత్మిక గురువు కేశవానంద భారతి రాజ్యాంగ మౌలిక స్వరూపానికి సంబంధించి సుప్రీంకోర్టు కీలక తీర్పు రావడానికి దారితీసిన పిటిషన్ వేసిన గురువు. కేశవానంద భారతి పేరు భారత చరిత్రలో ఒక కీలక ఘటనతో ముడిపడి మఠం ఆస్తుల విషయంలో ఆయన వేసిన కేసు రాజ్యాంగ మౌలిక స్వరూపం, దాని సంరక్షణ బాధ్యతలపై స్పష్టత రావడానికి కారణమైంది.

"కేశవానంద భారతి వర్సెస్ స్టేట్ ఆఫ్ కేరళ" గా ప్రసిద్ధి గాంచిన ఈ కేసులో రాజ్యాంగంలోని ప్రాథమిక హక్కులను, మౌలిక స్వరూపాన్ని మార్చలేమని, దేశ అత్యున్నత

న్యాయస్థానం వాటి రక్షణ బాధ్యతను నిర్వర్తిస్తుందని సుప్రీం కోర్టు చరిత్రాత్మక తీర్పునిచ్చింది.

రాజ్యాంగం విషయంలో పార్లమెంటుకున్న అధికారాల పట్ల ఒక ముఖ్యమైన నిర్ణయం వెలువడింది. న్యాయ సమీక్ష, లౌకికవాదం, ప్రజాస్వామ్యం, స్వేచ్ఛాయుత ఎన్నికలు, మూల స్థంభాలుగా రాజ్యాంగం రూపొంచించారు. ఈ మౌలిక స్వరూపాన్ని మార్చే హక్కు పార్లమెంట్‌కు లేదని స్పష్టం చేశారు.

ప్రజలకు మేలు జరిగింది. బంగ్లాదేశ్, బ్రెజిల్, కెన్యా, ఉగాండా దేశ న్యాయ స్థానాల తీర్పులను ప్రభావితం చేసింది .

ముక్తాయింపు:

క్రీ . శ. 1600 బ్రూనో జీవించిన కాలం నాటికి ఖగోళ విజ్ఞాన శాస్త్రం ఆవిర్భవించలేదు. జ్యోతిష్యముతో రోగ స్వస్థత, జ్యోతిష్యముతో ముడిపడిన గణిత శాస్త్రము, గ్రహాలు స్థానములు, చలనము, మనుష్యులు విధి విధానాలు, ఆరోగ్యం నిర్దేశిస్తాయని ప్రధాన నమ్మకాలు, సిద్ధాంతాలు చర్చి ఆధీనములో ఆధ్యాత్మికముగా కొనసాగుతుండేవి.

భౌతిక సిద్ధాంతాలు, భౌతికముగా ఆలోచించడం మత వ్యతిరేక చర్యలుగా చర్చి నిషేదించడంతో విజ్ఞాన శాస్త్రములో భౌతిక శాస్త్రవేత్తలు లేరు. పరిశోధనలు చేస్తున్నా బహిరంగ కార్యకలాపాలు, చర్చలు లేవు.

ఖగోళ విజ్ఞాన శాస్త్రములో ప్రాథమిక సూత్రాలు అప్పటికి ఎవరూ ప్రతిపాదించ సాహసం చేయలేదు. జ్యోతిష్య శాస్త్రము ఆధిపత్య స్థానములో వుంది.

విశ్వ రహస్యాలు తెలుసుకోవాలని కుతూహలమున్నా, ప్రాథమిక సూత్రము, భూకేంద్ర సిద్ధాంతము చర్చి కైవసము చేసుకొని కొన్ని వందల సంవత్సరాలుగా తిరుగు లేని సిద్ధాంతముగా ప్రకటించి, దానిపై ఎటువంటి చర్చకు, పరిశోధనలకు అవకాశము కలగనీయకుండా మత అధిపత్య ప్రభుత్వాల పరిపాలనలతో ప్రపంచమంతా కొనసాగిన కాలమది.

అరిస్టాటిల్ భూ కేంద్ర నమూనాను లోతుగా రహస్యంగా పరిశీలిస్తున్న కాలమది.

కోపర్నికస్, బిషప్ చర్చి నందు ప్రధాన ఆచార్యునిగా జ్యోతిష్య శాస్త్రము, దానికి అనుబంధమైన గణితశాస్త్రము వైద్యవిధానములు ఇటలీ యూనివర్సిటీలో అధ్యయనము చేసేవాడు.

ఖగోళ శాస్త్రములో అడుగు పెట్టాలంటే, ముందుగా భౌతిక శాస్త్రము యొక్క పరిధిలో ఉన్న మౌలిక అంశాలు కొన్ని శాస్త్రీయ పద్ధతిలో ప్రయోగాలు చేసి రుజువుచేయాలి.

అందుకు తగిన విద్య, పరిశోధనలు చేసే పరికరాలతో అనువైన వసతి అవకాశాలు ఎవరికి లేవు.

అదే కాలములో ఇటలీలోని పీసా నగరములోపుట్టిన గెలీలియో భౌతిక సూత్రాలపై పరిశోధనలు చేస్తున్న కాలము.

గెలిలీయో టెలిస్కోప్ విప్లవాత్తకమైన ఆవిష్కరణ. దీని సహాయంతో చంద్రుడు భూమి చుట్టూ తిరిగే భూమికి ఉపగ్రహమని కనుగొన్నాడు. భూమి, ఇతరగ్రహాలు సూర్యుడు చుట్టూ తిరిగుతున్నాయని పరిశోధనలతో ఋజువు చేసాడు. బ్రూనో చర్చికి ఆదర్శమైన భూకేంద్ర సిద్ధాంతాన్ని వ్యతిరేకించడంతో చర్చి వారి శిక్షా స్మృతి కి బలయ్యాడు. తదనంతరం సూర్యకేంద్ర సిద్ధాంతాన్ని సాక్ష్యాలతో శాస్త్రీయంగా ఋజువుచేసాడు. చర్చికి ఆదర్శమైన భూకేంద్ర సిద్ధాంత కంచు గోడల్ని బద్దలు కొట్టాడు. గెలీలీయో కి బ్రూనోకి ఏ గతి పట్టిందో అదే గతిపట్టింది. గెలీలీయోకి మాతాధికారులు ఎంత బెదిరించినా, తాను రుజువుచేసిన సూర్యకేంద్ర సిద్ధాంతమునకు వ్యతిరేకముగా భూకేంద్ర సిద్ధాంతము అంగీకరించనని, తను నమ్మిన సిద్ధాంతానికి కట్టుబడి

ఉంటానని నిష్కర్షగా చెప్పడంతో, అతని వాదన చర్చి నియమాలకు విరుద్ధంగా నిర్ధారింపబడి యావజ్జీవ ఖైధీగా శిక్ష అనుభవిస్తూ మరణించాడు.

సర్ ఐజాక్ న్యూటన్ విశ్వ రహస్యాలను కనుగొన్నాడు. ఆల్బర్ట్ ఐన్ స్టీన్ స్థల-కాలాల సాపేక్ష సిద్ధాంతము, అనంతశక్తి సిద్ధాంతము, న్యూక్లియర్ ఎనర్జీతో విద్యుత్తు కేంద్రముల నిర్మాణములు, అణుబాంబులు నిర్మాణము, టెలివిజన్ నిర్మాణానికి శాస్త్రీయ సిద్ధాంతమైన ఫోటో ఎలక్ట్రిక్ ఎఫెక్ట్ థియరీ ఆవిష్కరణ చేశాడు.

నాస్తిక, వాస్తవిక వాదాలు శాస్త్రీయ దృక్పధానికి ప్రాతిపదికగా మానవ మనుగడ, శాంతియుత జీవనంతో సమాజం అత్యున్నత స్థాయిలో మారుతుందని విశ్వసించే వారిలో వ్యాస రచయిత ముందు వరసలో నిలుస్తాడు.

నూతలపాటి నాగేశ్వరరావు

తెనాలి

మృత్యువుతో హేతువాద పోరాటం

సాయిలక్ష్మి ముందూరు, గుడివాడ

హేతువాదం మూలాలు ....

జ్ఞానానికి హేతువు అనేది మాత్రమే నమ్మదగిన ఆధారం అని భావించే తాత్విక ధోరణిని "హేతువాదం" అంటారు. తాత్విక విధానాన్ని విశ్వసించి అనుసరించే వారిని హేతువాదులు అంటారు.

అనేక మంది విజ్ఞాన శాస్త్రవేత్తలు చెబుతున్నారు, నిపుణులు పరిశోధనలు, ఎన్నో అధ్యయనాలు తెలుపుతున్నాయి ఈ మరణం మాత్రం ఇంకా ఎలా సంభవిస్తుందీ? అనేది మాత్రం ఓ అర్థం లేని అనంతమైన ప్రశ్న .... కొన్ని కోట్ల రూపాయలు వెచ్చించినా బదులు దొరకలేదు. బహుశా హేతువాదం మరింత మూలాలు వెతుక్కోవాల్సిన పని ఉందేమో అని నా అనుమానం.

ప్రకృతి అంతా పరిణామ శీలం, ఒక క్రమంలో జరిగే సంఘటనలమయం ఆ పరిణామాల క్రమాన్ని గుర్తించడమే హేతువాదం మనిషిలో చింతనా వ్యవస్థ ఉంది. “హేతువాదం కేవలం నాస్తికత్వం, నిరీశ్వరత్వం కాదు. హేతువాదం హేతువాదమే దేవుడు లేడని అనడం, మతాన్ని విమర్శించటమే హేతువాదం కాదు హేతువాదానికి ప్రాణం స్వేచ్ఛ.”

హేతువాదం నాస్తికత్వానికీ, భౌతిక వాదానికీ, మానవతా వాదానికీ దారితీయవచ్చు నియంతృత్వం దానికి గిట్టదు జ్ఞానం పెరిగిన మేరకు హేతువాదం పరిధి వైశాల్యం పెరుగుతుంది అంతే కాదు విశ్లేషణ మరియు విశాలత తెలుస్తుంది. అందులో ఈ మాసం ఫిబ్రవరి నెలలో చాలా మంది గొప్ప గొప్ప వ్యక్తులు గెలిలీయో, కోపర్నికస్, బ్రూనో, డార్విన్ వీరందరు జన్మించారు వారితో పాటు మనదేశ శాస్త్రవేత్త సర్ సి.వి.రామన్ గారు ఆవిష్కరించిన రామన్ ఎఫెక్ట్ ఫిబ్రవరి28 న జాతీయ సైన్స్ దినోత్సవం సందర్భంగా వీరందరినీ మనం స్మరించుకోవడం మన యొక్క జ్ఞానతత్వం మరియు సత్యాన్వేషణలకు తార్కిక, భౌతికవాదం మొదలైన వాటిని అభివృద్ధి పరుస్తోంది అని చెప్పవచ్చు.

ప్రకృతి లోనే అనేక సంఘటనలకు కారణాలను తెలుసుకొని ముందుకు సాగుతున్నాడు. ఆ క్రమంలో సరియైన శాస్త్రీయ విజ్ఞానం పెరగని ఆదిమ కాలంలో దైవ భావన మొదలైంది. దాని నుండి మతం ఏర్పడి సరియైన శాస్త్రీయ అవగాహన లేకపోవడంతో మతవాదం పెరుగుతున్నది.

మతవాదం మత్తులో కొట్టుకుపోతున్న వ్యక్తులు, వ్యక్తికి, సమాజానికి అవసరమైన హేతువాదంపై అనేక అపోహలు, అపార్థాలను ఆరోపిస్తూ విమర్శించ సాగారు. హేతువాదంపై సరియైన అవగాహన లేని వారే దానిని విమర్శిస్తారంటూ, దానికి అపార్థాలు తీస్తారు.పూర్తిగా మతాన్ని మూఢంగా నమ్మి అంధకారులుగా జీవించే మూర్ఖులు లేక పోలేదు అలా అని మతం ఒక మార్గం మాత్రమే కాదు జాతిని జాగృతిని చేసేది కావాలే కానీ అపోహలు అవాంతరాలు పెంచుకుపోయి నేటి సమాజంలో వింత పోకడలను ... విధ్వంసానికి దారితీసిన పరిణామాలను సైతం చవిచూడాల్సిన పరిస్థితులు నేటి సమాజంలో కనిపిస్తుంది.

విజ్ఞానం మరియు తార్కిక ఆలోచన అనేవి రెండూ ఒకే నాణేనికి ఉన్న బొమ్మ బొరుసు లాంటివి కానీ ఎంత అభివృద్ధి చెందినా సమాజంలో ఇంకా క్రియాశీలక అభివృద్ధి శూన్యం..విస్తృత మానవత్వవాదం పెంపొందించాల్సిన అవసరం ఎంతైనా ఉంది. సామాజిక రుగ్మతలను దూరం చేయాల్సిన అవసరం చాలా ఉంది. అలాగే సత్యాన్వేషణ ... జ్ఞాన సముపార్జన రెండూ రెండు కళ్ళు లాంటివి హేతువాదానికి అవి సమాజ ఉద్ధరణకు భావితరాల వారికి ఎంతో సహేతువు.

నేను నా చుట్టూ అంతా ఉన్న ప్రపంచం గత రెండు సంవత్సరాలుగా ఎదురైన పరిస్థితులు మనిషి జ్ఞాన పరిధులను హేళన చేస్తూ .... కరోనా వైరస్ మొత్తం జనావళిని వెక్కిరించింది. మృత్యువుతో పోరాటం .. కొన్ని వేల మరణాలు సంభవించాయి . ఓ అద్భుతశక్తి మన సృష్టిని నడిపిస్తుంది అని రూఢి పరిచింది. వింత పోకడలపై ఏ విజ్ఞానశాస్త్రం కానీ ఏ శాస్త్రవేత్తలు రుజువు చేయలేక పోవడం హేతువాదం ఓ శూన్యంలోకి వెళ్లిపోయింది. చీకట్లను చీల్చుకుంటూ వెలుతురును వెతుక్కుంటూ .... ఇంకా బాటలు వేసుకునే ప్రయత్నంలోనే ఉంది. నేను అంటున్నాను ఈ హేతువాదులు స్ఫూర్తి కారకులుగా మారాలి. ఇదే నిరాకర నిర్వీర్యమైన హేతువాదంగా మారింది. మృత్యువును జయించే శక్తిని పొందలేదు సరి కదా ఇంకా కరోనా ... కేన్సర్ లాంటి భయంకర వ్యాధులకు నివారణ చర్యలు మాత్రమే సూచిస్తుంది.

తెలుగు డయాస్పోరా సాహిత్యం – వస్తు, కథన రీతులు

ఆచార్య దార్ల వెంకటేశ్వరరావు,
తెలుగుశాఖ అధ్యక్షులు, మానవీయ శాస్త్రాల విభాగం,
యూనివర్సిటీ ఆఫ్ హైదరాబాద్, హైదరాబాద్ – 500 046
ఫోను: 9182685231
ఈ-మెయిల్: darlahcu@gmail.com

Abstract

(ఈ అధ్యాయంలో ప్రపంచీకరణ వల్ల తెలుగువాళ్లు నేడు ప్రపంచ వ్యాప్తంగా విస్తరించి, తమ అనుభవాలను డయాస్పోరా సాహిత్యంగా సాహిత్యీకరిస్తున్న తీరు తెన్నులను అవగాహన చేసుకుంటారు. ఆంగ్లభాషలో తమ భావాల్ని వ్యక్తీకరించడమంటే తమ స్వీయ అస్తిత్వాన్ని కోల్పోవడంగా భావిస్తుండడం వల్లనే భారతీయుల్లో తెలుగు వాళ్ళు తమ మాతృభాషలోనే రచనలు చేస్తున్నారు. ఆ విధంగా తెలుగు డయాస్పోరా సాహిత్యం ద్వారా భారతీయ సాహిత్యానికి కొత్త వస్తువు (ఇతివృత్తం)తో పాటు, కొత్త సాహిత్య కథన రీతులు కూడా పరిచయమవుతున్నాయి. భారతీయులు తమ సాంస్కృతిక సంఘర్షణలో వేష, భాష, ఆహార విషయాలతో పాటు, తాము తరతరాలుగా సంప్రదాయబద్ధంగా జరుపుకునే పండుగల్ని కోల్పోతున్నామనే ఆవేదన కనిపిస్తుంది. దీనితో పాటు, ప్రపంచంలో భారతీయులు తమ అస్తిత్వం కోసం వెతుకులాడటం వంటివన్నీ డయాస్పోరా సాహిత్యంలో కొత్త వస్తువులవుతున్నాయి. ఒకప్పుడు కులం, మతం, వర్గం, జెండర్ వంటి విషయాలు తమ జీవితంలో రకరకాల వైవిధ్యాల్ని, వైరుధ్యాల్ని సృష్టిస్తే, ఇప్పుడు వాటి స్థానంలో మనిషితనం కోసం తపన పెరిగింది. ఈ అధ్యాయంలో తెలుగు డయాస్పోరా కథలు, నవలలు, కవిత్వం మొదలైన ప్రక్రియల్లో కనిపించే వస్తువైవిధ్యం, దాన్ని కథనీకరించిన పద్ధతుల్ని తెలుసుకోగలుగుతారు. డయాస్పోరా తెలుగు సాహిత్య నిర్మాణాంశాల్ని, కథనరీతుల్లో పాత కొత్త కలయికను సంతరించుకున్న ఈ కథనరీతుల్లో నవ్యత కనిపిస్తుంది. భాషాపరంగా తెలుగు డయాస్పోరా సాహిత్యం ఎంతో వైవిధ్యం గోచరిస్తుంది. అన్యభాషా పదజాలాన్ని విస్తృతంగా ప్రయోగిస్తున్నారు. అందువల్ల భాషాపరంగా తెలుగు

దయాస్పోరా సాహిత్యంలో అన్యభాషా పదజాల వాడుకను ప్రత్యేకంగా అధ్యయనం చేసి, కొన్ని నూతన సూత్రీకరణలు చేసే అవకాశం కూడా ఉంది)

(**Key Words**: Diaspora, Culture, Migration, Literature, Indian languages, Transnational, Telugu Diaspora, Indian Literature)

సాహిత్యాన్ని అధ్యయనం చేయడానికి కొన్ని పద్ధతుల్ని పాటిస్తే ఆ రచన లక్ష్యాలను అందుకోగలుగుతాం. సాహిత్యం నుండి సామాజిక, సాంస్కృతికాంశాలను విశ్లేషించడం సామాజిక సాంస్కృతిక పద్ధతి. అధ్యయన సౌలభ్యం కోసం మనం తెలుగు సాహిత్యాన్ని కూడా కాలానుగుణంగా కూడా విభజించుకోవచ్చు. అలాంటప్పుడు ప్రాచీన సాహిత్యాన్ని క్రీ.శ. *19*వ శతాబ్దం వరకు అనుకుంటే, దాని తర్వాత వచ్చిన దాన్ని ఆధునిక సాహిత్యంగా వర్గీకరించుకోవచ్చు. 'సామాజిక ప్రయోజనం, హేతుబద్ధమైన శాస్త్రీయ దృష్టి, వాస్తవికతలపైన ఆధారపడిన సాహిత్య దృక్పథాలు తాత్త్విక భూమికగా కలిగిన ఆధునికత ఒకటి ఉంది. అలాగే, సమకాలీనతనే ఆధునికత గా నిర్వచించుకోవడమూ కనిపిస్తుంది.'[i]

అందుకని దీన్ని సమకాలీన సాహిత్యం అని పిలవడం సమంజసం. సమకాలీన సాహిత్యంలో ఆధునిక సాహిత్యం కూడా ఒక భాగం. అంటే ఆధునిక సాహిత్యం అంతా ఆధునికతను సంతరించుకున్నదని చెప్పలేనట్లే, ప్రాచీన సాహిత్యం అంతా శిష్టసాహిత్యంగానో ఉత్కృష్ట సాహిత్యంగానో, విశిష్ట సాహిత్యంగానో కూడా భావించలేం. అయినప్పటికీ ఒక స్పష్టత, అధ్యయన సౌలభ్యం కోసం 1857 *తర్వాత వచ్చిన సాహిత్యాన్ని అనేకకారణాల వల్ల ఆధునిక సాహిత్యంగా గుర్తించుకునే అవకాశం ఉంది. ఈ దృష్టితో* చూసినప్పుడు 1857కి ముందున్న సాహిత్యాన్ని ప్రాచీన తెలుగు సాహిత్యంగా పిలుచుకోవడంలో సాహితీవేత్తలకు అభ్యంతరం ఉండకపోవచ్చు. ఈ ప్రభావం తెలుగు దయాస్పోరా సాహిత్యంలో కూడా కనిపిస్తుంది.

దయాస్పోరా సాహిత్యంసామాజిక–, సాంస్కృతిక అధ్యయన పద్ధతి:

దయాస్పోరా సాహిత్యాన్ని అధ్యయనం చేస్తున్నప్పుడు *Cultural Globalization* అనే ఒక పదాన్ని కూడా విశ్లేషించుకోవాలి. ఇంటర్నెట్, టి.వి.ల వల్ల వంటలు, ఆటలు మొదలైనవన్నీ కల్చరల్ గ్లోబలైజేషన్ లో భాగమవుతున్నాయి.[ii] కానీ, మత విశ్వాసాలు దీనిలో భాగం కావాలనుకున్నా, వాటికున్న ప్రత్యేక లక్షణాల వల్ల విడివిడిగానే మనగలుగుతున్నాయి. అవి దయాస్పోరా సాహిత్య అధ్యయన ఆవశ్యకతను తెలుపుతున్నాయి. ఇది *theory of cultural imperialism, theory of cultural globalization*లను పరీక్షలకు పెడుతూ, బహుళ సాంస్కృతిక వాదాన్ని బలపరుస్తుంది. ఇది దయాస్పోరా సాహిత్యం– కవిత్వం, కథలు, నవలలను అధ్యయనం చేసే పద్ధతిగా

స్వీకరిస్తున్నాం. అందువల్ల, డయాస్పోరా సాహిత్యాన్ని కూడా *theory of socio-cultural studies* ద్వారా అధ్యయనం చేయడం ఒక పద్ధతి జీవితంలోని వివిధ . వైయక్తిక పార్శ్వాలు, ఆచారాలు సంప్రదాయాలు ఈ అధ్యయనం ద్వారా తెలుస్తాయి. తెలుగులో సురవరం ప్రతాపరెడ్డి (1896 - 1953) ఆంధ్రుల సాంఘిక చరిత్ర (1946) అనే గ్రంథం ద్వారా ఈ పద్ధతిలో సాంస్కృతిక *అధ్యయనానికి శ్రీకారం చుట్టారు*. సాహిత్యాన్ని కేవలం అనుభూతి కోసమే కాకుండా, జీవితంలోని వివిధ ఆర్థిక రాజకీయ, సాంఘిక, . సాంస్కృతిక సమస్యలకు పరిష్కారంగాను, వాటి ప్రతిఫలంగా సాహిత్యాన్ని చూడవచ్చునని నిరూపించినటువంటి గ్రంథం ఆంధ్రుల సాంఘిక చరిత్ర. భావజాల పరంగా కార్ల్ మార్క్స్ గతితార్కిక చారిత్రక భౌతిక వాదం లో కూడా సాహిత్యం సామాజిక వాస్తవికతకు ప్రతిఫలంగా చూస్తుందికానీ ., సాంస్కృతిక విప్లవం అనేది సమాజ బౌద్ధిక జీవితం యొక్క మౌలిక పరివర్తనగా చెబుతూనే, ఉత్పత్తి సాధనాలు పై వ్యక్తిగత స్వామ్యపు రద్దు ప్రాతిపదిక మీద అమలు జరుగుతుంది. అది క్రమేపీ బూర్జువా వర్గాల నుండి, సామాన్య వర్గాల వైపు పయనించి, సామ్యవాదం నెలకొల్పడానికి పయనించే ఒక మార్గంగా చూస్తుంది. దాని లక్ష్యం సమాజమంతా కమ్యూనిస్టు వ్యవస్థ గా రూపాంతరం చెందడం. ఈ క్రమంలో సాహిత్యం కేవలం అనుభూతిని మాత్రమే కాకుండా భౌతిక జీవితంలోని ప్రతిస్పందనలకు ప్రతిఫలంగా వెలువడుతుందని దాని ప్రతిరూపమే వివిధ పాత్రలు, సన్నివేశాలు, సంఘటనల రూపంలో ఆవిష్కృతమవుతుందని ఆ సిద్ధాంతం చెబుతుంది. కానీ, దీనిప్రకారం వ్యక్తిగత స్వామ్యపు విలువలకు ప్రాధాన్యం ఉండదు.[iii] కానీ, బహుళ సాంస్కృతిక వాదంలో భిన్న సంస్కృతులకు, వ్యక్తులకు ప్రాధాన్యత ఉంటుంది. ఒక సంస్కృతికే విలువలు ఉంటాయనే వాదాన్ని ఇది అంగీకరించదు. సంస్కృతి అనేది ప్రతివారి జీవితంలోనూ ఒక భాగంగా రూపొందుతుంది. అది ఆ యా స్థానిక ఆచారాలు, సంప్రదాయాలను, భౌగోళిక పరిస్థితులను బట్టి రూపొందుతూ, అది కొనసాగుతుంది. దీన్ని తెలుగు డయాస్పోరా సాహిత్యం ద్వారా స్పష్టంగా గుర్తించవచ్చు.

ఇరవయ్యో శతాబ్దంలో తెలుగు సాహిత్యాన్ని సుసంపన్నం చేస్తున్న వాటిలో డయాస్పోరా సాహిత్యాన్ని ఒకటిగా గుర్తించాలి. దీన్నే తెలుగులో వలస వాద సాహిత్యం, వలసాంధ్ర సాహిత్యం, ప్రాంతీయేతర ఆంధ్ర సాహిత్యం, ప్రవాసాంధ్ర సాహిత్యం అని కూడా పిలుస్తున్నారు. వీటిలో 'డయాస్పోరాసాహిత్యా'నికి 'ప్రవాసాంధ్ర సాహిత్యం' అనే పారిభాషిక పదాన్ని వాడడం సమంజసమని చాలా మంది భావిస్తున్నారు. కొన్ని ప్రత్యేక కారణాల వల్ల ఇతర దేశాలకు వలసగా గానీ, శాశ్వతంగా గాని వెళ్లి అక్కడ కొన్నాళ్ళు ఉండడం లేదా శాశ్వతంగా అక్కడే ఉండిపోవడం ద్వారా గానీ తమ జీవితానుభవాల్ని సాహిత్యీకరించి రాసేదే డయాస్పోరా సాహిత్యం అంటారు. వలసగా వెళ్ళడం, శాశ్వతంగా ఉండిపోవడమనేది ఒక ప్రాంతం నుండి మరొక ప్రాంతం వెళ్ళడం ద్వారా కూడా

జరుగుతుంది. అది దేశమే కానవసరం లేదు. గ్రామం, జిల్లా, రాష్ట్రం కూడా కావచ్చు. కానీ, ఒకే దేశంలో వలస వెళ్లడం లేదా శాశ్వతంగా తమ జన్మస్థలాన్ని వీడి వెళ్లినా వాళ్ళంతా ఒకే దేశమనే భావన ఉంటుంది. ఒకే పౌరసత్వం ఉండడం దీనికి ఒక ప్రధాన కారణం. దాని వల్ల వాళ్ళకు అభద్రత అనేది అంత ప్రాధాన్యతాంశం కాదు. డయాస్పోరా సాహిత్యంలో దేశాన్ని వీడి వెళ్ళడం అనేది ఒక ప్రత్యేక లక్షణం. దాని వల్ల తమ జన్మస్థలంలో ఉన్నంత స్వేచ్ఛ, ఆ హక్కుల్ని పొందడం ఆ దేశంలో ఉండొచ్చు; ఉండకపోవచ్చు. కానీ, అది తన మాతృదేశం మాత్రం కాదనే భావనే ప్రవాసాంధ్ర సాహిత్యానికి అంకురార్పణ. దీనితో పాటు మరొక వాదన కూడా కనిపిస్తుంది.తెలుగు భాష మాట్లాడే ప్రాంతాల్ని వదిలి ఇతర దేశాల్లో కొంతకాలం జీవించిన వాళ్ళు అక్కడున్న పరిస్థితుల్ని అక్కడే ఉండి గానీ, తర్వాత మరలా తమ ప్రాంతానికి వచ్చిగానీ తెలుగు భాషలో రాసిన సాహిత్యాన్ని కూడా ప్రవాసాంధ్ర సాహిత్యంగా భావించవచ్చుకానీ ., ఏవో కొన్ని అనివార్య కారణాల వల్ల మాతృ దేశాన్ని వదిలేసి పరాయి దేశంలో బ్రతకవలసి వచ్చినప్పుడు కలిగిన అనుభవాల్ని తెలుగు భాషలో అక్కడున్నప్పుడే రాస్తే ఆ సాహిత్యాన్ని ప్రవాసాంధ్ర సాహిత్యంగా పిలవడం సమంజసం. ఇలా పరాయిదేశంలో నివసిస్తూ రాసినంత మాత్రాన ఆ సాహిత్యమంతా ప్రవాసాంధ్ర సాహిత్యం అయిపోతుందా అనేదొక ప్రశ్న. అందువల్ల మాతృదేశాన్ని వదిలి వెళ్ళడం వల్ల కలిగిన జీవిత సంఘర్షణలను ప్రతిఫలిస్తేనే ఆ సాహిత్యాన్ని ప్రవాసాంధ్ర సాహిత్యంగా గుర్తించడం మంచిది.

"*Diaspora* అన్న పదం గ్రీకు పదం, నిజమే! దీనిని, క్రీస్తు పూర్వం *586* లో యూదు జాతి వాళ్ళు దేశ భ్రష్టులై, ఈజిప్ట్ నుండి చెల్లాచెదరైపోయిన సందర్భంలోనే వాడడం కద్దు. కానీ, చిన్న *d* తో రాసిన *diaspora* అన్న మాటని, విధిలేకనో, అప్రయత్న పూర్వకంగానో, స్వదేశాన్ని వదిలి పరదేశాలకి వెళ్ళిన అందరికీ అన్వయించడం మొదలై, చాలా కాలం అయ్యింది." అని వేలూరి వెంకటేశ్వరరావు డయాస్పోరా శబ్దాన్ని వివరించి కింది లక్షణాలను చెప్పి, వీటిలో కొన్ని లక్షణాలున్నా సరిపోతాయన్నారు.[iv]

ప్రవాసాంధ్ర సాహిత్య లక్షణాలు:

*1.*మాతృదేశ జ్ఞాపకాలు

2. పెంపుడు దేశంలో మనని పూర్తి భాగ స్వాములుగా ఎప్పటికీ ఒప్పుకోరు అన్న నమ్మిక (కారణాలు ఏవైతేనే!)

*3.*ఎప్పుడో ఒకప్పుడు మనం వెనక్కి తిరిగి మన మాతృదేశానికి వెళ్తాం అన్న నమ్మకం, ఇది ఎంత పిచ్చి నమ్మకమైనా సరే!

4. మాతృదేశానికి ఏదో మంచి చేద్దామన్న కోరిక, గట్టి పట్టుదల (అందరికీ కాదులెండి.)

5. మాతృదేశ సాహితీ సంస్కృతుల్లో వచ్చే మార్పులలో, 'విప్లవాలలో" భాగస్వాములు కావాలనే కుతూహలం

6. సామూహిక స్పృహ, ధృఢమైన ఏకత్వ నిరూపణ (*project a strong uniform identity.*)

వీటితో పాటు ప్రవాసాంధ్ర సాహిత్యంలో వ్యక్తమై భావాల్ని బట్టి మరికొన్ని లక్షణాల్ని కూడా చేర్చుకోవచ్చు.ప్రవాసాంధ్ర సాహిత్యం అనే భావన ఎప్పటి నుండి ఉందనేది స్పష్టంగా చెప్పలేకపోయినా, ఆ భావన 1990 నుండీ అమెరికాలో స్థిరపడిన తెలుగు వారి నుండి బాగా ప్రాచుర్యంలోకి వచ్చిందని మాత్రం ప్రస్తుత పరిశీలన వల్ల తెలుస్తుంది.[v] డయాస్పోరా కథలను రాస్తున్న వారిలో గొర్తి సాయి బ్రహ్మానందం కూడా ఒకరు. ఆయన అంతర్జాలంలో వస్తున్న 'సారంగ సాహిత్య వారపత్రిక'లో 'డయాస్పోరా కథ ఇంకా పసిబిడ్డే' అనే ఒక వ్యాసంలో డయాస్పోరా సాహిత్యాన్ని గురించి చెప్తూ ఇలా అన్నారు.[vi] అది – నాస్టాల్జియా (మాతృదేశపు జ్ఞాపకాలు). మిగతావి ప్రధానంగా మూడు వర్గాలు – 1) ఎన్నేళ్ళు వలస ఉన్నా పరాయి వాళ్ళమే అన్న భావన 2) భాష, సాంస్కృతుల సంఘర్షణ 3) విలువలు, ఉనికి, ఉమ్మడితనం, దృఢమైన ఏకత్వ నిరూపణ. కారణాలు ఏమయితేనేం, సాధారణంగా డయాస్పోరా కమ్యూనిటీలన్నిటిలో ఈ పైన చెప్పిన అన్నిలక్షణాలూ కనిపించాల్సిన అవసరం లేదు. ఏ కొన్నిలక్షణాలు ఉన్నా, దానిని డయాస్పోరా గా చెప్పవచ్చు.' దీన్ని బట్టి కూడా డయాస్పోరా సాహిత్యంలో భాష-సంస్కృతుల సంఘర్షణ ప్రధానమని తెలుస్తుంది. అందువల్ల తెలుగు డయాస్పోరా సాహిత్యం ఎప్పటి నుండి ప్రారంభమైంది*?* దాని పరిణామ, వికాసాలేమిటి*?* డయాస్పోరియన్లు తెలుగు భాషలోనే ఎందుకు రాయవలసివచ్చిందనే విషయాల్ని సంక్షిప్తంగానైనా సమీక్షించుకోవడం అవసరం.

తెలుగు డయాస్పోరా సాహిత్యం ప్రారంభం దాని వికాస – చరిత్ర:

దక్షిణ భారత దేశంలోని ప్రధానంగా ఆంధ్రప్రదేశ్, తెలంగాణా రాష్ట్రాల్లోని ప్రజలు మాట్లాడే మాతృభాష తెలుగు. ఈ రాష్ట్రాలకు పొరుగున ఉన్న రాష్ట్రాలైన తమిళనాడు, మహారాష్ట్ర, కర్నాటక రాష్ట్రాలలో కూడా తెలుగు వారున్నారు. ఆవిధంగా ఉన్న తెలుగు వారు 2001 జనాభా లెక్కల ప్రకారం సుమారు 60 మిలియన్ల వరకూ ఉన్నట్లు పరిశోధకులు భావిస్తున్నారు[vii]. భారతదేశ వలస పాలనా(1830 to 1920) కాలంలో తొలిసారిగా తెలుగువారు ఫిజీ, మలేషియా, మారిషస్, సింగపూర్, దక్షిణాఫ్రికా తదితర దేశాలకు యుద్ధఖైదీలుగా, పనులకు కూలీలుగా వెళ్ళారు. భారతదేశానికి స్వాతంత్ర్యం వచ్చిన తర్వాత వివిధ వృత్తుల్లో నైపుణ్యం సాధించిన మధ్యతరగతి ప్రజలు ఆస్ట్రేలియా, కెనడా, జర్మనీ, న్యూజిలాండ్, ఇంగ్లండ్ మరియు అమెరికా వంటి అభివృద్ధి చెందిన దేశాలకు

వెళ్ళారు. ప్రస్తుతం తెలుగువారు కంప్యూటర్ సాఫ్టవేర్ రంగంలో నిష్ణాతులైన వారు అమెరికా, కెనడా వంటి దేశాల్లో మాత్రమే కాకుండా ప్రపంచవ్యాప్తంగా విస్తరించారు.

ఇలా ఇతర దేశాల్లో స్థిరపడిన తెలుగువారిని మూడు దశలుగా విభజించుకోవచ్చు. బ్రిటీష్, ఫ్రెంచి పాలకులు భారతదేశాన్ని పాలించేటప్పుడు వారి పాలనలో ఉన్న ఇతర దేశాలకు తెలుగు వారిని కార్మికులుగా తీసుకెళ్లారు. 19వశతాబ్ది మరియు 20 వ శతాబ్ది మొదటి పాదంలోను కార్మికులుగా పనిచేయడానికి వెళ్ళారు. బర్మా, మలయా, ఫిజీ, నాటల్ (దక్షిణాఫ్రికా), మారిషస్ లలో మొక్కలు నాటడానికి, ఫ్యాక్టరీల్లో పనిచేయడానికి, వివిధ చేతివృత్తులు చేయడానికి వీరిని ఆ యా దేశాలకు తరలించారు. కాబట్టి వారికి తమ మాతృభాషలో మాట్లాడాలనీ, రాయాలనీ ఉన్నా పరిస్థితులు అనుకూలించలేదు. ఈ ప్రాంతాలకు వెళ్ళిన వారు మరలా తమ మాతృదేశానికి వచ్చిన వాళ్ళు చాలా తక్కువ. అక్కడే తమ జీవితాల్ని ముగించేసేవారు. వీరందరినీ *kangani labour* అంటారు. చెరకు, రబ్బరు మొక్కల్ని నాటడానికి, వాటిని పెంచడానికి భారతదేశం నుండి తీసుకెళ్ళిన వారిలో తమిళులు కూడా ఉన్నారు. తమిళులు, తెలుగు వారు తమ భాషల్ని మాట్లాడుకోవడం, కొన్ని సంఘాలుగా ఏర్పడి తమ సంస్కృతికి చెందిన పండుగలు చేసుకోవడంతో మాతృదేశాభిమానం, మాతృభాషాభిమానం ప్రారంభమైంది. తమది కాని భాషలో తాము జీవిస్తున్నప్పటికీ తమ సమస్యల్ని సమర్థవంతంగా వివరించుకోవడానికి తొలిదశలో వెళ్ళిన తెలుగు వారు కూడా ప్రయత్నించారు. ఇది మొదట ఫిజీలోను, తర్వాత మారిషస్, దక్షిణాఫ్రికా, బర్మాదేశాలకు వ్యాపించింది. దక్షిణాఫ్రికా, ఫిజీ, బర్మా వంటి దేశాలకు వెళ్లిన తెలుగు వారిలో నాయుడు, రెడ్డి తదితరులతో పాటు, కంసాలి, కుమ్మరి, కోమటి తదితరులు కూడా వెళ్ళారు. అయితే తమ కులాల్ని, తమ వృత్తుల అస్తిత్వాల్ని ఆ దేశాల్లో కోల్పోయారు. భారతీయ తెలుగు ప్రజలు 1931లో ఆంధ్ర మహాసభను దక్షిణాఫ్రికాలో స్థాపించుకున్నారు. దాని ద్వారా తామంతా కలిసి తమ బాధల్ని పంచుకోవడానికి ఒక వేదికగా దాన్ని భావించారు. అలాగే, మలేషియాలో కూడా 1955లో మలేషియా ఆంధ్ర సంఘాన్ని ఏర్పరుచుకున్నారు. తొలిదశలోని ఇలా వచ్చిన తెలుగు డయాస్పోరియన్లను ఓల్డ్ డయాస్పోరియన్స్ గా పిలుస్తారు. ఈ ఓల్డ్ డయాస్పోరియన్లు తాము పనిచేసే చోట ఎదుర్కొనే వివక్షలను ఎదుర్కోవడానికి తమ మాతృభాష తెలుగు ఒక బలమైన పరస్పర వినిమయ సాధనంగా, తెలుగువారిని ఏకం చేసిన భాషగా గుర్తించారు.

తర్వాత కాలంలో అంటే 1960 ప్రాంతాల నాటికి మారిషస్ లో తెలుగు వారిని రెండు రకాలుగా గుర్తించడం ప్రారంభించారు. మారిషస్ లో పుట్టి పెరిగిన భారతీయులు (*'Indo-Mauritians'*) , మారిషస్ వచ్చి స్థిరపడిన ఇతర భారతీయులు (*born outside Mauritius*) గా వీరిని పిలుస్తున్నారు. లభిస్తున్న సెన్సస్ ఆధారాలను బట్టి 1962 నుండి 2000 వరకు మారిషస్ లో గల తెలుగువారిని గమనిస్తే వారి జీవన

విధానంలో అనూహ్యమైన మార్పులను గమనించవచ్చు. వారి జీవనంలో హిందూ మత విశ్వాసాలు, సంప్రదాయాలు వేగంగా వ్యాపించాయి. సనాతన హిందూ సంస్కృతిగా చెప్పుకుంటూ తామంతా ఒక ప్రత్యేక జీవన విధానాన్ని కలిగి ఉండాలనే బలమైన ఆకాంక్షలతో వివిధ సంఘాలను ఏర్పరుచుకున్నారు. ఈ సంఘాల ద్వారా తమ భాష, సంస్కృతులను కాపాడుకోవాలని దృఢనిశ్చయానికి రావడం కూడా కనిపిస్తుంది. వారి ఆకాంక్షలను గౌరవించిన మారిషస్ ప్రభుత్వం కొన్ని భాషలను వారసత్వ భాషలుగా కూడా గుర్తించింది. అందులో తెలుగు కూడా ఉండటాన్ని మనం గమనించాలి. ఈ భాషాసంఘాలు (*Linguistic Groups*) తమ తెలుగు వారి సమస్యల్ని పరిష్కరించుకోవడంతో మొదలు పెట్టి , తమ పిల్లలకు తెలుగు భాషను నేర్పడం, తమ మాతృదేశ, మాతృభాషల్లోని ఔన్నత్యాన్ని తెలియజేయడం మొదలు పెట్టారు. ఇది కేవలం మారిషస్ లోనే కాదు, ప్రపంచవ్యాప్తంగా ఉన్న తెలుగు దయాస్పోరియన్లలోను ఈ పరిణామం కనిపిస్తుంది. మొదట చిన్న చిన్న భజన గీతాల్ని అందరూ కలిసి పాడుతూ, తర్వాత తెలుగు భాషను కూడా నేర్పడం, నేర్పడానికి తమకు తాము కొన్ని సంస్థల్ని ఏర్పాటు చేసుకోవడం ప్రారంభమైంది. మారిషస్ లో తెలుగు వారు ఇంటిదగ్గర, ఇతరులతోను *French Creole* భాషనే మాట్లాడేవారు. కానీ, తమ తెలుగు భాష అతి ప్రాచీనమైనదనీ, దానిలో ఎంతో విలువైన సాహిత్యం, సంస్కృతి నిక్షిప్తమై ఉన్నాయని భావించి, తెలుగు భాషను తమ *French Creole* భాష ద్వారా నేర్పడం, నేర్చుకోవడానికి ప్రయత్నించేవారు. కొన్ని సార్లు వివిధ నాటకాల ప్రదర్శనల ద్వారా తమ తెలుగు భాషను నేర్పడంతో పాటు, పెద్దవాళ్లు కూడా నేర్చుకునేవారు. జానపదకథలు చెప్పడం, సాయంత్రం సమయాల్లో తెలుగువాళ్లంతా ఏకమై దైవ ప్రార్థనల ద్వారా దైవాన్ని స్తుతించడం, రామదాసు కీర్తనలు, నరసింహ శతక పఠనం మొదలైన కార్యక్రమాల ద్వారా తెలుగు భాష నేర్చుకునేవారు. తమ పిల్లలకు తాళపత్రాల మీద లేకపోతే ఇసుకలోను రాయించడం, మాట్లాడించడం ద్వారా తెలుగు భాషను నేర్పేవారు. ఇదంతా తమ భాష యొక్క గొప్పతనాన్ని నిలుపుకోవడానికి చేసిన మహోన్నత ప్రయత్నంగా కనిపిస్తుంది. ఇటువంటి పరిస్థితులే భారతీయులకు ప్రపంచవ్యాప్తంగా కూడా కనపడసాగాయి.

*1946*లో ఏర్పడిన *Mauritius Andhra Maha Sabha (MAMS)* తెలుగు భాషను కాపాడుకోవడాన్ని ఒక ఉద్యమప్రాయంగా భావించి, కొన్ని లక్ష్యాలను ప్రకటించింది. తెలుగు వాళ్ళ మధ్య సఖ్యతను పెంపొందించడం, తమ భాషను కాపాడుకోవడం, తమ దేశీయ సంప్రదాయాలను బట్టి దేవాలయాలను నిర్మించి, అక్కడ తెలుగులో స్తోత్రపాఠాలను వల్లించడం ద్వారా తెలుగును కాపాడుకోవడం వంటివి చేయాలని భావించింది. *1958* నాటికి ప్రభుత్వమే తెలుగువారికి పాఠశాలలను ఏర్పాటు చేసేలా చేయగలిగారు. దీని వల్ల హిందూ దేవాలయాల దగ్గర తెలుగు భజన కీర్తనలు

ఆలపించేవారు. తర్వాత తెలుగు పండుగలను జరుపుకోవడం ప్రారంభించారు. విష్ణుదేవాలయం, శ్రీ వేంకటేశ్వరదేవాలయం, నరసింహస్వామి దేవాలయం తదితర దేవాలయాల నిర్మాణం, దాని దగ్గర ప్రార్థనలు వంటివన్నీ మారిషస్ దేశంలో కనిపిస్తున్నాయి. ఇవన్నీ తెలుగువారిని ఏకం చేయడంలో, తమ భాషలో మాట్లాడుకోవడంలో, తమ భాష గొప్పతనాన్ని తెలుసుకోవడంలో, తమ భాషను తమ తర్వాత తరం వాళ్ళకు అందించాలనుకోవడంలో ఎంతో తపన కనిపిస్తుంది. దీని తర్వాత తెలుగువారిని ఏకం చేయడానికి, ఏకం కావడానికి వీలుగా రోజులో కనీసం ఒక గంటపాటు తమ తెలుగు ప్రసారాలను రేడియోలో ప్రసారం చేయించుకునేవారు. దానిలో తాము రాసిన పాటలు, కథలు, కవితలు, వ్యాసాలు చదివేవారు. ఆ విధంగా చదవడం, రాయడం, మాట్లాడ్డం, సాహిత్య సృజన చేయడం వంటి పరిణామాలు సంభవించాయి. ఆ విధంగా తమ తెలుగు భాష అస్తిత్వాన్ని నిలుపుకోవడానికి సంక్రాంతి, దీపావళి, ఉగాది, వినాయకచవితి మొదలైన పండుగలను కూడా చేసుకొనేవారు. ఇవన్నీ తెలుగు వారిని తమ భాష ద్వారా తమ అస్తిత్వాన్ని గుర్తించేలా చేసుకున్నాయి.

ఇంచుమించు ఇటువంటి అస్తిత్వ సంఘర్షణే అమెరికా తెలుగువారిలోనూ కనిపిస్తుందికానీ ., అమెరికా వచ్చిన తెలుగువాళ్లు *1960*ల తర్వాత వాళ్ళ గురించే తెలుస్తుంది. అప్పటికే భారతదేశం కూడా శాస్త్ర, సాంకేతికరంగాల్లో ముందుకొస్తుంది. అందువల్ల భారతదేశంలో చదువుకున్న మధ్యతరగతి తెలుగు వాళ్ళు అమెరికాలో శాస్త్రవేత్తలుగా, ఇంజనీర్లుగా, సాఫ్టవేర్ ఉద్యోగులుగా రావడం ప్రారంభించారు సంపాదన . ఉన్నప్పటికీ వారిలో ఒకఅసంతృప్తి భీజాలు నాటుకోవడం, కారణాలు అన్వేషిస్తే, తమ జాతి అస్తిత్వాన్నేదో కోల్పోతున్నామనే వెలితి వాళ్ళకి తెలిసింది. తమకెంతో ఇంగ్లీషు వచ్చుననుకున్నవాళ్ళు, అక్కడకి వెళ్ళిన తర్వాత తమ ఇంగ్లీషుని వాళ్ళు సరిగా గుర్తించకపోవడం, తమకి సరిగ్గా ఇంగ్లీషే రాదనే స్థితికి కూడా నెట్టబడ్డం వంటివన్నీ మరలా తమ తెలుగు భాషలో రాసుకోవడానికి కొన్ని కారణాలయ్యాయి . తమ కష్టనష్టాలను, అక్కడి కొత్త జీవితాలను, తమ మాతృదేశంతో పోల్చుకుంటూ వాటిని వివిధ సాహిత్య ప్రక్రియల్లో రాసుకోవడం మొదలు పెట్టారు . ఆంగ్ల భాషలో ఎంత రాసినప్పటికీ తమ లక్ష్యపాఠకులైన తెలుగువాళ్ళకి ఆ ఇంగ్లీషు భాష ద్వారా చేరవేయడం కష్టమని భావించారు ఆ కారణం వల్ల . కూడా తమ మాతృభాష తెలుగులో రాయడం ప్రారంభించారుకానీ ., స్వచ్ఛమైన తెలుగులో రాయలేకపోయేవారుతెలుగు కలిసి భాషలో-ఇంగ్లీషు . తమ రచనలు కొనసాగేవిమొదట తమ భావాలు అర్థం కావడం కోసం రాసుకున్నా ., తర్వాత కాలంలో తెలుగు భాష గొప్పతనాన్ని, సాహిత్య విలువల్ని గుర్తించి రాయడం మొదలు పెట్టారు తమ . తెలుగు భాషలో ఉన్న మాధుర్యం ఇతరభాషల్లో లేదనీ, అవధానాలు, పద్యాలు వాటికి నిదర్శనాలను ఒక ఉద్యమప్రాయంగా ప్రపంచవ్యాప్తంగా ఉన్న తెలుగు డయాస్పోరియన్లు

భావిస్తున్నారు .ప్రపంచవ్యాప్తంగా ఉన్న తెలుగు డయాస్పోరియన్లు వివిధ సంఘాలు స్థాపించి, సాహిత్య సమావేశాలు నిర్వహించుకొంటూ తెలుగువారంతా ప్రపంచంలో ఎక్కడున్నా ఒక్కటేనని ఆలోచనను కలిగిస్తున్నారుశాస్త్ర ., సాంకేతిక రంగాల్లో వచ్చిన మార్పులు, అనుకూలతలను బట్టి తెలుగులో రాయడం, మాట్లాడ్డం, ప్రచురించుకొని, వాటిని తమకు కావలసిన వారికి అందజేయడం చాలా సులభం కావడం వల్ల కేవలం ఇంగ్లీషు లేదా మరేదైనా పరభాషలోనే రాయాలనే అగత్యం లేదని కూడా భావిస్తున్నారు . ఇవన్నీ ప్రపంచవ్యాప్తంగా ఉన్న తెలుగు డయాస్పోరియన్లు తెలుగు అస్తిత్వం కోసం పడిన చరిత్రను తెలుపుతున్నాయి . వీటిని కింది విధంగా కొన్ని దశలుగా విశ్లేషించుకొనే అవకాశం ఉంది.

--*1960*లకి ముందు ఉద్యోగ రీత్యా అమెరికా వచ్చి, స్థిరపడి, తెలుగు భాషకోసం అన్వేషించేటప్పుడు, ఆంధ్రేతర భాషల్లోనూ, అప్పుడప్పుడూ తెలుగు ప్రాంతాలకు వచ్చినప్పుడు రాసిన తెలుగు భాషా రచనల్లోనూ ఈ సాహిత్యం కనిపించినా, దానిలో నాస్టాల్జియా అత్యధికంగా కనిపిస్తుందిఅమెరికా కథలు ., అమెరికా కవిత్వం అనే విశేషణాలతో అమెరికా తెలుగు డయాస్పోరా సాహిత్యం వెలువడుతోంది.

--*1970*తర్వాత రెండవ తరం తెలుగు వాళ్ళు సంస్కృతి గురించిన తపనతో, తమ మత, కుల, ప్రాంతీయ పరిస్థితుల్నే తమ రచనల్లో నిక్షిప్తం చేయడం కనిపిస్తుంది.

-- *1971* లో స్థాపించుకుని, అయిదేళ్ళపాటు నడిపిన 'తెలుగు భాష పత్రిక'' లో శాస్త్ర రచనలతో పాటు, సాహిత్యం కూడా ప్రచురించారు . మొదట చేతిరాత పత్రికగా ఉన్నా, తర్వాత అది అచ్చు పత్రికగా మారింది. *1977 – 82* మధ్యలో 'తెలుగు అమెరికా'' పత్రిక చికాగో నుంచి వెలువడేది. ప్రతియేటా ప్రచురించే 'తెలుగు వెలుగు'' సంచికల్లోను, ఆటా, తానా వారి వార్షిక సంచికల్లోను కొన్ని సృజనాత్మక రచనలు ప్రచురించేవారు.

--*1990* తర్వాత భారతదేశంలో పారిశ్రామికీకరణ, ఆర్థిక సరళీకృత విధానాల ఫలితంగా తెలుగు వాళ్ళు అధిక సంఖ్యలో, అనేక మత, కుల వర్గాల వాళ్ళు అమెరికా, ఇతర ప్రపంచదేశాలకు వెళ్ళడానికి అవకాశం కలిగింది. అక్కడి పరిస్థితులతో నిజమైన డయాస్పోరా సాహిత్య భావన ఈ కాలంలోనే ఏర్పడింది.

--తర్వాత కాలంలో 'రచ్చబండ'' ఇంటర్నెట్ చర్చావేదిక, ఈమాట, సుజనరంజని వెబ్ పత్రికలు సాహిత్యాన్ని రాసేటట్లు ప్రోత్సహించాయి . ఇవన్నీ అమెరికా, ఇతర దేశాల్లోని తెలుగు వాళ్ళని రాసేటట్లు ప్రేరేపించాయి.

ప్రస్తుతం ఇంటర్నెట్ బాగా అందుబాటులోకి వచ్చిన తర్వాత తమకిష్టమైన భాషలో ఉచితంగా రాసుకునే అవకాశం 'బ్లాగు'' ల వల్ల కలిగింది . దీనితో వందల సంఖ్యలో సొంతంగా బ్లాగులు రూపొందించుకుని, వాటిలో తమ జీవితానికి సంబంధించిన

అనేక విషయాల్ని రాస్తున్నారు . నిడదవోలు మాలతి 'తూలిక'' మొదట్లో ఆంగ్లంలోను, తర్వాత తెలుగులోను వెబ్ పత్రికను నడిపారుతెలుగు రచనల్ని ., ముఖ్యంగా స్త్రీ భావాల్ని ప్రతిఫలించే రచనల్ని అనువదించి అందించేవారు.

1995 నుంచీ వంగూరి ఫౌండేషన్ ఆఫ్ అమెరికా వారి ఆధ్వర్యంలో ''అమెరికా తెలుగు కథ'' పేరుతో కథాసంపుటాలను ప్రచురిస్తున్నారు. ఈ నేపథ్యం నుండే వచ్చిన ఒక బృహత్తర కథా సంకలనం ''*20*వ శతాబ్దంలో అమెరికా తెలుగు కథానిక మరియు తెలుగు సాహితీవేత్తల పరిచయం'' పేరుతో *2009*లో ఒక గ్రంథం వెలువడింది. దీనిలో *1964* నుంచీ *1999* వరకూ అమెరికా నుంచి ప్రచురితమైన *116* కథలున్నాయి. ప్రవాసాంధ్ర సాహిత్యం ఎక్కువగా కథల్లో కనిపిస్తోంది. తర్వాత స్థానంలో కవిత్వం, నవల, నాటకం తదితర ప్రక్రియల్లోను వస్తోంది. వీటితో పాటు డయాస్పోరా జీవన సంస్కృతిని వ్యాసరూపంలో కూడా విరివిగానే అందిస్తున్నారు. ఈ సాహిత్యాన్ని తీసుకొని రావడంలో రచయిత వంగూరి చిట్టెన్ రాజుగారి కృషిని ప్రత్యేకంగా ప్రశంసించాలి.

తెలుగు పత్రికల ప్రచురణ:

ప్రపంచవ్యాప్తంగా ఉన్న తెలుగు వారు తాము నివాసముంటున్న దేశాల్లో వివిధ సాంస్కృతిక సంఘాలుగా ఏర్పడి ప్రత్యేక సంచికలు ప్రచురించుకుంటున్నారు. వీటితో పాటు (ఇంటర్నెట్ ద్వారా ఈమ (1998), సుజనరంజని (2004), ప్రజాకళ (ప్రస్తుతం రావడంలేదు), ప్రాణహిత, కౌముది (2007), వాకిలి (2013, ప్రస్తుతం ఆగిపోయింది) మధురవాణి (2016) సారంగ మొదలైన పత్రికలు తెలుగు డయాస్పోరా సాహిత్యాన్ని ప్రచురిస్తున్నాయి. కొన్ని పత్రికలు రకరకాల కారణాల వల్ల ఆగిపోగా, వాటిలో ప్రచురించడానికంటే తెలుగు ప్రాంతాల్లో వస్తున్న ప్రింట్ పత్రికల్లో ప్రచురించుకోవడానికే ఎక్కువమంది ఆసక్తి చూపడం కూడా మరొక కారణంగా కనిపిస్తుంది. ఏది ఏమైనా ఇవే కాకుండా వార్షిక సంచికలు, ప్రత్యేక సంచికల పేర్లతో వివిధ సంఘాల వారు ప్రచురిస్తున్న పత్రికలు కూడా తెలుగు డయాస్పోరా సాహిత్యాన్ని ప్రచురిస్తూ తమ ప్రత్యేకతను నింపుకుంటున్నాయి. తమ అస్తిత్వ సంఘర్షణకు నిలువుటద్దంలా నిలబడుతున్నాయి.

ఇలా ఈ పత్రికల్లో వచ్చిన రచనలు, విడివిడిగా పుస్తకాలుగా ప్రచురించుకున్న సాహిత్యాన్ని అవగాహన చేసుకోవడానికి, భారతీయ రచయితలు వాళ్ళు ఏ ప్రాంతానికి చెందిన వాళ్ళైనా ఇంగ్లీషుకంటే తమ భారతీయ భాషల్లోనే రాసుకోవాలనుకోవడానికి తమ ప్రత్యేకతను నిలుపుకోవాలనుకోవడమే ప్రధాన కారణంగా కనిపిస్తుందితమ భాష ., సంస్కృతుల ఔన్నత్యాన్ని తాము రాసే భాష ద్వారానే నిలబెట్టుకోవచ్చుననే ఒక బలమైన నమ్మకం కూడా మరొక ప్రధాన కారణంగా చెప్పవచ్చు'.ఒక కాలంలో వెలుగు చూసిన ఒక

జాతి సాహిత్యాన్ని చదవడం ద్వారా ఆ జాతి సామాజిక, సాంస్కృతిక అభివృద్ధిని అర్థం చేసుకోవడానికి ఉపకరించేది సామాజిక, సాంస్కృతిక అధ్యయన పద్ధతి .'చారిత్రక అధ్యయన పద్ధతికీ దీనికి దగ్గర సంబంధం ఉన్నట్లున్నా, సామాజికాంశాలు ప్రాధాన్యాన్ని సంతరించుకోవడం దీనిలో ముఖ్యాంశంగా భావించాలి. ఈ సాహిత్యాన్ని సామాజిక, సాంస్కృతిక అధ్యయన పద్ధతిలో అవగాహన చేసుకోవడమెలాగో తెలుసుకోవడానికి సాహిత్యాన్ని సృజన చేస్తున్న వారి నేపథ్యాల్ని కూడా తెలుసుకోవలసిన అవసరం ఉంది. అందువల్ల తెలుగు డయాస్పోరా సాహిత్యాన్ని సృష్టిస్తున్నవారి గురించి సంక్షిప్తంగా ప్రస్తావించుకుందాం.

తెలుగు డయాస్పోరా సాహిత్యం రాస్తున్న రచయిత/త్రులు - రచనల పరిచయం:

తెలుగు వారు ప్రపంచవ్యాప్తంగా విస్తరించిన విధానాన్ని పరిశీలించిన తర్వాత, వారి వివరాలు, రచనలను సంక్షిప్తంగా తెలుసుకుందాం. దీనివల్ల వీరి వృత్తులు వేరైనా ప్రవృత్తులు సాహిత్య పఠనం, సాహిత్య రచనలని స్పష్టమవుతుంది. తమ జీవితానుభవాల నుండి సాహిత్యాన్ని రాస్తున్నారని తెలుస్తుంది.

నిడదవోలు మాలతి (1937-) ఆంగ్లభాష, సాహిత్యంలోను, లైబ్రరీ సైన్స్ లోను మాస్టర్స్ డిగ్రీ చేశారు. తిరుపతిలో కొన్నాళ్ళు పనిచేశారు. తర్వాత 1973 నుండి అమెరికాలో ఉంటున్నారు. తూలిక అనే అంతర్జాల మాస పత్రికను తెలుగు, ఇంగ్లీషుల్లో ప్రచురిస్తున్నారు. వందలాది కథలు రాశారు. కథామాలతి పేరుతో ఐదు సంపుటాలుగా ప్రచురించారు. ఎన్నెమ్మ కథలు రెండు భాగాలుగా వచ్చాయి. మార్పు నవల నాలుగు భాగాల్లో రాశారు. దీనితో పాటు చాతక పక్షులు అనే నవలను కూడా రాశారు. రంగుతోలు అనే కథ తెలుగు డయాస్పోరా కథ. ఈ కథను ఇంతకు ముందే విశ్లేషించుకున్నాం. వీటితో పాటు కొనేమనిషి (1976), జమాఖర్చుల పట్టిక (1982), అమ్మ తపన (1982), నిజానికీ, ఫెమినిజానికి మధ్య (1987), దేవిపూజ (1987) మొదలైన కథలు తెలుగు ప్రాంతాల నుండి వస్తున్న ఆంధ్రజ్యోతి, ఆంధ్రప్రభ, స్వాతి మాసపత్రికల్లో ప్రచురితమయ్యాయి. కోపం, రంగుతోలు, గ్రహబలాబలాలు, అక్షరం పరమం పదం, పెంపకం మొదలైన కథలు ఈమాట అంతర్జాల మాసపత్రికలో ప్రచురితమయ్యాయి. ఈమె కథల్లో స్త్రీ ఆలోచన, దృక్పథాల నుండి రాసిన జీవితం కనిపిస్తుంది.

వేలూరి వేంకటేశ్వరరావు తెలుగు డయాస్పోరా కథలు, వ్యాసాలు రాస్తున్న ప్రముఖుల్లో ఒకరు. ఆంధ్రప్రదేశ్ రాష్ట్రం, పశ్చిమగోదావరి జిల్లాలో 1938లో జన్మించిన ఈయన భౌతికశాస్త్రంలో డాక్టరేట్ చేశారు. చికాగో విశ్వవిద్యాలయంలోరీసెర్చ్

సైంటిస్టుగా చేశారు. తెలుగులో అనేక కథలు, వ్యాసాలు రాశారు. ఈయన రాసిన కొన్ని కథలు 'మా తెలుగు మాష్టారు నాక్ చిత్రం, (1998), అంటు అత్తగారు (2002), స్వర్గంలో స్టీవ్ టీజ్ (2002), చెరగని స్మృతులు (2003), గుర్రాలు గుగ్గిళ్ళు (2006), రీ సైకిల్ (2006), ఆ నేల, ఆ నీరు, ఆ గాలి (2006), తరం మారినా (2007), మహారాజనాలంటే... (2007), అనాథ ప్రేత సంస్కారాత్.. (2002), తెలుగు కావ్య పురుషుడి కథ (2008), దేశమును ప్రేమించుకున్నా (2008), పడమట సంధ్యారాగం (2009)రెండు బంటు పోయాయి (2010), పడిపోయిన సఫాయి (2013), స్మరణ కథ (2011), గోమెజ్ ఎప్పుడొస్తాడో (2014) మొదలైన కథల్లో తెలుగు వారి డయాస్పోరా జీవితాలు కనిపిస్తాయి. ఈ వ్యాసంలో అంటు-అత్తగారు కథను విశ్లేషించుకున్నాం. ఈయన కథలు 'మెటామార్ఫసిస్' పేరుతో 1998లో వంగూరి ఫౌండేషన్ ఆఫ్ అమెరికా వారు ప్రచురించారు.

యార్లగడ్డ కిమీర (1975-) కృష్ణాజిల్లా నుండి అమెరికా వెళ్ళి స్థిరపడ్డ కవయిత్రి. వాషింగ్ టన్ డి.సిలో డైటీషియన్ గా పనిచేస్తున్నారు. వెల్కంబ్యాక్ (1985), గ్రీన్ కార్డ్ (1985), మీదేవూరు (2005) అనే కథలతో పాటు 'బ్యూటి సెలూన్ ' పేరుతో 1990లో ఒక నాటకాన్ని కూడా రాశారు. వీటితో పాటు ముఖపత్రసుందరి, చూడు చూడు అమెరికా పేర్లతో ఆంధ్రజ్యోతిలో ధారావాహికగా 1982, 1986లలో నవలలు ప్రచురించారు. ప్రవాసాంధ్రుల ఆశాకిరణం (కథా సంపుటి), దృక్పథం, కుక్కతోక, రంగుల రాట్నం, పెళ్లి చేసుకుంటే చూడు, తూర్పుపడమర, అన్వేషణ,లోని , కొత్తగా రెక్కలొచ్చెనా, వాన ప్రస్థాశ్రమం, అశాకిరణం, వ్యక్తిత్వం, ఉగాది పచ్చడి, చీకటి వెలుగు, పదహారేళ్ళ వయస్సు, అభాసులు- అభాతలు, సంఘర్షణ, నిర్ణయం, అగాధం, సర్ ప్రైజ్, ఎండ మావులు, ముసురు చీకట్లో మెరుపు కిరణం, చిరుదీపం (1999సెప్టెంబరు ఈ మాట), అనుబంధం, తృప్తి, అమర ప్రేమ, వేప పువ్వు, మట్టి కండలు (తానా -2011) మెదలైనవి ఉన్నాయి."అమెరికాలో తెలుగు నేర్పించడం ఎలా?" పేరుతో రాసిన వ్యాసంలో అమెరికాలో తెలుగు నేర్చుకోవడానికి చేస్తున్న ప్రయత్నాలు కనిపిస్తున్నాయి.

వంగూరి చిట్టెన్ రాజు

అమెరికా ఆంధ్రుల జీవితంలో కనిపించే సమస్యలపై ఎన్నో కథలు వచ్చాయి. 1994లో ఏర్పడిన వంగూరి ఫౌండేషన్ ఆఫ్ ఆమెరికా ఇటువంటి తెలుగు కథలను పుస్తక రూపంలో తీసుకొని రావడానికి ఎంతగానో కృషి చేస్తుంది. ఈ ఫౌండేషన్ ఆధ్వర్యంలోనే 1995 జులైలో హ్యూస్టన్ నుంచి అమెరికా తెలుగు కథానిక మొదటి సంకలనం వచ్చింది.

వంగూరి చిట్టెన్ రాజు తూర్పుగోదావరి జిల్లా, కాకినాడలో జన్మించారు.గత 40 సంవత్సరాలుగా అమెరికాలోని హ్యూస్టన్, టెక్సస్లో నివసిస్తున్నారు. కాకినాడలోను, ముంబాయిలోనూ ఇండియన్ ఇనిస్టిట్యూట్ ఆఫ్ టెక్నాలజీలోనూ మెకానికల్ ఇంజనీరింగులో డాక్టరేట్ చేసారు.తెలుగు సారస్వతమంటే ఎంతో అభిమానం. ఉత్తర అమెరికా తెలుగు రచయితల పట్ల అమిత గౌరవం, పాతిక వరకూ నాటికలు, అనేక కథలూ రాశారు. రచనలో, ప్రవృత్తిలో హాస్య ప్రియులు. అనేక సాహిత్య బహుమతులు పొందారు. 1994 నుంచి వంగూరి ఫౌండేషన్ ఆఫ్ అమెరికా వ్యవస్థాపక అధ్యక్షులు గతంలో తానా, ఆటా వారి అమెరికా భారతికీ ప్రధాన సంపాదకులుగా వ్యవహరించిన ఏకైక ప్రవాసాంధ్ర రచయితగా ఈయనపై పరిశోధన చేసినవారు పేర్కొన్నారు., వేగ్నేశా ఫౌండేషన్ వారి వికలాంగుల సేవాసంస్థకు అమెరికాలో సంధానకర్తగా కూడా వీరు వ్యవహరిస్తున్నారు. చిట్టెన్ రాజు గారి కథల్లో జలపాల, ఆకాశవాణి - బోస్టన్, భాషాదోషం, చైనా వాడి, నిరుద్యోగ పర్వం,అమెరికా వాహన యోగం, మార్జాలోపాఖ్యానం, సొంత వ్యాపారం, అత్తగారు- హార్టెటాకూ, కంచం మంచం, చందాల రాజు,మనవాళ్ళుట్టి వెధవాయలోయ్, దంతవేదాంతం, చేగోడి కంప్యూటర్ కంపెనీ, రెండో చేగోడ్ కంప్యూటర్ ప్రోగ్రామర్, మామగారూ మామిడి చెట్టూ, చీకట్లో సన్మానం! స్వామి డి.అనంద్ మహరాజ్ , స్వదేశాంధ్ర ప్రవాసాంధ్ర, విదేశాంధ్రుల పెళ్లి, షాకులు, జోకులూ, రెండో జులాపాల, బృందావనం మొదలైన వాటిని పేర్కొనవచ్చు. వీరు ప్రచురించిన పుస్తకాలల్లో అమెరికా కామెడీ కథలు – కథాసంపుటి 2004, అమెరికా కాలక్షేపం – హాస్య వ్యాస సంపుటి 2006, అమెరికా కామెడీ నాటికలు – హాస్య నాటికల సంపుటి 2008, అమెరికా కామెడీ కబుర్లు - హాస్య వ్యాస సంపుటి 2009 వంటివెన్నో ఉన్నాయి. ఇంకా అనేక వ్యాసాలు రాశారు.

కలశపూడి శ్రీనివాసరావు ఫ్యారిస్ లో బయోటెక్నాలజీలో డాక్టరేట్ చేసి, ఫ్యారిస్, ఫ్రాన్స్ లో ఉద్యోగం చేసి, అమెరికాలో స్థిరపడ్డ తెలుగు కథారచయిత. ఈయన విజయనగరం జిల్లా బొబ్బిలిలో పుట్టారు. తూర్పుబడి-పడమటి గుడి (1997), . మీ ఆవిడను కొట్టారా (1999), చెత్తకు కరువొచ్చింది (2000), ఆటో మీటర్ ఆటోమెటిక్ (2000), సంకల్పం (2000) పిలుపు (2000), డెత్ సర్టిఫికెట్ (2000) ప్రైవేటీకరణ మూడోలేక్కే శరణం (2000), తైలవర్ణ చిత్రం (2000), బొబ్బిలి (2001), తలపుల రసీదు (2010) లక్షడాలర్లు, వైట్ హౌస్లో గిరీశం (1993) మొదలైన కథలు రాశారు.

వీరితోపాటు వంగూరి చిట్టెన్ రాజు హాస్య కథలను రాయడంలో అందెవేసిన చేయి. కథ మొదలు పెడితే అయిపోయేదాకా ఆగకుండా చదివించగలశైలి వీరి సొంతం. వీరి ఆధ్వర్యంలో త్రైమాస అంతర్జాల పత్రిక అనే పత్రిక నడుస్తుంది. నోరిరాధిక, వేలూరి వెంకటేశ్వరరావు, ఆరి సీతారామయ్య, కల్పనారెంటాల, అప్సర్, కె.గీత మొదలైనవారు డయాస్పోరా సాహిత్యాన్ని పరిపుష్టం చేసే కథలు, నవలలు, వ్యాసాలు రాస్తున్నారు. కల్పనా

రెంటాల, అఫ్సర్ గార్లు ఇద్దరూ వివిధ పత్రికల్లో సంపాదకులుగా పనిచేసి, ప్రస్తుతం అమెరికాలో ఉన్నారు. తమ పాత్రికేయ అనుభవంతో 'సారంగ' అంతర్జాల పత్రికను నడుపుతున్నారు. కె.గీత గారు కూడా 'నెచ్చెలి' అంతర్జాల వనితా పత్రికను నడుపుతున్నారు. డయాస్పోరా సాహిత్యంతో పాటు అన్ని రకాల ప్రక్రియలకు, అన్ని వర్గాల సాహిత్యానికి అవకాశం కల్పిస్తూ సారంగను నడిపిస్తున్నారు.

ఇలా అనేకమంది రచయితలు, రచయిత్రులు తమ కథలు, కవితలు, నవలలు, నాటకాల ద్వారా డయాస్పోరా సాహిత్యాన్ని రాస్తున్నారు. పేర్ల జాబితా చెప్తే వ్యాసమంతా పేర్లతోనే నిండిపోతుందని రాయడం లేదు. వీరి రచనల్లో ప్రధానంగా తమ సంస్కృతిని పరిరక్షించుకోవాలనే తపన కనిపిస్తుంది అందువల్ల తమ మాతృభాష అయిన తెలుగులోనే . అమెరికా .తమ రచనలు చేస్తున్నారు లేదా ఇతర దేశాల్లో మహోన్నతమైన జీవితం ఉందని భావించేవాళ్లకు ఈ రచనలు ఆ యా దేశాల్లో భారతీయులైన తెలుగువారు వివిధ భాషల మధ్య, వివిధ సంస్కృతుల మధ్య జీవిస్తూ తమ దేశ సంస్కృతినే గొప్పదిగా భావించడం కనిపిస్తుందిఈ రచయితల్లో డయాస్పోరా సాహిత్యా .నికి ప్రాతినిధ్యం వహించేటట్లు ఉన్న కొన్ని కథలను, ఆ కథల్లోని వివిధ అంశాలను విశ్లేషిస్తాను.

మాతృభాషపై మమకారం:

కల్పనా రెంటాల రాసిన 'హోమ్ రన్ ' (2013) కథలో సుచిత్ర తన కొడుకు క్రిష్ కి తెలుగు భాష నేర్పడానికి పడే తపన కనిపిస్తుంది. క్రిష్ అమెరికాలోనే పుట్టి, పెరుగుతున్నా, భారతదేశంలో కుటుంబమంతా ఉండటం వల్ల వాళ్ళతో సంబంధ బాంధవ్యాలు కొనసాగాలంటే తెలుగు భాష అవసరమెంతుందో గుర్తించాల్సిన అవసరాన్ని చెప్పిన కథ. అందుకే ఇంటిలో తెలుగులో మాట్లాడమనీ, తెలుగు భాష నేర్చుకోమనీ చెప్తుంటుంది. ఇటువంటి కథే అంబల్ల జనార్థన్ 'శ్రీకారం' (1997) భారతదేశంలోనే తెలుగు భాష మాట్లాడే ప్రాంతం నుండి మహారాష్ట్రవెళ్ళి స్థిరపడిన వాళ్ళు కూడా మరలా తమ సంబంధ బాంధవ్యాల్ని కొనసాగించుకోవాలంటే మాతృభాషేశరణ్యమనేది చాలా బాగా రాశారు. జగన్ భారతదేశంలోని ఒక రాష్ట్రమైన మహారాష్ట్రలో జీవిస్తూ, తెలుగు నేర్చుకునే అవకాశం ఉన్నా దాన్ని తక్కువగా భావించి నేర్చుకోడు. తీరా తన సొంతూరు వచ్చినప్పుడు తెలుగు భాష రాకపోతే పడే కష్టాలేమిటో బస్సుల మీద రాసిన తన ఊరిపేర్లను కూడా చదవలేకపోవడం, తెలుగు దినపత్రికలో బొమ్మలు తప్ప భాష అర్థం కాకపోవడం, ఒక పల్లెటూరి వాడి దగ్గర తన ఆంగ్ల భాష పటాటాపాన్ని ప్రదర్శించి భంగపడ్డం, తర్వాత అమెరికాలో ఉన్నా తెలుగు నేర్చుకున్న క్రిష్ అందరితో కలివిడిగా కలిసిపోవడం వంటి సన్నివేశాల్ని చక్కగా వర్ణించి మాతృభాష ప్రాధాన్యాన్ని వివరించాడు రచయిత. అమెరికా వెళ్ళినా తమ భాషవాళ్ళు కనిపిస్తే కలిగే ఆనందాన్ని కూడా ప్రవాసాంధ్ర రచయితలు,

రచయిత్రులు వర్ణించారు. సామాజిక జీవన విధానంలో భాష కూడా ఒక అంశం. భాష జీవనాన్ని ఎలా నిర్దేశిస్తుందో సామాజిక, సాంస్కృతిక కోణంతో అధ్యయనం చేయవచ్చు.

తమకు ఇంగ్లీషు ఎంతో వచ్చనుకున్న వాళ్ళు ఆంగ్లసాహిత్యాన్ని లోతుగా చదివిన తర్వాత, వాళ్ళతో మాట్లాడిన తర్వాత తమకు వచ్చిన ఇంగ్లీషు చాలా తక్కువని గుర్తించడం కూడా తాము తెలుగులో సాహిత్యాన్ని రాయడానికి ఒక కారణంగా కనిపిస్తుంది. "తెలుగు దేశంలో ఉండగా ఎప్పుడూ తెలుగు రాయని వాళ్ళం, గట్టిగా తెలుగు చదవని వాళ్ళం, గట్టిగా తెలుగు పత్రికలు కూడా చూడని, చదవని వాళ్ళం ఇక్కడికొచ్చాక మనకి ఇంగ్లీషుకన్నా తెలుగే బాగా వచ్చునని గుర్తించాం. మనం తెలుగులో రచయితలం, కవులం అయ్యామని ఈమాట అంతర్జాల మాసపత్రికలో వేలూరి వెంకటేశ్వరరావు చెప్పిన మాటలే నిదర్శనం. ప్రవాసాంధ్ర సాహిత్యంలో శక్తివంతమైన విషయాల్ని అంతేశక్తివంతంగా వ్యక్తం చేయాలనే భావనతో కొంతమంది అన్యదేశ్య భాషా పదాలు విరివిగా వాడుతుంటారు. అంతమాత్రం చేత వాళ్ళకి ఆ భావాన్ని తమ మాతృభాషలో వ్యక్తం చేయడం ఇష్టం లేకపోవడం కాదని భావించడం సమంజసం కాదేమో. ఒక్కోసారి అన్యభాషలోని ఆ భావం తన మాతృభాషలో అంత శక్తివంతంగా అందించలేకపోవచ్చనే అపనమ్మకం కూడా ఒక కారణం కావచ్చు. మరికొన్ని సార్లు ప్రవాసాంధ్రులు చాలా కాలంగా ఇతర ప్రాంతాల్లోనో, అన్యభాషల అనివార్య జీవితంతోనో జీవించడం వల్ల తన మాతృభాషలోని పలుకుబడినీ, నుడికారాన్నీ మరిచిపోయి, పొరపాటుగా మాట్లాడవచ్చనే న్యూనత లేదా భయం వల్ల కూడా అన్యదేశ్యాలను విరివిగా వాడుతుంటారు. భాష, ప్రాంతం, మత విషయాల్లో అమెరికాలో స్థిరపడిన భారతీయులు, తెలుగువాళ్లు ఎలా ఎదుర్కొంటున్నారో 'సంకట్ కాల్ మే బహర్ జానేకామార్గ్' కథలో వంగూరి చిట్టెన్ రాజు హాస్యధోరణిలో వర్ణించారు. అక్కడ కూడా మతం తెలుగువాళ్ళకి అంటించిన అనేకాంశాలతో మానవుడెలా జీవిస్తున్నాడో చక్కగా వివరించారు.

సాంస్కృతికాంశాల వర్ణనలు:

నోరి రాధిక రాసిన కథలో అమెరికాలో తెలుగువాళ్లు వివిధ పండుగలు 'పండగ' ఎలా చేసుకుంటారో, ఎందుకు చేసుకుంటారో చక్కగా వర్ణించారు సునందకు పిల్లలు . లేకపోయినా అమెరికాలోని తెలుగు వాళ్ళని ఒకచోటకు చేర్చి, పిల్లల చేత ఆటలాడించి, బహుమతులిచ్చి, తెలుగు వంటకాలు చేయించుకొని సాంస్కృతిక సమైక్యతతో జీవించాలనుకుంటున్నారో వర్ణించారు అయితే భారతదేశంలోలా ఒక ఇంటిలోనే . వంటలు వండడం కాకుండా, ఒక్కొక్క వంటా ఒక్కొక్కరు తయారు చేసుకొస్తారనీ, తర్వాత వాటిని అందరూ కలిసి తింటారనీ వివరించారుఉగాది ., సంక్రాంతి, దీపావళి మొదలైన భారతీయ, తెలుగు పండగలను ప్రవాసాంధ్రులు నిర్వహించుకుంటారనీ, ఆ సందర్భంలో

నిర్వాహకుల మధ్య కొన్ని అపోహలు వచ్చినా, మళ్ళీ వాటిని మరిచిపోయి కలుసుకుంటుంటారని ప్రవాసాంధ్రుల సాంస్కృతిక కోణంతో ఈ కథను రాశారు .

జాతి వైషమ్యాలు: అభద్రత –

నిడదవోలు మాలతి రాసిన రంగుతోలు (2008) కథలో అమెరికాలో పిల్లల పెంపకం, అభద్రత, భార్యాభర్తల బంధాల గురించీ వర్ణించారు. నీలవేణి నల్లగా ఉంటుంది. పెళ్ళైన కొత్తలో తన భర్త ఆఫీసుకి వెళ్ళిపోయిన తర్వాత తాను ఒంటరిగా గడపలేక ఒక నాటకం చూడ్డానికి వెళుతుంది. అక్కడో చిన్నపిల్ల తనకాళ్ళకు చుట్టుకొని ఏడుస్తుంటే, ఆ పిల్ల తనపిల్లే అనుకుంటారంతా. ఆ పిల్ల చేతిలోనూ నాటకం చూడ్డానికి టికెట్ ఉంటుంది. అందువల్ల ఆ పిల్లని తీసుకొని థియేటర్ కి వెళ్ళడం, నాటకం వేసిన నటి వచ్చి తన పిల్లని తీసుకుని థాంక్స్ చెప్తుంది. తానెవరికో ఒప్పచెప్పాననీ వాళ్ళు రాలేకపోవడం వల్ల అలా పిల్ల ఒంటరిగా ఏడ్చిందని వివరణనిచ్చుకుంటుందా నటి. దాని గురించే ఆలోచిస్తూ, తనని పికప్ చేసుకుంటానని చెప్పిన భర్త సుందరం ఇంకారాకపోయేసరికి తన ఇళ్ళు దగ్గరే కాబట్టి, నడుచుకుంటూ దారిలోనే ఉన్న స్టోర్ లో కూరగాయలు, సామాన్లు పట్టుకెళ్ళాలనుకుంటుంది. తాను ఇరవై డాలర్ల వస్తువులు కొని చెక్ ఇస్తే, తనని రకరకాల ప్రశ్నలు వేస్తారా స్టోర్ వాళ్ళు. కానీ, అంతకు ముందు తనకంటే ఎక్కువ సామాన్లు కొని చెక్ ఇచ్చిన తెల్లామెను మాటమాత్రం ప్రశ్నించకుండా చెక్ తీసుకున్న సంగతిని తలచుకుంటుంది. అలా తన పేరు, భర్తపేరు రాయమనీ, రకరకాలుగా ప్రశ్నలు వేసేసరికి తాను కొన్న సామాను వద్దనీ ఇచ్చేయబోతుంది. మేనేజర్ వచ్చి చెక్ తీసుకుంటాడు. తన సామాను పట్టుకొని, తన 'రంగుతోలు' వల్లనే ఇలాంటి పరిస్థితి ఎదురైందని, తననొక ఆఫ్రికన్ అనుకుంటున్నారనీ భావిస్తుంది. తాను నల్లగా ఉన్నా, తన పెళ్ళవుతుందో లేదో నని ఇండియాలో తన తల్లిదండ్రులు బాధపడినా సుందరం ఇష్టపడి చేసుకున్నాడు. తాను భర్తతో పాటు అమెరికా వచ్చేసింది. కానీ, అమెరికాలో వర్ణాన్ని బట్టి వైషమ్యాలు కనిపించడం తనని బాధిస్తుందనుకుంటూ నడిచొస్తుంటుంది. ఇంతలో కొంతమంది వచ్చి నీలవేణి చేతిలో సామాన్లు లాక్కోబోతారు. దాన్ని గట్టిగా పట్టుకోవడంతో ఆమెని తోసేస్తారు. ఆమెకు రక్తం కారుతుంది. ఈ లోగా ఒక నల్లటిమొహం మీద ఎర్రటి రక్తం కారుతూ ఒకతను తనకి కనిపిస్తాడు. అతడు తనని రక్షించడమే కాకుండా, పోలీసులకు కూడా సమాచారం అందిస్తాడు. అతనెవరని ఆలోచిస్తే అతను కూడా బహుశా 'నల్లని'వాడే. తమ జాతి వాళ్ళే అనుకొని ఆమెను రక్షించబోయాడనుకుంటుంది.

ఈ కథలోని అంశాల్ని సామాజిక, సాంస్కృతిక దృక్పథంతో విశ్లేషించుకుంటే అమెరికాలో స్వేచ్ఛ, భద్రత ఉంటుందనే మాటలు అక్కడికి వెళ్ళిన తర్వాత గానీ

అనుభవంలోకి రావనేది ఈ కథ ద్వారా తెలుస్తుంది. జాతి వైషమ్యాలు లేవనే మాటలు కూడా వాస్తవాలో కాదో అనుభవ పూర్వకంగా తెలుసుకోవాలి . పిల్లల సంరక్షణకు ప్రత్యేకచట్టాలు అమల్లో ఉన్నాయి. భారతదేశంలో కుల భేదాలు గురించి చర్చిస్తూ హరిజనుల్ని మనుషులుగా గుర్తించరనే భావాలు వ్యాప్తిలో ఉన్నట్లు తెలుస్తుంది. ఆఫ్రికన్స్ పట్ల అమెరికాలో ఉన్న భిన్నాభిప్రాయాల్ని ఈ కథలో చర్చకు పెట్టారు రచయిత్రి. రంగుని బట్టీ, జాతిని బట్టీ మనస్తత్వాలు ఉండవనీ, వారి వారి పరిస్థితులే వాళ్లనలా తయారు చేస్తాయనీ ఈ కథను బట్టి తెలుస్తుంది.

ఇలాంటి వాటిలో భారతీయుల్ని అమెరికన్లు చిన్నచూపు చూస్తున్న స్థితిని ఆరి సీతారామయ్య రాసిన 'అపచారం' కథ (2001)లో కూడా చూడొచ్చు. ఈ కథలో అమెరికా వచ్చి స్థిర పడిన భారతీయురాలు కమల. సోషల్ వర్కర్ గా పనిచేస్తూ మానసిక రోగుల్ని మామాలు మనిషిగా చేయడానికి కౌన్సిలింగ్ నిర్వహిస్తుంటుంది. అమెరికాలో హైస్కూలు టీచర్ గా పనిచేస్తున్న ఎమిలీ మానసిక రోగిగా ఆసుపత్రిలో చేరుతుంది. వీళ్ళిద్దరి మధ్య జరిగిన సంభాషణలో రోగిని కమల ప్రశ్నించేటప్పుడు గౌరవ వాచకంలో పిలుస్తుంటుంది. కానీ, ఎమిలీ మాత్రం ఏకవచనంతో సమాధానమిస్తుంది. కమల చదువునీ, కమల నైపుణ్యాన్నీ కూడా గుర్తించడానికి గానీ, గౌరవించడానికి గాని ఎమిలీ మనస్తత్వం అంగీకరించదు. తర్వాత సంభాషణల్లో తాను కూడా అమెరికాలోనే చదువుకున్నానని కమల చెప్పడంతో కొంచెం సరిగ్గా సమాధానం చెప్తుంది..

అఫ్సర్ రాసిన 'ఛోటీ దునియా' కథలో కూడా అమెరికాలో ముస్లిములు, ఇతర దేశాల వాళ్లు ఎదుర్కొంటున్న వివక్షను చిత్రించారు. ముస్లిములనగానే పాకీస్తానీయులుగా చూసే ధోరణిని విశదీకరించింది. డా.శంకరయ్య రాసిన 'పడమటి కొండలు' నవలలో కూడా కథానాయకుడు వెంకట సాయి ఇటువంటి వివక్షల్ని కెమెరా పెట్టి చూపినట్లు పాఠకులకు చూపించాడు. ఇలా చాలా కథలు, నవలల్లో ప్రవాసాంధ్ర సాహిత్యంలో కనిపించే వివక్షను చిత్రించడాన్ని గమనించి, సామాజిక, సాంస్కృతికాంశాలను విశ్లేషించవచ్చు.

అమెరికాలో వస్తున్న ప్రవాసాంధ్ర సాహిత్యం గురించి కల్పనా రెంటాల వ్యాఖ్యానిస్తూ "మొదటి తరం రచయిత్రులు మొదట్లో పుట్టిన గడ్డకు దూరంగా వుండటం వల్ల ఆ జ్ఞాపకాలు, అనుభూతులు ఒకరితో మరొకరు పంచుకోవాలనుకున్నారు. అందుకు ప్రారంభంలో చిన్నగా ఏర్పడిన తెలుగు సంఘాలు, వాటి సావనీర్లు ఆలంబన అయ్యాయి. కాబట్టే తొలుత చాలామంది నొస్టాల్జియాతో రాశారు. దాదాపు 25,30 ఏళ్ళుగా ఈ దేశంలో వుంటున్న మొదటితరానికి చెందిన రచయిత్రులు ఇప్పటికీ ఆ ప్రపంచం నుండి బైటపడలేకపోతున్నారు. వాళ్లు ఏం రాసినా మాతృదేశంతో వాళ్ళ మానసిక సాన్నిహిత్యం కనిపిస్తుంటుంది. ఆ విషయాన్ని నేను నెగెటివ్‌గా కాకుండా అది మన తెలుగు సమాజానికి

ఓ బలమైన పార్శ్వంగా మాత్రమే చూస్తున్నాను. ఇన్నేళ్ళుగా వాళ్ళు భౌతికంగా ఈ దేశంలో వున్నా తమ మూలాల్ని మరిచిపోలేదు. వారి మాటల్లో వారి భాషలో తెలుగు నుడికారం ఇంకా సజీవంగా వుంది. కథల్లో సందర్భోచితంగా కృష్ణదేవరాయల కవి పోషణ గురించో, ముక్కు తిమ్మన్న పారిజాతాపహరణం గురించో, సత్యభామ వాల్జెడ గురించో, ఉరగాంగనస వ్యుత్పత్తి అర్థం గురించో రాయగలుగుతున్నారు." అన్నారు[viii].

తొలితరంలోని రచయితలు, రచయిత్రులు తమ సాంస్కృతిక ఔన్నత్యాన్ని చెప్పుకోవడానికి గానీ, గుర్తుచేసుకోవడానికి గానీ కల్పనా రెంటాల గారన్నట్లు ప్రవాసాంధ్రులు వివిధ మార్గాల్లో ప్రయత్నిస్తుంటారు. వేలూరి వెంకటేశ్వరరావు 'అంటు-అత్తగారు' కథలో మూడు తరాల అంతరాల్ని చూడొచ్చు. అప్పుడే అమెరికా వచ్చిన వాళ్ళో, సనాతన సంప్రదాయంతో జీవించే తొలితరం వాళ్ళూ ఈ కథలో అత్తగారు పాత్ర ప్రాతినిథ్యం వహిస్తుంది. రెండవ తరానికి అప్పటికే అమెరికాలో స్థిరపడిన ప్రవాసాంధ్రులకు తన కుమారుడు-కోడలు ప్రాతినిథ్యం వహించేటట్లు చిత్రించారు. ఇక మూడోతరానికి చెందిన ప్రవాసాంధ్రులకు ప్రాతినిథ్యంగా తన మనవళ్ల జీవితాల్ని వర్ణించారు. అత్తగారు ప్రతీదీ మడికట్టుకొని జరగాలంటుంది. కొడుకు, కోడలు సర్దుకుపోదామనుకుంటుంటారు. తెలుగువాళ్లు అమెరికా ఆచారవ్యవహారాల్ని జీర్ణించుకొని జీవిస్తున్నారు. ఈ కథలో వర్ణించిన మూడు తరాల వాళ్ళు తెలుగు ప్రవాసాంధ్ర సాహిత్యంలో కూడా కనిపిస్తారు.

అమెరికా లేదా ఇతర దేశాల్లో స్థిరపడిన తెలుగువాళ్లు తమ అస్తిత్వవేదనను చెప్పడంలో కాల్పనికతకు ఎక్కువ ప్రాధాన్యాన్నిస్తున్నారనే విమర్శకులు కూడా ఉన్నారు. "20 వ శతాబ్దంలో అమెరికా తెలుగు కథానిక మరియు అమెరికా తెలుగు సాహితీవేత్తల పరిచయ గ్రంథం"లో 116 కథలున్నాయి. వీటిని అమెరికాలో జీవిస్తున్న తెలుగువాళ్లు 1964 నుండి 1999వరకు రాసిన కథలున్నాయి. వీటిలో కథాంశాలు అమెరికా జీవిత సంఘర్షణలను ప్రతిఫలించేటట్లు రాస్తున్నా, కాల్పనికతకు, భారతీయ సంస్కృతి మహోన్నతమైనదనే ధోరణితో కొనసాగుతున్నాయని ప్రముఖ కథారచయిత, విమర్శకుడు వేలూరి వెంకటేశ్వరరావు ఈ కథల గురించి వ్యాఖ్యానిస్తూ 'అమెరికాని భూతలస్వర్గంగా ఊహించుకొని మోసపోయిన వైనాలు, అమెరికా కృత్రిమజీవితం నికృష్టం అని చెప్పే నీతి కథలు – ఇవి ఇంకో రకం. అమెరికాలో నైతిక జీవనం అరసున్న అని కథలో ప్రతిబింబించాలి. అమెరికా కృత్రిమత్వం కొట్టొచ్చినట్టు చెప్పాలి. కథకుడు ఈ విషయం నమ్మినా, నమ్మకపోయినా, అది కథకుడి అనుభవంలో ఉన్నా లేకపోయినా, కథకోసం అల్లిక! భోగభాగ్యాలు, డాలర్లూ నిజమైన సుఖాన్నివ్వవు అనే నీతి బోధ! మానసిక సుఖం అక్కడే సాధ్యం! ఇదీ వరస. ఇటువంటి కథల్లో మనది కర్మభూమి అని, మన ప్రాచీన సంస్కృతి, మన సంప్రదాయాలూ ఎంతో గొప్పవని ఒక పాత్రచేతో – ఒక్కొక్క సారి

ముఖ్యపాత్ర చేతో, కథకుడో, కథకురాలో – ఉపన్యాసం ఇప్పిస్తారు! వస్తువు సమకాలీనమైనదైనా కథకుడికున్న దృక్పథం మూలంగా కథా, కథనం రెండూ కూడా చప్పగా తయారవుతాయి. మరికొన్ని కథల్లో డేటింగ్ తెచ్చే దౌర్భాగ్యం కథావస్తువు. మెలికలు తిప్పి, ఏదో రకంగా అది తప్పు అని నిరూపించడానికి పడే వ్యధ స్పష్టంగా కనిపిస్తుంది! కథలో కృతకత్వం కొట్టవచ్చినట్టు కనిపిస్తుంది. ఇటువంటి కథలు చాలా భాగం కథాకథనంలో ఉన్న లోపాలతో ఉంటాయని అన్నారు.[ix]

డయాస్పోరా కథా సాహిత్యం గురించి భిన్నాభిప్రాయాలు ఉన్నాయి. నిజంగా డయాస్పోరా కథలు రాసిన వాళ్ళు అమెరికాలో ఏభై మందివరకూ ఉంటారని, నూటయేభైకి పైగా కథలు తనకి కనిపించాయని అమెరికా కథాసాహిత్యం గురించి వ్యాఖ్యానిస్తూ గొర్తి సాయి బ్రహ్మానందం "1) అమెరికాలో ఉండే తెలుగు వారికి డాలర్లు తప్ప ఏం కనిపించవు. 2) ఎంతో యాంత్రికంగా, ఆర్టిఫిషీల్ గా బ్రతుకుతారు. 3) పగలు కారూ, రాత్రి గుర్రమ్మీద స్వారీ చేస్తారు. 4) రోజూ మంచి నీళ్ళ బదులు మందు తాగుతారు. 5) వాళ్ళందరివీ డొల్ల జీవితాలే తప్ప ప్రేమా ఆప్యాయతలు వుండవు. 6) ఇక్కడున్న పిల్లలు తల్లితండ్రుల్ని పట్టించుకోరు అన్నట్లు రాస్తుంటారనీ, ఇటువంటి కథాంశాలే ఎక్కువగా ఉంటాయని వ్యాఖ్యానించారు[x].ఇటువంటి వారి విమర్శలను, వ్యాఖ్యానాలను పూర్వపక్షం చేస్తూ ప్రముఖ కథారచయిత్రి, విమర్శకురాలు కల్పనా రెంటాల అమెరికాలో ఉంటూ ఆముదాలవలస గురించి రాస్తే అది ప్రవాసాంధ్ర సాహిత్యం కాదనే వాదన సరికాదంటూ "ప్రవాసంలో ఉండటం వల్లనే నాస్టాల్జియా బైటికి వస్తోంది కాబట్టి అది పరోక్షంగా ప్రవాసాంధ్ర సాహిత్యంలో భాగంగానే చూడాలని అన్నారు.[xi]

డయాస్పోరా సాహిత్యం – రచయిత్రల దృష్టికోణం:

అమెరికాలో రచయితలు గురించి మాత్రమే విమర్శకులు ఎక్కువగా మాట్లాడుతుంటారని రచయిత్రలు లేరా? అంటూ కల్పనా రెంటాల అనేక కథలను చూపించారు. నల్లూరి రుక్మిణి "మిడిసిపాటు", 'మాయాజలతారు' కథల్లో కనిపించే అమెరికా జీవిత సంఘర్షణను పట్టించుకోవాలన్నారు. అంతేకాదు, రచయిత్రుల్లో డయాస్పోరా సాహిత్యాన్ని బలంగా రాస్తున్న రామలక్ష్మి (నన్ను వెళ్ళి పోనివ్వండి), మహెజబీన్ (ఆకు పచ్చని ఆకాశం కింద), పి.సత్యవతి (మంత్రనగరి, తిమింగల స్వర్గం), వాసా ప్రభావతి, భార్గవీరావు (తూరుపుగాలి), పి.సత్యవతి తిమింగలస్వర్గం'(1996), 'మంత్ర నగరి' (2002) , ఒక రాజు – ఒక రాణి' (2006), యద్దనపూడి సులోచనారాణిలాంటి వారిని విస్మరించలేమని సోదాహరణంగా కల్పనారెంటాల నిరూపించారు. అయితే తెలుగు వారు అమెరికా వచ్చి, ఈ జీవితాన్ని చూసి, తమ

జీవితానుభవాల కంటే, చిన్న చిన్న విషయాలకు కాల్పనికత జోడించి రాస్తుండడాన్ని అమెరికాలో ఉంటున్న తెలుగువాళ్లు జీర్ణించుకోలేకపోతున్నారని కల్పనారెంటాల అన్నారు. 'ఆంధ్రదేశంలో వున్న రచయిత్రులు తమ జీవితాల్లో అమెరికా ప్రభావం గురించో, తమకు తెలిసిన అమెరికా జీవితం గురించో కథలు రాశారు. ఈ కథలు ఇండియాలోని వారికి బాగానే నచ్చినా అమెరికాలోని సాహిత్యాభిమానులకు నచ్చలేదు. అందుకు వాళ్ళు చెప్పే కారణాలు అమెరికా జీవితం చూడకుండా అనుభవించకుండా రాయడం మీద ఒకటైతే, అందులో వాస్తవాలు లేవనడం మరొకటి. అమెరికాను, దాని ప్రభావాన్ని, లేదా ఇక్కడి డాలర్లను అక్కడి వారు నెగెటివ్ అంశంగానే చూపిస్తున్నారు తప్ప పాజిటివ్‌గా చూపించే రచనలేవీ కనిపించలేదు. వృద్ధులైన తల్లితండ్రుల్ని ఓల్డ్‌ఏజ్‌హోమ్‌లో చేర్పించే అంశం గురించి ఇండియాలో కేవలం అమెరికాకు వెళ్ళిన పిల్లల ప్రభావంగా చూస్తున్నారు తప్ప ఇండియాలోనే వున్న పిల్లలు కూడా తమ తల్లితండ్రుల్ని ఓల్డ్‌ఏజ్‌హోముల్లో చేర్పించటానికి ఇష్టపడుతున్నారని, అసలు చాలామంది తల్లితండ్రులే పిల్లల దగ్గర వుండటం కన్నా విడిగా వుండటమే మేలనుకుంటారన్న విషయాన్ని మనం గమనించాలి.

అమెరికాలో వున్న వారే డాలర్‌మాయలో వున్నారని, ఇక్కడ డబ్బు, స్వార్థం తప్ప మానవసంబంధాలు లేవన్న ఆరోపణ కూడా సత్యదూరమే. అమెరికా నుండి ఇండియాకు రవాణా అవుతున్న డబ్బువల్ల అక్కడి పంటపొలాలన్నీ ఇళ్ళ స్థలాలుగా మారడం, అమెరికా నుండి వచ్చేవారిని కేవలం డాలర్ నోట్లుగా చూడటం, ఎన్నారై డబ్బుతో మారుతున్న ఇండియన్ల ఆలోచనా ధోరణుల్ని చూపిస్తోంది. ఇటీవల జరిగిన 'ప్రవాసీదివస్'లో ఎన్నారైల అనుభవాల కథనాలు ఇందుకు ప్రత్యక్ష ఉదాహరణలు. వీటికి సాహిత్యానికి సంబంధమేమిటంటే సాహిత్యమెప్పుడూ సమాజరూపానికి ప్రతిబింబం కావాలి. అప్పుడే అది మంచి సాహిత్యమవుతుంది. వాస్తవ పరిస్థితుల్ని సాహిత్యంలో చర్చించినప్పుడు మాత్రమే మనకు సమాజం అసలు స్వరూపం బోధపడుతుంది' ఇలా ఆమె వ్యాఖ్యానించడాన్ని కూడా డయాస్పోరా కథా సాహిత్యంలో కనిపించే మరొక కోణంగా భావించాలి.

అమెరికా నుండి కథాసాహిత్యాన్ని రాస్తున్న రచయిత్రుల్లో మాచిరాజు సావిత్రి, పూడిపెద్ది శేషశర్మ, చిమటా కమల, నోరి రాధిక, నిడదవోలు మాలతి, చెరుకూరి రమాదేవి, వద్లమాని పద్మావతి, కొమరవోలు సరోజ, సుధేష్ణ, కలశపూడి వసుంధర, చింతం రాణి సంయుక్త, పుచ్చా అన్నపూర్ణ, పద్మలత, ఉపాధ్యాయుల సూర్యకుమారి, దామరాజు లక్ష్మి, శారదాపూర్ణ శొంఠి, పావనీ సుధాకర్, కల్పన రెంటాల, రాధికా శాస్త్రి, లలితా జొన్నాళ్, పుచ్చా వసంతలక్ష్మి, కొవ్వలి కాటూరి జ్యోతి, శ్యామల దశిక, ముత్యాల సీత, సులోచనా భండారు, అయ్యగారి రమామణి, మంగళాకందూర్, సాయిలక్ష్మి, కనకదుర్గ తదితరులు ఎంతోమంది ఉన్నారు.

చాలా మంది మాట్లాడటానికి, గుర్తించటానికి నిరాకరించే గృహహింస (*domestic abuse*), డిప్రెషన్ లాంటి అంశాల్ని కనీసం రేఖామాత్రంగానైనా తన కథ 'చీకటివెలుగులు'లో చూపించిన రచయిత్రి పూడిపెద్ది శేషశర్మ ఈ కథలో మాధవి గృహహింస బాధితురాలు. పెళ్ళై అమెరికా వచ్చాక కాలేజీలో చేరి చదువుకుంటోంది. ఆ అమ్మాయి వంటి మీద దెబ్బలు గమనించిన అదే కాలేజీలో పనిచేసే కిషోర్ ఆ అమ్మాయి మీద సానుభూతితో ఆమెతో స్నేహం చేసి భర్త ఇబ్బందులు పెడితే అవసరమైతే ఇంట్లోంచి ఎలా బైట పడవచ్చో ముందు జాగ్రత్తగా సలహాలిస్తాడు. భర్తకు ఎయిడ్స్‌వ్యాధి అన్న సంగతి తెలియగానే మాధవి ఇంట్లోంచి బైటపడి షెల్టర్‌కు చేరుకొని కిషోర్ సహాయంతో ఇండియా వెళ్ళిపోతుంది. కిషోర్‌ది మరోరకమైన సమస్య. ఇండియా నుండి పెళ్ళి చేసుకొని తీసుకువచ్చిన భార్య నాలుగు గోడల మధ్య వుండటంతో డిప్రెషన్‌కు గురైందన్న నిజాన్ని తెలుసుకోలేకపోవడంతో ఆ అమ్మాయి ఆత్మహత్య చేసుకుంటుంది. తన తప్పు తెలుసుకున్న కిషోర్ దాన్ని సరిదిద్దుకోవాలనుకుంటాడు. శాడిస్టు భర్త నుండి బైట పడ్డ మాధవి, కిషోర్ పెళ్ళి చేసుకోవాలనుకోవడంతో కథ సుఖాంతమవుతుంది.కలశపూడి వసుంధర కలం నుండి వెలువడ్డ 'గిరీశం ఇన్ వైట్ హౌస్', పృచ్ఛకాభిమన్యులు' రెండింటి ఇతివృత్తాలు కూడా ఇక్కడి స్త్రీల రచనల్లో కాస్త భిన్నంగా కనిపిస్తాయి. అమెరికన్ రాజకీయాల్లోని అప్రజాస్వామ్య, అనైతిక విలువల్ని గిరీశం పాత్ర ద్వారా అవహేళన చేయించారు, గిరీశం ఇన్ వైట్ హౌస్' కథలో. సహస్రావధానం పేరిట అక్కడ జరిగే తంతులోని చేదునిజాల్ని 'పృచ్ఛకాభిమన్యులు' కథలో ఎత్తి చూపించారు.

అమెరికాలో ఉన్న ఇండియన్లు లేదా తెలుగువారిలో అప్పుడప్పుడు స్పష్టంగా కనిపించే స్వార్థం, పక్కవారిని తోసేసి లాభపడాలన్న దురాశ, నువ్వు నా లాభం చూడు, నేను నా లాభం చూసుకుంటాను' అన్న తత్వం, బంధుత్వాల్ని ఆసరాగా చేసుకొని చేయూతనిస్తామంటూ మనుష్యుల్ని కొనేసే డబ్బు మనస్తత్వం గురించి, కొనే మనిషి', డాలర్‌కో గుప్పెడు రూకలు'లాంటి కథల్లో మాలతి చిత్రించారు. అమెరికాలో తెలుగు ఇల్లాలుకి సుప్రభాతం నుండి పవళింపుసేవ వరకూ నిత్యజీవితంలో ఎదురయ్యే రకరకాల సన్నివేశాల్ని, సందేహాల్ని చిన్న చిన్న కథానికలుగా రాసి 'అమెరికా ఇల్లాలు' సంకలనంలోని కథల్లో చర్చించారు.

డయాస్పోరా కథా సాహిత్యాన్ని విశ్లేషించుకున్నప్పుడు మొదటి తరం వాళ్ళు తమ జీవితానుభవాలను తమ దేశ కాల పరిస్థితులతో పోల్చుకుంటూ, భారతదేశ పరిస్థితుల్ని పోల్చుకుంటూ నాస్టాల్జియాలోకి పోవడం కనిపిస్తుంది. అదే రెండు, మూడవ తరాలకు చెందిన వాళ్ళు ఆ దేశాల్లో స్థిరపడిపోవడం, ఆ సంస్కృతిని అలవాటు చేసుకోవడం, ఆ భాషనే తమ శ్వాసగా జీవించేవాళ్లు నాస్టాల్జియాను, మరలా తిరిగి భారతదేశం వెళ్ళిపోవాలనే ఆలోచనలు పెద్దగా లేనివాళ్లకు తొలితరం కథలు కాల్పనికంగానే అనిపిస్తాయి.

అందువల్లనే అమెరికా తెలుగు కథల్లో డయాస్పోరా జీవితాల్ని వ్యాఖ్యానించడంలో భిన్నాభిప్రాయాలు వ్యక్తమయ్యాయి. ఏది ఏమైనా డయాస్పోరా కథా సాహిత్యం అత్యధిక శాతం తమ నాస్టాల్జియాను, తమ మాతృభాషను, తమ దేశమూలాల్ని నిత్యం నెమరువేసుకుంటుందని తెలుస్తుంది. తెలుగు డయాస్పోరా సాహిత్యం అత్యధికశాతం కథల్లోనే వెలువడినప్పటికీ కొన్ని నవలలు, నాటకాలు కూడా వచ్చినట్లు రచయిత, రచయిత్రుల పరిచయాలను బట్టి తెలుస్తుంది. వీటితో పాటు కొన్ని కవితల్లోనూ డయాస్పోరా జీవితం ప్రతిఫలిస్తుంది. నవలల్లో కనిపించే డయాస్పోరా తెలుగు సాహిత్యాన్ని చూద్దాం.

డయాస్పోరా సాహిత్యం: నవలలు –

వడ్లమాని పద్మావతి 'పడమటి గాలులు' నవలను వంగూరి ఫౌండేషన్ ఆఫ్ అమెరికా వారు 2005లో ప్రచురించారు. ఆమె వడ్లమాని కార్తీక్ అనే కలం పేరుతో ఆ నవలను రాశారు. సుబ్రహ్మణ్యేశ్వరస్వామి వారు ఆమె ఇలవేల్పు. అందుకని ఆమె 'కార్తీక్' అనే పేరు పెట్టుకున్నట్లు ఆ నవల వెనుకపుటలో పేర్కొన్నారు. విజయనగరానికి చెందిన ఈమె తన కుమారులు అమెరికాలో ఉండడం వల్ల తరచుగా అమెరికా వస్తూ పోతుండేవారు. తొలిసారి అంటే 1983లో ఆమె అమెరికా వచ్చినప్పుడు కలిగిన అనుభవాలను ఆమె 'పడమటి గాలులు' పేరుతో నవల రాశారు. అమెరికా సంస్కృతి, నాగరకతల ప్రభావం తెలుగువారిపై ఎలాపడుతుందో తెలిపేలా ఈ నవల కొనసాగింది.

పడమటి కొండలు'' పేరుతో డా.ఎస్.శంకరయ్య అమెరికాలో తెలుగువాళ్ల జీవితాలు ఎలా ఉంటాయో తెలుపుతూ ఒక నవలను రాశారు. సి.పి.బ్రౌన్ అకాడమీ – నవ్య వీక్లీ పోటీల్లో లక్ష రూపాయల మొదటి బహుమతి పొందింది. దీన్ని 2010లో ప్రచురించారు. అమెరికా వెళితే చిన్న పనిచేసినా ఎన్నో డాలర్లు సంపాదించుకోవచ్చునని కొంతమంది చెప్పే మాటలకీ, అక్కడకు వెళ్ళిన తర్వాత తనకు తెలిసిన నిజజీవితానికి మధ్య గల వాస్తవాల్ని ఒక నవలగా చెప్పానని రచయిత చెప్పుకున్నారు. రచయిత స్వయంగా ఒక డాక్టర్. కానీ, అమెరికా వెళ్ళిన తర్వాత ఇతరదేశాల్లో చదువుకొని అమెరికా వెళితే ఆ డాక్టర్లకు గుర్తింపు రావాలంటే అక్కడ కొన్ని పరీక్షలు రాయాల్సి ఉంటుందనీ, ఆ భాష అర్థం చేసుకోవడానికే చాలా కాలం పడుతుందని ఈ నవలలో పాత్రల గతంగా వర్ణించాడు రచయిత. న్యూయార్క్ నగరంలో జరిగే హత్యలు, హింస, దోపిడీలు, మానభంగాలు నిత్యం భయాన్ని గుప్పెట్లో పెట్టుకునేలా చేస్తాయంటాడు రచయిత. అమెరికా వెళ్లాలనుకునేవారు ముందుగా ఈ నవలను చదివితే ఎంతో మేలు జరుగుతుందని కూడా రచయిత

వ్యాఖ్యానించాండు. ఈ నవల హైదరాబాదు సెంట్రల్ యూనివర్సిటీలో డయాస్పోరా సాహిత్యం విద్యార్థులకు పాఠ్యాంశంగా ఉంది.

గొర్తి సాయి బ్రహ్మానందం "అంతర్జ్వలనం" పేరుతో అమెరికాకి వలస వెళ్ళి అక్కడి తనకు ఎదురైన ఒడిదుడుకులను ఈ నవలలో వర్ణించారు. ఈ నవల గురించి వ్యాఖ్యానిస్తూ వేలూరి వేంకటేశ్వరరావు "కాలపరిమితి పరంగా చూస్తే, ఈ నవల అమెరికా వలస జీవన వ్యవస్థకి నిజమయిన ప్రతిబింబం అని భావించకూడదు" అన్నారు. కానీ చంద్ర కన్నెగంటి ఈ నవల "ఇన్నేళ్ళుగా క్రమంగా కలుగుతున్న మార్పులూ, ఇక్కడి తెలుగుజాతి ప్రస్థానమూ చరిత్రగా నమోదు కావాలంటే నవల వల్లో, జీవిత చరిత్ర వల్లో తప్ప సాధ్యం కాదు. ఒకటో రెండో నవలలూ, జీవిత చరిత్రలూ రాకపోలేదు. అయితే ఎక్కువమంది ఇక్కడికి చేరుకున్న రోజులనీ, విద్యార్థి జీవితాన్నీ, సాఫ్ట్‌వేర్ రంగంలో పెనుమార్పుల వల్ల కొంతమంది జీవితాల్లో కలిగిన ఆకస్మిక అభివృద్ధినీ పట్టుకున్న నవలలు లేవు. మిత్రుడు గొర్తి బ్రహ్మానందం రాసిన ఈ అంతర్జ్వలన నవల ఆ పని చేస్తుంది." అన్నారు.[xii] ఈ నవలలే కాకుండా మరికొన్ని నవలల్లో కూడా డయాస్పోరా సాహిత్యాన్ని స్పర్శామాత్రంగా చిత్రించడం కనిపిస్తుంది.

కథ/కథానిక (షార్ట్ స్టోరీ) జీవితంలోని ఒక సంఘటనను కేంద్రంగా చేసుకుంటుంది. నవల జీవితంలోని ఒక పార్శ్వాన్ని లేదా జీవితాన్ని వర్ణిస్తుంది. తెలుగు డయాస్పోరా సాహిత్యం తాము చూసిన లేదా అనుభవించిన ఒకటి రెండు సంఘటనల ఆధారంగా ఆ సమస్యల తీవ్రతలను అత్యధికులు కథలుగా రాశారు. అందువల్ల కథా సాహిత్యం వచ్చినంతగా ఇతర ప్రక్రియలైన నవల, కవిత్వం రాలేదు. తమ జీవిత సంవేదనను చెప్పడానికి కథ సరైన మాధ్యమంగా భావించారు. దీనికి తోడు డయాస్పోరా సాహిత్యం రాస్తున్న రచయితలు, రచయిత్రులు భాష, సాహిత్యాలను కేంద్రీకరించి చదివినవాళ్ళు ఎంతో అరుదు. భాష, సాహిత్యేతర శాస్త్రాలలో కూడా భౌతిక, రసాయనిక, జీవశాస్త్రాలు, సాంకేతిక విద్యను అభ్యసించిన వాళ్ళు అత్యధికంగా విదేశాలకు వివిధ కారణాల వల్ల వెళ్ళ గలిగారు. వాళ్ళ జీవితానుభవాలను రాయడానికి, అది కూడా సుదీర్ఘంగా రాయడం కంటే తమ జీవితాల్లో ఎదురైన, తమ జీవితాల్లో మమేకమైన సంఘటనలను చెప్పడానికి తాము చిన్నప్పుడు నేర్చుకున్న మాతృభాషే శక్తివంతమైన సాధనంగా భావించారు. అందువల్ల తమ అనుభవాలను తమ తెలుగు సంఘాల వారు ప్రచురించే ప్రత్యేక సంచికలు, ప్రచురించే పత్రికల్లో మొదట రాయడం ప్రారంభించారు. తర్వాత రచనల్లో కొన్ని నైపుణ్యాలను తెలుసుకున్న తర్వాత తెలుగు ప్రాంతాల నుండి వస్తున్న పత్రికలకు పంపించేవారు. ఇదంతా సామాజిక మాధ్యమాలు విస్తృతం కాని దశలో జరిగిన రచనా విధానం. తర్వాత కాలంలో ఫేస్ బుక్, బ్లాగు, అంతర్జాల పత్రికలు, వాట్సాప్ మొదలైనవి విరివిగా రావడం, కంప్యూటర్ లో తెలుగు భాష చదువుకోవడానికి ఇబ్బందులు

లేకుండా తయారు చేయడం వల్ల సోషల్ మీడియాలో రాయడం విస్తృతమైంది. తమ బాధను, తమ సంఘర్షణను చెప్పుకోవడానికి కూడా కథ ఎంతో అనుకూలమైనదిగా భావించారు. అందుకనే కథాసాహిత్యం వచ్చినంతగా తెలుగు డయాస్పోరా సాహిత్యంలో ఇతర ప్రక్రియల్లో రాలేదు. పద్యం, వచన కవితలు వంటివి రాస్తున్నా, అవన్నీ భారతదేశాన్నీ, తెలుగు సాహత్యాన్నీ, తెలుగు పండుగలు, సంస్కృతిని కీర్తిస్తూ, ప్రశంసిస్తూ రాస్తున్నవే అత్యధికంగా కనిపిస్తాయి. ఒకవేళ చేయి తిరిగిన వాళ్ళు రాస్తున్నా వచన కవిత్వంలో ప్రపంచీకరణను లేదా సామ్రాజ్యవాదాన్ని వర్ణించినంతగా తమ జీవిత సంఘర్షణలను వర్ణించడం కనిపించడం లేదు. దీనికి సజీవ ఉదాహరణ అమెరికాలో ఉంటూ తెలుగులో వచ్చిన పదేళ్ళ కవిత్వాన్ని 'అనేక' పేరుతో ఒక సంకలనంగా తీసుకొచ్చారు. దానిలో కులం, మతం, ప్రాంతం వల్ల నష్టపోతూ రాసిన వాళ్ళ కవిత్వాన్ని తీసుకోలేదు. కేవలం అమెరికా సామ్రాజ్యవాదాన్ని ఎండగట్టే, ప్రపంచీకరణ ప్రభావాన్ని మాత్రమే కేంద్రీకరించే కవితల్ని ఎంపిక చేశారు. దీన్ని బట్టి తాము జీవిస్తున్న దేశాల్లో వారికెదురవుతున్న అవమానాలు, సంఘర్షణలు తెలుగు నేల మీదనుండి వచ్చిన కాల్పనిక కవిత్వాన్ని చూసి తమ బాధనేదో మరిచిపోతూ లేదా మరిచిపోవాలని భావిస్తున్న సామాన్యుడిలా ఆ పుస్తకాన్ని ప్రచురించారు. అయినప్పటికీ కొంతమంది రాసిన కవిత్వాన్ని కూడా ఇక్కడ పరామర్శించుకుందాం.

తెలుగు డయాస్పోరా సాహిత్యం :కవిత్వం –

కవిత్వం ద్వారా డయాస్పోరా జీవితాన్ని చెప్పాలనుకున్న కవులు అత్యధికంగా పద్యం మీద ఆధార పడ్డారు. అది కూడా అవధానులను పిలిచి తమ సాహిత్య సభల్లో ఘనంగా సన్మానించి పద్యం ఎప్పటికీ గొప్పదేనంటూ సాహిత్య సభలు జరుపుతుంటారు. పద్యం కూడ తెలుగువారికి మాత్రమే స్వంతమని చెప్పుకుంటూ ఉగాదికి కవిసమ్మేళనాలు నిర్వహిస్తుంటారు. ఈ మధ్య కాలంలో 'కవిసమ్మేళనం' తెలుగువారి సంస్కృతిలో ఒక భాగమని భావిస్తూ వివిధ తెలుగు పండుగలకు లేదా తెలుగు ప్రాంతాల నుండి అవధానులు వస్తే, వారి చేత అవధానాలు నిర్వహించుకోవడం ఒక సంప్రదాయంగా మారింది ఆ అవధానాల్లో భువనవిజయంలో ఆనాడు శ్రీకృష్ణదేవరాయలు తెలుగు సాహిత్య వైభవాన్ని మహాకవులకు ఆశ్రయం ఇవ్వడం ద్వారా ఎలా కాపాడారో చెప్పుకుంటూ మురిసిపోతుంటారు. కవులే పద్యాలు చెబుతూ నాడు భువన విజయంలో ఉంటే కవుల పేర్లతో అవధానాలు, సాహిత్య గోష్ఠులు జరుపుతుంటారు ఇది తెలుగు డయాస్పోరా సాహిత్య సంఘాల్లో పోటాపోటీగా జరుగుతుంది. ఈ సందర్భంగా చదివే కవిత్వం, రాసే కవిత్వం కేవలం పూర్వవైభవాన్ని తలచుకోవడం, సినిమా నటుల,నటీమణులు, క్రికెట్ ఆటగాళ్ళ పేర్లు చెప్పి, ఆ పేర్లు పద్యాల్లో వచ్చేలా భారత, రామాయణ, భాగవతార్థాల్లో ఆశువుగా పద్యాల్ని వర్ణించమంటూ ఉంటారు. ఇక్కడ తెలుగు వారి సంస్కృతిలో భాగంగా సంస్కృతాన్ని ఆకాశానికి ఎత్తేస్తూ తెలుగు భాష గొప్పతనంగా భావిస్తుంటారు.

మరికొంతమంది అయితే ఆంగ్లభాషను తూర్పారబడుతూ పద్యాలు రాస్తుంటారు. కనుక, తెలుగు డయాస్పోరా పద్య కవిత్వంలో నిజమైన డయాస్పోరా జీవితం దాదాపు మృగ్యమే అని చెప్పొచ్చు. తెలుగులో వస్తున్న వచన కవిత్వంలో కొంతవరకు డయాస్పోరా జీవితం ప్రతిఫలిస్తుంది. వలస వెళ్ళి తాము జీవిస్తున్న ఒంటరి తనాన్ని తలచుకుంటూ కవిత్వం రాస్తున్నవాళ్ళు కనిపిస్తున్నారు.

కలశపూడి శ్రీనివాసరావు ''అమెరికా ఆంధ్రుల ఆహ్వానంకవితలో '' అమెరికాలో జీవిస్తున్న తెలుగువారు పలికే ఆహ్వానం ఎలా ఉంటుందో ఒక కవితలో తాము తెలుగు నేలను, భారతదేశాన్ని వదిలి వచ్చి, అన్నింటినీ వదిలేశామని వర్ణిస్తూ ...

"మేం వదలివచ్చిన నేల "స్పర్శ"
మేం పొందలేని గాలి " శ్వాస"
మేం కోరుకొనే నీటి "తడి"
కొంత తీసుకురండి" అంటాడు కవి[xiii].

తాము జీవిస్తున్న విదేశాల్లో సరైన ఆత్మీయానుబంధాలు లేవని, పర్యావరణం కూడా కలుషతమైపోవడం వల్ల తాము సరైన గాలిని కూడా పీల్చుకోలేకపోతున్నామంటున్నాడు కవి. అంతేకాదు సుఖ దు:ఖాలకు కన్నీళ్ళు పెట్టుకునే భారతీయ కుటుంబజీవనం కోల్పోయి యాంత్రికంగా బతుకుతూ కన్నీళ్ళ తడికూడా మర్చిపోయామంటున్నాడు కవి. అంతేకాదు ఆ కవితలో ఇంకా ఇక్కడికి వచ్చిన తర్వాత డాలర్ల వేటలో పడిపోయామనీ, తమ పేర్లను కూడా మార్చుకుంటున్నామని చెప్తూ...

"డేన్"లైన ధనంజయలు
"పేట్" లైన పతంజలులు
"పేడ్" లైన పద్మలు
"క్రిస్" లైన కృష్ణవేణులు
తమకు తామే పరాయులైన
సోదర సోదరీమణులు
త్రిశంక స్వర్గ నివాసులు
వారి అభిప్రాయాల గనులు తవ్వకండి'' అంటాడు కవి. ''తమకు తామే పరాయీ కరణకు గురయ్యామనే దానిలో డయాస్పోరా సాహిత్యం స్ఫ స్పష్టంగా ప్రతిఫలిస్తుంది. అందుకనే మరలా తాము ఏదేశంలో ఉన్నా తమ దేశ సంస్కృతిని కాపాడుకుంటామంటూ రచనలు చేస్తున్నామంటాడు కవి. దానికోసం అనేక పత్రికలను స్థాపించామని, అనేక సాహితీ సంస్థలను పెట్టుకున్నామనీ చెప్తూ...

"ఆంధ్ర భాషా పత్రిక" నుండి

'అమెరికా భారతి" దాకా
'తెలుగు వెలుగు" తో
'తెలుగు జ్యోతి" గా
వెలిగే "తానా పత్రిక"
మా సాహితీ ఉత్సాహానికి ప్రతీకలు
పలు చోట్ల చిన్నిచిన్ని ప్రయత్నాల
గోరు వెన్న ముద్దల రుచి చూడండి.
అమెరికా వ్యాపారపుటెడారిలో
అక్కడక్కడ అప్పుడప్పుడు
కనిపించి, వినిపించే సాహితీ సమావేశాలలో పాల్గొనమని ఆహ్వానిస్తాడు కవి.

వీటన్నింటినీ గమనించి కవుల్నిఆ దేశాల్లోని వ్యాపారాల్ని, కోల్పోతున్న మానవీయ విలువల్నీ వర్ణిస్తూ కవిత్వం రాయాలని ప్రబోధిస్తూ ఇలా అంటాడు కవి.

'నిర్మలమైన కెరటాల నీటితో
కడిగిన ఇసుక తిన్నెలాంటి
మీ మనోఫలకంపై,
ఈ ప్రవాహంలో
మీ కళ్ళు చూసే
మనిషి ఉన్నతి శిఖరాలకి
అగాధాల గాధలకి
నకళ్ళుగా వ్రాయండి!''

అంటూ తాము నివసిస్తున్న దేశాల్లో కంటే భారతీయులు ఎంతో స్వేచ్ఛగా బ్రతుకుతున్నట్లు, సంస్కృతి సంప్రదాయాల్ని కాపాడుతున్నట్లు, మానవీయ సంబంధాల్ని పరిమళింపజేస్తున్నట్లు ఈ కవిత కొనసాగింది. ఇంచుమించు ఇటువంటి కవితలే డయాస్పోరా సాహిత్యంలో కనిపిస్తున్నాయి. పండుగల్ని, సంస్కృతిని పొగుడుకుంటూ కొంతమంది రాస్తున్నారు. ఇవన్నీ తమతమ ప్రత్యేక సంచికల్లో వస్తున్నాయి. అప్సర్ రాస్తున్న కవిత్వంలో వలస జీవితాల వల్ల అది భారతదేశమైనా స్వదేశంలో అయినా కుల, మత, వర్గ, ప్రాంతీయ భేదాలు కొనసాగుతునే ఉన్నాయని రాస్తున్నారు.

ముగింపు:

తెలుగు డయాస్పోరా సాహిత్యాన్ని ఒక అధ్యాయంలో చెప్పడం సాధ్యం కాదు. తెలుగు భాష మాట్లాడుతున్న వాళ్ళనుండి విదేశాల్లో నివసిస్తున్నవాళ్ళ వరకు డయాస్పోరా సాహిత్యాన్ని

రాస్తూనే ఉన్నారు. భారతదేశంలోనే ఉంటూ ఇతర రాష్ట్రాల్లో జీవించేవాళ్ల జీవితాలు కూడా డయాస్పోరా సాహిత్యంలో ఒక భాగంగానే కనిపిస్తాయి. అందువల్ల కేవలం దేశం విడిచి ఇతర దేశాల్లో కొంతకాలం లేదా శాశ్వతంగా జీవించేవాళ్ళ జీవితాల్ని ప్రతిఫలించేది మాత్రమే కాకుండా, ఒక దేశంలోనే ఉంటూ మరొక రాష్ట్రంలో, తమది కాని భాషా వ్యవహార సమాజంలో జీవించేవాళ్లు రాస్తున్నదాన్ని కూడా డయాస్పోరా సాహిత్యంగానే చూడవలసి ఉంటుంది. ఇప్పటి వరకు వచ్చిన తెలుగు డయాస్పోరా సాహిత్యంలో తెలుగు సంస్కృతి, మాతృభాష పట్ల మమకారం, బంధుత్వం, ప్రేమానుబంధాలు, మానవీయ కోణం వంటి వాటిని ఎంతో విశాలమైన పరిధిలో ప్రతిఫలించింది. అయితే కథ వచ్చినంత విస్తృతంగా ఇతర ప్రక్రియలు రాలేదు. అమెరికా, ఇతర దేశాల్లో ఉంటూ భారతదేశంలోను, ఆంధ్రప్రదేశ్, తెలంగాణ రాష్ట్రాల్లో జరుగుతున్న సంఘటనలకు ప్రతిస్పందించినంతగా తాము ఉంటున్న దేశాల్లోని సంఘటనలకు ప్రతిస్పందించడం లేదు. ఆ విషయాన్ని డయాస్పోరా సాహిత్యం గురించి సమీక్షిస్తున్న వేలూరి వెంకటేశ్వరరావు, కల్పనా రెంటాల, అఫ్సర్, వంగూరి చిట్టెన్ రాజు, గొర్తి సాయి బ్రహ్మానందం, కొత్తపాళి (శంకరగిరి నారాయణస్వామి) మొదలైనవాళ్ళు హెచ్చరిస్తూ, నిజమైన డయాస్పోరా సాహిత్యాన్ని రాసేటట్లు అవగాహన కలిగిస్తున్నారు. తెలుగు డయాస్పోరా సాహిత్యంపై పరిశోధనలు కూడా జరుగుతున్నాయి. టి.ఎల్.ఎస్.భాస్కర్ సోషియాలజీలో ఉంటూ తెలుగువారి సంస్కృతి, సంప్రదాయాలు గురించి పరిశోధన చేశాడు. తెలుగు డయాస్పోరా డాట్ కామ్ పేరుతో కొన్నాళ్ళు వెబ్సైట్ కూడా నడిపాడు. *Encycloapeadia of Telugu Diaspora* పేరుతో తెలుగు డయాస్పోరా గురించి కృషిచేస్తున్న వాళ్ళందరి వివరాలు ఒక చోటుకి తీసుకొచ్చే ప్రయత్నంలో ఉన్నాడు. తెలుగుశిరీష *Diasporic Indian Women Writers: Quest for Identity in Their Short Stories* పేరుతో చేసిన పరిశోధనలో డయాస్పోరాసాహిత్యంలో భారతీయుల ఆకాంక్షల్ని, వారు పడుతున్న అస్తిత్వ సంఘర్షణనీ సైద్ధాంతికంగా నిరూపించారు. కళ్యాణ్, పలివెల చిరంజీవిరావు మొదలైనవాళ్ళు డయోస్పోరా కథా సాహిత్యంపై పరిశోధనలు చేశారు. హైదరాబాదు సెంట్రల్ యూనివర్సిటిలో ఎం.ఏ.తెలుగులో డయాస్పోరా సాహిత్యం గురించి ఒక ఆప్షనల్ కోర్సు కూడా పెట్టారు. ఈ విధంగా తెలుగు సాహిత్య ధోరణుల్లో ఒకటిగా భావిస్తున్న డయాస్పోరా సాహిత్యం జీవితానుభవాలను పంచుకోవడానికి గొప్పశిల్పం, గొప్ప భాష తెలిసినవారు మాత్రమే కాకుండా, తమ భావాల్ని చెప్పగలిగే వాళ్ళంతా రచయితలుగా మారడానికి ఒక గొప్ప మార్గాన్ని చూపించింది. తెలుగు సాహిత్యంలో భాషలోను, భావంలోను, శిల్ప నిర్మాణాల్లోను గొప్ప మలుపుకి కారణమయ్యింది. సమకాలీన డయస్పోరా సాహిత్యం చదువుతుంటే తెలుగునాట లేని రచనా స్వాతంత్ర్యం, ఏ విషయాన్నైనా తడబాటు లేకుండా చెప్పగలిగే ధైర్యం ఈ రచనల్లో ఉన్నట్లనిపిస్తుంది.

ఊహలూ, వర్ణనల కంటే వాస్తవిక సంఘటనలే ప్రధానంగా కనిపించడంవల్ల రచనల్లో ఒకలాంటి నింపాదితనం కనిపిస్తుంది. కాస్త భాషా పరిజ్ఞానం ఉన్నా ఎంతో చక్కని రచనలు చేయొచ్చని అర్థమవుతుంది! ఇంత గొప్ప పరిణామానికి కారణమైన తెలుగు డయాస్పోరా సాహిత్యం ద్వారా ప్రపంచ వ్యాప్తంగా ఉన్న ఒక భాషకు చెందిన వారిని కలుసుకోవడానికి కలుపుకోవడానికి ఎంతో దోహదపడుతుంది. మాతృభాషల వ్యాప్తికి కూడా డయాస్పోరా సాహిత్యం గొప్ప మేలు చేసింది. ప్రపంచంలో కొన్ని భాషలు మాత్రమే ఆధిపత్య భాషలనే భావాన్ని డయాస్పోరా తమ మాతృభాషల శక్తిని ప్రపంచానికి తెలియజేస్తుంది. అందుకనే డయాస్పోరా సాహిత్యంలో వస్తున్న మార్పుల్ని గురించి నిషిగంధ చెప్తూ కాలక్రమేణా తూర్పు పడమర దేశాల మధ్య జీవన పరిస్థితులలో బేధాలు తగ్గిపోతూ ఉండటం, ఎనభైయ్యవ దశకంలో మొదటి భారతీయ సంతతి ఎదుర్కొన్న సంఘర్షణల్లాంటివి ఇప్పుడు దాదాపు కనుమరుగైపోవడం వల్ల ఈ డయస్పోరా రచనలలో కావాల్సినంత చిక్కదనం కూడా తగ్గుతున్నట్లనిపిస్తోంది! ముఖ్యంగా ఆఫ్రికన్, లాటిన్/స్పానిష్ డయస్పోరా సాహిత్యంతో పోల్చినప్పుడు మొత్తమ్మీద భారతీయ రచయిత(త్రు)ల సంగతి ఎలా ఉన్నా మన తెలుగు రచనలను మాత్రం సరితూచ లేకపోతున్నాము. ఎక్కువశాతం కుటుంబ విలువలు, మనోభావాలు, అంశాల మీదే ఆధారపడి ఉండటం.. అదీ దశాబ్దాల తరబడి ఈ రచనాంశాల్లో పెద్దగా మార్పు లేకపోవడం ఒక కారణం అయి ఉండొచ్చుననిపిస్తుందని అన్నారు. ఈ పరిణామాలన్నీ డయాస్పోరా సాహిత్య వికాసాన్ని, సమకాలీన భాష, సాహిత్య రంగాల్లో వస్తున్న మార్పుల్ని తెలియజేస్తుంది. డయాస్పోరా సాహిత్యం వ్యక్తి స్వేచ్ఛకూ, భాషాసాహిత్యాలు, ముఖ్యంగా మాతృభాషల మనుగడకు ఎంతో దోహదం చేస్తుందనే విశ్వాసాన్ని కలిగిస్తుంది. ఈ కోణంతో ప్రవాసాంధ్రుల సాహిత్యాన్ని భారతీయ, పాశ్చాత్య ఆలంకారిక, శిల్ప పద్ధతుల్లో కాకుండా, సామాజిక సాంస్కృతిక కోణంలో అధ్యయనం చేయగలిగినప్పుడే ఈ సాహిత్యవిలువల్ని సరిగ్గా అంచనా వేయగలుగుతామనిపిస్తుంది.

ఆధారాలు:

1.Global Indian Diasporas Exploring Trajectories of Migration and Theory,

Edited by Gijsbert Oonk, Amsterdam University Press, 2007, pp.93

2.Tomlinson, John. Cultural Imperialism: A Critical Introduction. London: Printer, 1991

3.Encyclopedia of Globalization, Editors–in –chief, Ronald Robertson, Jan Aarts Scholte, Vol.I. New York and London: Routledge, ATaylor and Francis Company, 2007.

[i] రంగనాథాచార్యులు, కె... ఆధునిక తెలుగు సాహిత్యంలో విభిన్న ధోరణులు, 1982–iii

[ii] Encyclopedia of Globalization, Editors–in –chief, Ronald Robertson, Jan Art's Scholte, Vol.I. New York and London: Routledge, ATaylor and Francis Company, 2007, Page.258–263

[iii] V.I.Lenin, C.W., v.33, p.470

[iv] నా భావనలో డయాస్పోరా (వ్యాసం), http://eemaata.com/em/issues/200211/1004.html

[v] వెంకటేశ్వర రావు, దార్ల. తెలుగు డయాస్పోరా సాహిత్యం ఒక పరిచయం – (వ్యాసం) ద్రావిడి –త్రైమాసిక తెలుగు పరిశోధన పత్రిక, ఆగస్టు, 2011, సంపుటి–1, సంచిక–1. పుటలు: 114–123.

[vi] గొర్తి సాయి బ్రహ్మానందం 'డయాస్పోరా కథ ఇంకా పసిబిడ్డే(వ్యాసం), http://www.saarangabooks.com/telugu/2014/10/29

[vii] చంద్రశేఖర్ భట్ & భాస్కర్, 2001: 92

[viii] కల్పనా రెంటాల ' ప్రవాసాంధ్రుల సొంతగొంతుక' (వ్యాసం), https://kalpanarentala.wordpress.com/2008/01/12 /

[ix]https://eemaata.com/em/issues/201003/1547.html? allinonepage=1

[xii] మరణానికి ముందు "అంతర్జ్వలనం", ఆకస్మిక అభివృద్ధిపై ఒక వెలుగు వ్యాసాలు, http://saarangabooks.com/retired/2015/10/15/

[xiii] అమెరికా ఆంధ్రుల ఆహ్వానం" (ఈ మాట అంతర్జాల మాసపత్రిక, జనవరి, 2001)

తెలుగు పరిశోధన వికాసం

-డా. వెలుదండ నిత్యానందరావు
విశ్రాంతాచార్యులు,తెలుగుశాఖ, ఉస్మానియావిశ్వవిద్యాలయం
హైదరాబాదు-500007
సెల్.9441666881

ఈనాడు 'పరిశోధన' అంటే విశ్వవిద్యాలయాల్లో ఎం.ఫిల్., పిహెచ్.డి., డిగ్రీల కోసం సమర్పించిన సిద్ధాంత గ్రంథాలని రూఢి ఏర్పడింది. రాష్ట్ర రాష్ట్రేతర ప్రాంతాల్లోని విశ్వవిద్యాలయాల తెలుగు శాఖలు స్నాతకోత్తర స్థాయి పాఠ్య బోధనతో పాటు, పరిశోధన కార్యక్రమాలు కూడా చురుగ్గా నిర్వహిస్తున్నాయి. ఉస్మానియా, ఆంధ్ర, శ్రీవేంకటేశ్వర విశ్వవిద్యాలయాలు తొలి తరానివి కాగా, వాటికి పుత్రికలుగా పుట్టి స్వతంత్ర ప్రతిపత్తి పొందినవి కాకతీయ, నాగార్జున, శ్రీకృష్ణదేవరాయ విశ్వవిద్యాలయాలు. పాలకుల అవసరాల వల్ల, అభిరుచుల వల్ల ఏర్పడినవి హైదరాబాదు (కేంద్రీయ) విశ్వవిద్యాలయం, పొట్టి శ్రీరాములు తెలుగు విశ్వవిద్యాలయం, శ్రీ పద్మావతి మహిళా విశ్వవిద్యాలయం, ద్రావిడ విశ్వవిద్యాలయం - వీటన్నింటిలోను ఎం.ఫిల్., పిహెచ్.డి.లు బహుళ సంఖ్యలో వస్తున్నాయి. 2006-2007లలో తామరతంపరగా వచ్చిన సరికొత్త విశ్వవిద్యాలయాలలో కేవలం కడప లోని యోగివేమన విశ్వవిద్యాలయం, నిజామాబాదు (డిచ్ పల్లి)లోని తెలంగాణ విశ్వవిద్యాలయం రెంటిలో తెలుగుశాఖలు శాశ్వతోపన్యాసకులతో బలంగా పనిచేస్తున్నాయి. పిహెచ్.డీ లు వెలువడుతున్నాయి. పాలమూరు విశ్వవిద్యాలయంలో కూడా శాశ్వతోపన్యాసకులుండడంతో పరిశోధనలు గత సంవత్సరమే (2022) మొదలయ్యాయి. తక్కినవాటిలో కూడా అతిత్వరలో పరిశోధన కార్యక్రమాలు చేపట్టవచ్చు.

ఇక రాష్ట్రం వెలుపలి మద్రాసు విశ్వవిద్యాలయం దేశం మొత్తంలోనే మొదటిసారిగా ఏర్పడిన మూడు విశ్వవిద్యాలయాల్లో ఒకటి. ఇందలి తెలుగుశాఖలో పిహెచ్.డి. అయినా ఎం.ఫిల్. వ్యాసమయినా ఆంగ్లంలోనే రాయాలన్న నిబంధన తొలినాళ్ళలో ఉండేది. కాలక్రమంలో అది మారిపోయింది. మద్రాసు విశ్వవిద్యాలయంలోను, మద్రాసు ప్రెసిడెన్సీ కళాశాలలోను విడివిడిగా పరిశోధనలు జరుగుతున్నాయి. మధురైలో రెగ్యులర్గాను దూరవిద్యాపథకం ద్వారాను పరిశోధనలు జరుగుతున్నాయి. అట్లే బెంగుళూరు, మైసూరు,

బెనారస్, అలీగఢ్, ఢిల్లీ విశ్వవిద్యాలయాల్లో ఈ రోజు విద్యార్థుల సంఖ్య, అధ్యాపకుల సంఖ్య క్షీణించినా పరిశోధనలకు సముచిత ప్రోత్సాహమందుతుంది. అమెరికాలోని విస్కాన్సిన్, మిచిగాన్, టెక్సాస్, డ్యూక్, పెన్సిల్వేనియాలో ఎక్కువగా భాషాశాస్త్ర సంబంధమైన డాక్టరేట్లు వచ్చాయి.

1930లో చిలుకూరి నారాయణరావు మద్రాసు విశ్వవిద్యాలయం నుండి తెలుగుకు సంబంధించి మొదటిసారిగా డాక్టరేటు గ్రహించారు. ఆ తర్వాత పదిహేనేళ్లకు 1945లో కె.వి.ఆర్.నరసింహంగారు 'ప్రబంధ వా జ్మయం' మీద పరిశోధించి ఆంధ్ర విశ్వవిద్యాలయం నుండి డాక్టరేటు పొందారు. ఆ రోజుల్లో నరసింహం మాష్టారు డాక్టరేట్ పొందారని ఎంతో గొప్పగా, అబ్బురంగా చెప్పుకొనేవారట. 1956లో కొత్తపల్లి వీరభద్రరావు, తంగిరాల నారాయణశాస్త్రి ఆంధ్ర విశ్వవిద్యాలయం నుండి; బి.రామరాజు ఉస్మానియా విశ్వవిద్యాలయం నుండి డాక్టర్లయ్యారు. 1957లో దివాకర్ల వేంకటావధాని ఉస్మానియా నుండి ఎస్.వి.జోగారావు ఆంధ్ర నుండి; 1958లో జి.వి.కృష్ణారావు మద్రాసు నుండి, 196లో పల్లా దుర్గయ్య , కేతవరపు రామకోటిశాస్త్రి ఉస్మానియా నుండి పిహెచ్.డిలు పొందారు. తెలుగు పరిశోధన మొదలైన 1930 నుంచి 1960 దాకా మూడు దశాబ్దాల్లో మద్రాసు తెలుగుశాఖ నుండి ఇరువురు, ఆంధ్ర విశ్వవిద్యాలయం తెలుగుశాఖ నుండి నలుగురు, ఉస్మానియా తెలుగుశాఖ నుండి నలుగురు మొత్తం పదిమంది డాక్టరేట్లు పొందారన్నమాట. భద్రిరాజు కృష్ణమూర్తి అమెరికాలోని పెన్సిల్వేనియా నుండి 1957లో తెలుగుక్రియల మీద, ఇలపావులూరి పాండురంగారావు హిందీ తెలుగు నాటకాల మీద ఆంధ్ర విశ్వవిద్యాలయం హిందీ శాఖనుండి 1960లో డాక్టరేట్లు పొందారు. సంఖ్యాపరంగా ఈ మూడు శతాబ్దాల్లో తెలుగు పరిశోధన ప్రగతి ఇది.

నెల్లూరు జిల్లా వాస్తవ్యులైన డాక్టర్ పిట్ట మండలం వెంకటాచలపతి (పి.వి.పతి- 1906-1961) గొప్ప డాక్యుమెంటరీ చిత్ర నిర్మాత. 1947 ఆగస్టు 15 న ఢిల్లీలో ఆంగ్ల పతాకాన్ని దించి భారతీయ త్రివర్ణ పతాకాన్ని ప్రధాని జవహార్ లాల్ నెహ్రూ ఎగరవేసిన అద్భుత చారిత్రక సన్నివేశాన్ని తన కెమెరాతో బంధించారు. ఇంకా మహాత్మాగాంధీ, మైసూరు మహారాజ, గోల్డెన్ రివర్ కావేరి, కాంగ్రెస్ సభ, క్వెట్టా భూకంపం లాంటి ఎన్నో డాక్యుమెంటరీలు తీసి పేరు తెచ్చుకొన్నారు. ఆయన జీవిత చరిత్ర కూడా వచ్చింది.

ఈ మహానుభావుడు పారిస్‌లోని సారబాన్ విశ్వవిద్యాలయంలో గొప్ప సంస్కృత విద్వాంసులైన ప్రొఫెసర్ లూయిరెనో పర్యవేక్షణలో 1933-34ల్లో 'ది కాంటెంపరరీ థియేటర్ ఆఫ్ ఆంధ్రాస్' అనే అంశం మీద గురజాడ కన్యాశుల్కాన్ని ప్రధానీకరించి డాక్టరేట్ చేశారు. భారతీయ రూపకాల మీద బాగా అవగాహన ఉన్న ప్రముఖ ఇండాలజిస్ట్ సిల్వియన్ లెవితో ఉన్న సాన్నిహిత్యం కూడా గ్రంథరచనకు తోడ్పడింది. ఫ్రెంచి భాషలో రాయబడిన ఈ సిద్ధాంత గ్రంథంలోని అంశాలేమిటో తెలియవు - జిజ్ఞాసువులెవరైనా

పూనుకొని ఆ ప్రతిని సంపాదించి తెలుగులోకి అనువదించి ప్రచురిస్తే లోకానికి ఒక మంచి పని చేసిన వారవుతారు.

1933లో పాటిబండ మాధవశర్మ ఆధునికాంధ్ర భావ కవిత్వం పై ఆంధ్ర విశ్వవిద్యాలయంలో ఎం.లిట్ చేశారు. 78ఏళ్ళ తరువాత 2012లో నేను పూనుకొని తెలుగు విశ్వవిద్యాలయం ద్వారా నా సంపాదకత్వంలో ప్రచురింపచేశాను. 'పరిశోధన' విశ్వవిద్యాలయాల్లో పదోన్నతిలో భాగంగా, విధ్యుక్త ధర్మంగా మారిందీ, స్థిరమైందీ 1961 నుండి అని లెక్క వేసుకుంటే ఈ ఐదు దశాబ్దాల కాలంలో (2013) ఎం.ఫిల్., పిహెచ్.డిలు 5250 దాకా వచ్చాయి. 1956 నుండి 1971ల మధ్యకాలంలో ఎన్ని వచ్చాయో 1972-86 మధ్య అంతకు రెట్టింపు సిద్ధాంత గ్రంథాలు వచ్చాయి. ఈ రెండు దశాబ్దాల కాలంలో ఒకటిన్నరరెట్లు పెరిగినట్లు తెలుస్తుంది. ఇది బలుపు కావచ్చు. వాపు కావచ్చు. ఈ ప్రస్థానంలో ఎన్నెన్నో మలుపులు, మెరుపులు, ఉత్థాన పతనాలు, ఆశలు నిరాశలు అన్నీ కలగాపులగంగా కనిపిస్తాయి. అత్యద్భుతమైన పరిశోధన గ్రంథాలు వచ్చాయి. పేలవమైనవీ వచ్చాయి. ఒక ప్రక్రియ ఆవిర్భావ వికాసాలకు అద్దంపట్టిన రచనలు, ఒక యుగకర్తలాంటి కవి దార్శనిక దృష్టినీ ప్రతిభా మహత్వాలనూ విశ్లేషించి చూపిన గ్రంథాలు వచ్చాయి. ఒక సిద్ధాంత ప్రతిపాదన గమ్యంగా సాగిన రచనలు వచ్చాయి. భాషాపరిణామ విశేషాలను బేరీజు వేసిన రచనలు వెలువడ్డాయి. హాస్టల్లో తిండి తినడం కోసం రాసినవీ ఉన్నాయి. ఏదో నెత్తిమీదనున్న బరువు దించుకొందామనే రచనలు ఉన్నాయి. ఏ మాత్రం అవసరంలేని అంశాలమీద పిహెచ్.డి.లు వచ్చాయి. నిందలు, ప్రశంసలు, సత్కారాలు, ఛీత్కారాలు తెలుగు పరిశోధన చరిత్రను మిశ్రమంగా వరించాయి. మంచి ఫలితాలతో మనం పేచీ పడవలసిన అవసరం లేదు. మంచి వాటిని మనసారా ప్రశంసించడానికి మనవారికి నోరు కూడా రాకపోవచ్చు (రాదు కూడా). నాసిరకం పరిశోధనల మీద కత్తి దూయడానికి సర్వులు అత్యుత్సాహంగా ముందుంటారు. ఈ పరిశోధనల్లో చోటుచేసుకొన్న బలహీనతల మూలంగా 'పరిశోధన' వల్ల కలిగిన వికాసం, వచ్చిన వెలుగు సైతం మరుగున పడిపోయే స్థితి ఏర్పడింది.

పరిశోధనవల్ల జరిగిన మంచి పరిణామాలను, మంచి ఫలితాలను ముందు గమనిద్దాం. సాధారణంగా అవసరం పడితే తప్ప చదవడానికి పూనుకోని భాషాశాస్త్ర వ్యాకరణఛందో అలంకారాది శాస్త్రాల పరిశీలన, అన్వయం విశ్వవిద్యాలయపరిశోధనల వల్లనే సాధ్యమైంది. ప్రబంధ భాషమీద రావిభారతి, శ్రీనాథుని భాషమీద నేతి అనంతరామశాస్త్రి పి.యల్.శ్రీనివాసరెడ్డిగారలు, శాసనభాషకు, వివిధ కావ్యాలకు పరిశోధకులు రాసిన వర్ణనాత్మక వ్యాకరణాలు, అమరేశం రాజేశ్వరశర్మ, బొడ్డుపల్లి పురుషోత్తంగార్ల వ్యాకరణ పరిశోధనలు కె.సర్వోత్తమరావు, సంగనభట్ల నరసయ్య, ఎస్.ఎస్.రాజుగార్ల ఛందః పరిశోధనలు - అట్లే ఎంతో శ్రమతో విషయసేకరణ చేసి

రూపొందించిన తంగిరాల వారి 'వీరగాథలు', కసిరెడ్డిగారి పొడుపుకథల సిద్ధాంత గ్రంథం మొదలైనవన్నీ పరిశోధన అంటూ డిగ్రీ ఒకటి చేయవలసి రావడం వల్ల వచ్చినవే తప్ప ఆ రచయితలు స్వతంత్రంగా వాటిని అలా శ్రమకోర్చి రాస్తారని భావించలేం. ఈనాటికీ ఆ రంగాలలో ఆ పుస్తకాలు ప్రామాణికంగా పాఠకులకు ఉపయోగపడుతున్నాయి.

యుగద్రష్టలైన కవుల ప్రతిభా మహత్త్వాలను అనితరసాధ్యంగా విశ్లేషించి చూపిన గ్రంథాలు విశ్వవిద్యాలయాల్లోనే వచ్చాయి. కేతవరపు రామకోటిశాస్త్రిగారి తిక్కన కావ్యశిల్పం, జి.వి.సుబ్రహ్మణ్యంగారి మార్కండేయపురాణం, తుమ్మపూడి కోటేశ్వరవుగారి ఆముక్తమాల్యదా సౌందర్యం, ధూళిపాళ శ్రీరామమూర్తి పోతన భాగవతానుశీలనం, వి.వి.యల్.నరసింహరావు నన్నయ అక్షర రమ్యత లాంటివి ఒజ్జబంతులై నిలిచాయి. పరిశోధన అనే ప్రేరణే లేకపోతే వీరెవ్వరు ఈ అంశాల మీద ఇంత విస్తృతస్థాయిలో గ్రంథాలు వ్రాసేవారు కారేమో! ఏ కవిత్వమో, వర్తమాన కవుల మీదనో రాసుకునేవారేమో!

'ఆధునికాంధ్ర కవిత్వ మహాంభోరాశిని మథించి తీసిన సారస్వత నవామృతము' సి. నారాయణరెడ్డి గారి సిద్ధాంతగ్రంథం. ఈ పుస్తకాన్ని వారు రాయకపోయినా జ్ఞానపీఠం వచ్చేది కాని యూనివర్సిటిలో డాక్టర్, తర్వాత ప్రొఫెసర్, ఆ తర్వాత వైస్చాన్సలర్ కాలేకపోయేవారు. ''పట్టముతో పాటు పదికాలముల పాటు నిలుచు గ్రంథము రచించుటకు వీలు'' కల్పించినది ఉస్మానియా విశ్వవిద్యాలయాధికారులే. నేటికీ ఆధునికాంధ్ర కవిత్వాన్ని అధ్యయనం చేయడానికి ప్రథమ స్మరణీయమైంది వారి గ్రంథమే. పదోన్నతికే అయినా పౌరుషంతో రాయబడిన గ్రంథమది. డాక్టరేట్ అన్న మెట్టు ఎక్కాల్సిన అవసరమే లేకపోతే నారాయణరెడ్డిగారు మరో రెండు కవితా సంకలనాలు వేసుకునేవారు. కాని సిద్ధాంతగ్రంథ రచనం జోలికి వెళ్ళకపోయేవారు. మూడు ముద్రణలు వేసినా తర్వాతి వివరాలు చేర్చకపోవడానికి కారణం మౌలికంగా కవిత్వం, వక్తృత్వం తన రంగాలు తప్ప పరిశోధన, విమర్శలు కావనుకోవడమే నేమో! . 'పరిశోధన'కు ఉన్న ప్రాధాన్యాన్ని చెప్పడానికే ఇక్కడ సి.నారాయణ రెడ్డి గారిని ప్రస్తావిస్తున్నది.

నూటికి తొంభైమంది విద్వాంసులు తమ పరిశోధన గ్రంథం స్థాయిలో మరో పుస్తకం రాయకపోవడం, సిద్ధాంత గ్రంథరచనకు వెచ్చించినంత కాలం, శ్రమ, వ్యయం మరో రచనకు కేటాయించకపోవడమే పరిశోధన ప్రాముఖ్యాన్ని, ప్రాధాన్యాన్ని తెలుపుతుంది. పైన పేర్కొన్నవన్నీ వెనుకటివే. ఇప్పటివాళ్ళ సంగతేమి? అనవచ్చు. ఇప్పటి వారు సైతం ఎన్నో మంచి గ్రంథాలు రాయకపోలేదు. 'ప్రజానాట్యమండలి ప్రదర్శనకళలు'పై పరిశోధించిన డా॥ చింతా సత్యనారాయణ విషయ సేకరణ కోసం ఎంతో శ్రమపడ్డారు. ప్రజానాట్యమండలి 1943లో మొదలైంది. కాని ఏ రోజున మొదలైందో గుర్తించడానికి ఎన్నోపాట్లు పడవలసివచ్చింది. 'శ్రీకాకుళోద్యమసాహిత్యం' మీద

పరిశోధించిన కె.ముత్యం ప్రమాదభరితమైన తీవ్రవాదప్రాంతాల్లో విస్తృతక్షేత్ర పర్యటన చేసి అనేకాంశాలు వెలుగులోకి తెచ్చారు.

శ్రీమతి శివుని రాజేశ్వరి 'తెలుగునవలల్లో వరకట్న సమస్య చిత్రణ' (1990)ను గురించి పరిశోధిస్తూ వరకట్న సమస్యను సాంఘికశాస్త్ర నేపథ్యంతో చక్కగా విశ్లేషించారు. పట్టికలు, టేబుళ్ళు, ప్రోచార్టులతో గణాంకశాస్త్ర పద్ధతులను తొలిసారిగా ప్రయోగించి సహస్రముఖాలుగా వికృతరూపం దాల్చిన వరకట్న సమస్యను మన ముందుంచారు.

తెలుగు సినిమా పాటల మీద, చరిత్ర కైఫీయత్తుల మీద, నవలల మీద ఇత్యాద్యనేకాంశాల మీద విశ్వవిద్యాలయాల్లో వచ్చిన గ్రంథాలతో పోలిస్తే బయటవచ్చిన గ్రంథాలు చాలా తక్కువ. గోపీచంద్, బుచ్చిబాబులాంటి లాంటి ఎందరో కథకులగురించి , నవలాకారుల గురించి మంచి గ్రంథాలు యూనివర్సిటీలలోనే పరిశోధనలో భాగంగా వచ్చాయి. ఇక జానపదం, గ్రామనామాలు, భాషాశాస్త్రం విశ్వవిద్యాలయాలను ఆసరాగా చేసుకొని వృద్ధిపొందుతున్నవే. విశ్వవిద్యాలయాల్లో జానపదం మీద 300పైచిలుకు ఎం.ఫిల్., పిహెచ్.డిలు వచ్చినట్లు దాఖలా ఉంది. మరి విశ్వవిద్యాలయం వెలుపల జానపద సాహిత్యాన్ని పరిశీలిస్తు ఎన్ని గ్రంథాలు వచ్చాయి?

భక్తికవులు - సామాజిక విశ్లేషణ (1994), భారతీయ వ్యాఖ్యాన సంప్రదాయం - తెలుగులో వ్యాఖ్యానాలు(1990), తెలుగులో మృచ్ఛకటికం(1991), తెలుగు సినిమాపాట (1991), ఆధునిక తెలుగు సాహిత్యంలో అధిక్షేప ధోరణులు(1992), తెలుగులో పద్యనిఘంటువులు (1993), తెలుగులో యాత్రా చరిత్రలు (1990), తెలంగాణాలో సాహితీ సాంస్కృతిక చైతన్యం - పత్రికల పాత్ర (1996), జానపదభిక్షుక గాయకులు (1996), భావకవిత్వంలో స్త్రీ(1987), కవయిత్రుల కవిత్వంలో స్త్రీ మనోభావాలు (1990), కాకతీయ యుగసాహిత్యంలో స్త్రీల సామాజిక స్థితిగతులు (1996), తెలుగు సాహిత్యంపై శరత్ ప్రభావం (1990), విశ్వనాథ నవలలు-మానవ సంబంధాలు (1994), ఆధునిక కవిత్వం వస్తువు రూపపరిణామం (1992), అభ్యుదయ కవిత్వంలో స్త్రీ (1989), తెలుగు కవిత్వంలో భావచిత్రాలు (1996), అభ్యుదయ కవిత్వంలో మధ్యతరగతి జీవితచిత్రణ (1982), ఆధునిక తెలుగు కవిత్వంలో "నేను" (1990) మొదలైన వాటినెన్నింటినో పేర్కొనవచ్చు.

వెనిగళ్ళ రాంబాబు 'ప్రాచీనాంధ్రసాహిత్యంలో విజ్ఞాన శాస్త్రాంశాలు' అనే అంశంపై 2005లో డాక్టరేట్ పొందారు. గణితం, వైద్యం, వ్యవసాయశాస్త్రం, భౌతిక శాస్త్రం, ఖగోళశాస్త్రం, రసాయనశాస్త్రం, జీవశాస్త్రం, ఆహారవిజ్ఞానశాస్త్రాదుల్లో భారతీయవిజ్ఞానాన్ని ఆధునికశాస్త్ర విజ్ఞానంతో సరిపోల్చి పరిశీలించారు.

చదరంగంలో మొదటి గదిమీద ఒక గింజ ఉంచి క్రమంగా అరవైనాలుగు గళ్ళల్లో రెట్టిస్తు పోతుంటే వచ్చే సంఖ్య 18446744737095516l5 అని గణితసార సంగ్రహంలో చెప్పబడింది. ఇది ఆధునిక కంప్యూటర్తో పునఃపరిశీలిస్తే సరియైనదేనని తేలిందట. భాగవతంలో చెప్పబడిన పిండోత్పత్తి పెరుగుదల క్రమం ఆధునిక అల్లోపతి శాస్త్రంలో ఆయా దశల చిత్రపటాలతో పోలిస్తే సక్రమమని తెలుతుంది. వడ్లలో 200 రకాలు, 20 రకాల ధాన్యాలు, 15 రకాల నూనెగింజలు, 50 రకాల కూరగాయలు, 30 రకాల ఊరగాయలు, 25 రకాల ఆకు కూరలు ప్రాచీన సాహిత్యంలో లభిస్తున్నాయి. కాంతి స్వభావాన్ని, కాంతివేగాన్ని, గ్రహాల వ్యాసాలను, ఔషధాల తయారీ చిత్రలేఖనంలో ఏనాటికీ మాయని రంగులు మొదలైనవెన్నెన్నో అంశాలను వెనిగళ్ళ రాంబాబు సిద్ధాంతగ్రంథంలో పేర్కొన్నారు.తెలంగాణ విమోచనోద్యమం కాలంలోని స్త్రీల చైతన్యాన్ని సాహిత్యంలో అది ప్రతిఫలించిన తీరును సోదాహరణంగా వివరించి తిరునగరి దేవకీదేవి మంచి సిద్ధాంతగ్రంథం రాశారు.

ధారణాశక్తికి, సద్యఃస్పందనకు, భావుకతకు మూలమైన అవధాన ప్రక్రియ అవతరణ వికాసాలను గురించి సాధికారికమైన సిద్ధాంత గ్రంథాలను జి.దామోదర నాయుడు, సి.వి.సుబ్బన్నశతావధాని, రాళ్ళబండి కవితాప్రసాద్ (2006) రచించారు. వామనుడు 'చిత్తైకాగ్ర్యం అవధానం' అన్ననాటినుండి సంస్కృతాంధ్రకావ్యాల్లో అవధానశబ్ద విచారం, అవధాన స్వరూపం వైవిధ్యం – అష్ట, అష్టాదశ, శత, సహస్ర, సహస్రాధిక అవధానాల వివరాలను, అంశాల స్వరూప స్వభావాలను అందులోని మెళుకువలను రాళ్ళబండి వారు వివరించారు.

సమగ్ర సాహిత్యచరిత్ర నిర్మాణానికి ప్రత్యేక ప్రాంత, ప్రత్యేక కాల, ప్రత్యేక ప్రక్రియా చరిత్రలు ఎంతో దోహదం చేస్తాయి. మహబూబ్ నగర్ జిల్లా శతకం, వచనం, రాయలసీమకవులు, మెదక్, కడప, శ్రీకాకుళం, కరీంనగర్ జిల్లాల కవుల భిన్న భిన్న క్షేత్రమాహాత్మ్యా ల పరిశీలనలు, వచన గేయ కవిత్వ పరిశీలనలు ఇత్యాదులెన్నో విషయ నిర్భరమైన సిద్ధాంతగ్రంథాలు వచ్చాయి.

1991-2000 దశకంలోని 'పద్య ప్రక్రియ-వస్తువైవిధ్యం' అనే అంశంపై కె.వి.రమణాచారి డాక్టరేటు పొందారు. 1991-2000 మధ్యలో వచ్చిన 323 పద్య కృతుల్లోని ఆధ్యాత్మిక, పౌరాణిక, చారిత్రక, సామాజికాది భిన్న భిన్న వస్తువులను క్రోడీకరించి ప్రదర్శించారు. పద్యం ఈసడింపునకు గురవుతున్న కాలంలో ప్రామాణికమైన మహాకావ్యాలు రావడం – వై2కె వైరస్ ప్రమాదం, నైనాసాహ్నీ హత్య, కాకతీయరైలు దహనం-కార్గిల్ యుద్ధం, బుద్ధవిగ్రహ పతనం, బాలకార్మికవ్యవస్థ, లంచగొండితనం మొదలైన అనేకాంశాల మీద పద్యాలు రావడాన్ని రమణాచారి సోదాహరణంగా పేర్కొన్నారు. వినూత్న ఛందస్సులు కల్పింపబడడం సాహిత్యంతో సంబంధంలేని

ఇంజనీర్లు, కలెక్టర్లు, డాక్టర్లు, శాస్త్రవేత్తల పద్యరచనలు చేయడం మొదలైన అనేక విషయాలను కె.వి.రమణాచారి తమ సిద్ధాంత గ్రంథాలలో వివరించారు. ఈ సిద్ధాంత గ్రంథం 'ఒక్కోదశాబ్దకాలం' పద్యకవితా వికాస పరిశీలన' లకు ఆదర్శంగా నిలుస్తుంది. ప్రేరణనిస్తుంది.

అత్యాధునిక సమస్య 'ప్రపంచీకరణం'. సి.హెచ్.కాశీం 2009లో ప్రపంచీకరణ వ్యతిరేక సాహిత్యం మీద డాక్టరేటు పొందారు. ప్రపంచ బ్యాంక్, వరల్డ్ ఆర్గనైజేషన్లు దేశాలను దోపిడీ చేస్తున్న తీరును తెలుగుకవులు, కథకులు, నవలాకారులు దాన్ని ప్రతిఘటించిన తీరు వాటి వస్తురూప విశ్లేషణను కాశీం వివరించారు.

బద్దిపూడి జయరావు 2007లో దళిత సంఘటన కవిత్వం మీద తెలుగు విశ్వవిద్యాలయంలో పిహెచ్.డి. చేశారు. కారంచేడు, నీరుకొండ, తిమ్మసముద్రం, చుండూరు, వేంపేట లాంటి గ్రామాల్లో జరిగిన కులకక్షలు, కంచికచర్ల కోటేసు, చలకుర్తి ముత్తమ్మలపై దాడికి సంబంధించి ఆయా గ్రామాలలో తిరిగి, వ్యక్తులను కలిసి, సంఘాలతో సంప్రదించి – ప్రత్యక్ష క్షేత్ర పర్యటనతో సిద్ధాంతగ్రంథాన్ని రూపొందించారు. ఎరుకలి వారి జీవనస్థితిగతుల మీద (కె.ప్రభాకర్), సుగాలీ సంస్కృతి భాషా సంస్కృతుల మీద (ఎం.గోనానాయక్), నల్లగొండ బంజారాల మీద (డి.సూర్య ధనంజయ్), ఆశ్రితకుల వ్యవస్థ మీద (పి.సుబ్బాచారి), సాహిత్యంలో ముస్లింల జీవితచిత్రణ మీద (వి.గీతానాగరాణి) లాంటి వెన్నింటినో పేర్కొనవచ్చు.

ఇలాగ ఎన్నో సిద్ధాంత గ్రంథాలలోని మేలిమి సుగుణాలను ప్రదర్శించాలన్న ఆసక్తి ఉంది. కాని స్థలాభావం దృష్ట్యా చెప్పలేక పోతున్నాను. వైయక్తికమైన అభిరుచి, శ్రమశీలం, ఓపిక, వ్యుత్పన్నత ఉంటే మంచి సిద్ధాంతగ్రంథం రాయవచ్చు. పిహెచ్.డి.అన్న వ్యవస్థ ఉండడం వల్లనే ఇవన్నీ సాధ్యమయ్యాయని మాత్రం నిర్ద్వంద్వంగా చెప్పవచ్చు.

తెలుగులో జరిగిన పరిశోధనను స్థూలంగా ఎనిమిది విభాగాలుగా వర్గీకరించుకోవచ్చు. ఒకే గ్రంథంలో ఈ ఎనిమిది అంశాలు కలిసిపోవచ్చు కూడా.

1. ప్రాచీన సాహిత్యాంశాలను పరిశీలించడం:

అలంకారాలు, పాత్రపోషణం, సౌందర్యపోషణం, కవి ప్రతిభను నిరూపించ గలిగే అంశాలు, పూర్వకవి ప్రభావాలు, అనంతర కవులపై ఆయన చూపిన ప్రభావం, తీసుకొన్న ఇతివృత్తానికి మూలాలు వగైరా అన్నీ ఈ విభాగం కింద చెప్పుకొనే వీలుంది. తెలుగులోని ప్రాచీన ఆధునిక కవులందరి మీద ఇంచుమించు ఈ రకం సిద్ధాంత గ్రంథాలు వెలువడ్డాయి. తెలుగులో ఆద్యగ్రంథమైన కవిత్రయ మహాభారతంపై 220 దాక ఎం.ఫిల్., పిహెచ్.డి.లు వచ్చాయి. ఇది రాశిని సూచిస్తుంది. మరి ఇంతమంది చేసినప్పుడు ఎన్నెన్ని కొత్త అంశాలు

వెలుగులోకి వచ్చాయి? ఎన్నెన్ని పునరుక్తులయ్యాయి? 'నన్నయపై ఇంత పరిశోధన వ్యాసంగం జరిగినా, నన్నయ శబ్దార్థసాహితీతత్త్వ స్వరూపావగతికి తెలుగుజాతి నోచుకోలేదంటే అర్థమేమి?' ఆచార్య తుమ్మపూడికోటేశ్వరరావు (శ్వేతపద్మం,పుట19.) లాంటి విద్వన్మణులు విసుక్కొంటున్నారు. 'విశ్వనాథ'పైన 'జానపదం' పైన అత్యధిక సంఖ్యలో పరిశోధన గ్రంథాలు వెలువడ్డాయి. వాటి సార్థక్యం ఏ మేరకు సంతృప్తికరంగా ఉందో విశ్లేషించుకోవాలి. దివాకర్ల వేంకటావధాని 1957లో ఉస్మానియా నుండి 'ప్రాజ్నన్నయ యుగము- నన్నయ భారతము' అనే అంశం మీద పరిశోధించారు. శాసనాల్లో తొలి తెనుగు నుడులు మొదలుకొని తొలి తెలుగుకవి నన్నయ సంస్కృత భారతాన్ని ఆంధ్రీకరించిన తీరుతెన్నులు, చేసిన మార్పులు సోప పత్తికంగా నిరూపిస్తూ తెలుగుభాష పటిష్ఠతకు నన్నయ చేసిన దోహదాన్ని వివరించారు. జొన్నలగడ్డ మృత్యుంజయరావు ఆంధ్ర విశ్వవిద్యాలయం నుండి నన్నయ అనువాద విధానాన్ని ప్రత్యేకంగా పరిశీలించి డాక్టరేటు పొందారు.

మహాభారతంలోని ఇతిహాస లక్షణాలను కేతవరపు రామకోటిశాస్త్రి వివేచించి ఉస్మానియా నుండి డాక్టరేటు పొందారు. ఎల్లూరి శివారెడ్డి, జి. హరిహరనాథ్, ఆంధ్ర కమలాదేవి ప్రభృతులు రసపోషణ వైచిత్రిని ఆవిష్కరించారు. అప్పజోడు వేంకటసుబ్బయ్య మహాభారతంలో మానవస్వభావ చిత్రణను పరిశీలించి 1971లో ఉస్మానియా నుండి డాక్టరేటు పొందారు. భీష్ముడు, కుంతి, ద్రౌపది, శ్రీకృష్ణుడు, ధర్మరాజు, భీముడు, అర్జునుడు మొదలుకొని సాత్యకి, ఉత్తరలాంటి అప్రధాన పాత్రల వరకు వివిధ విశ్వవిద్యాలయాల్లో పరిశోధన జరిగింది.

1969 నాచనసోమన ఇతర హరివంశాల మీద ఉస్మానియా నుండి పి.యశోదారెడ్డి, ఆంధ్ర విశ్వవిద్యాలయం నుండి వేదుల కామేశ్వరరావు 1966లో పరిశోధనలు జరిపారు. 1969లో పోతన భాగవతంపై ధూళిపాళ శ్రీరామమూర్తి, 1980లో భాస్కర రామాయణంపై ఆర్. శ్రీహరి ఉస్మానియా విశ్వవిద్యాలయం నుండి డాక్టరేటు చేసి సిద్ధాంతగ్రంథాలను ప్రచురించారు.కొర్లపాటి శ్రీరామ్మూర్తి శ్రీనాథుని ఆంధ్రీకరణ విధానం ఇతర చారిత్రక అంశాలను, పాండితీప్రాభవాన్ని ప్రామాణికంగా ఆవిష్కరించి ఆంధ్ర విశ్వవిద్యాలయం నుండి 1965లో డాక్టరేటు గ్రహించారు. శ్రీనాథుని ఈశ్వరార్చన కళాశీలాన్ని సోపపత్తికంగా నిరూపించి 1976లో పిహెచ్.డి. కన్నా ఉన్నతమైన డి.లిట్. పట్టాన్ని కూడా శ్రీరామ్మూర్తి పొందారు.

వేటూరి ప్రభాకరశాస్త్రిగారు సేకరించిన తాళ్లపాక అన్నమాచార్యుని సంకీర్తనలను ఆలంబనగా చేసుకొని అన్నమాచార్యుల సంకీర్తన లక్షణాలను వైష్ణవ ప్రభావాన్ని విశ్లేషించి ఉస్మానియా నుండి 1966లో వేటూరి ఆనందమూర్తిగారు డాక్టరేటు పట్టా పొందారు. అన్నమాచార్యుల సంకీర్తనల్లో శృంగార భావనలు, జానపద గేయఫణితులు, స్త్రీ సంబంధిత

అంశాలు, కవిసమయాలు, సమకాలీన సాంఘిక జీవనం, యక్షగాన సంప్రదాయం, వర్ణనలు, ఆత్మనివేదన, అన్యదేశ్యాలు, గ్రామీణజీవితం మొదలైన అనేక అంశాల మీద శ్రీ వేంకటేశ్వర విశ్వవిద్యాలయం తెలుగుశాఖ ప్రత్యేక దృష్టి పెట్టి ఎం.ఫిల్., పిహెచ్.డి.లకు పరిశోధనలు చేయించింది.

ప్రబంధయుగ మణిదీపంలాగా పేర్కొనదగిన శ్రీకృష్ణదేవరాయల 'ఆముక్త మాల్యద' సౌందర్యాన్ని తుమ్మపూడి కోటేశ్వరరావు ఉస్మానియా నుండి 1967లో విశ్లేషించి డాక్టరేటు పొందారు. ఇంకా మనుచరిత్ర, పారిజాతాపహరణం, వసుచరిత్ర, పాండురంగమాహాత్యాది కావ్యాలకు సంబంధించి రకరకాల అంశాల మీద వివిధ విశ్వవిద్యాలయాలు పరిశోధనలు చేయించాయి.

దక్షిణాంధ్రయుగంలో రఘునాథనాయకుని వాల్మీకిచరిత్రాది కృతుల మీద, చేమకూర వేంకటకవి కృతుల మీద, పిఠాపురం, వెంకటగిరి, గద్వాల సంస్థానాలకు చెందిన ఎందరో కవుల కావ్యాలు తెలుగు పరిశోధనలకు వస్తువులయ్యాయి.

సామాజిక దురాచారాలను ఖండించిన వేమన, వీరబ్రహ్మం మొదలైనవారి మీద, త్యాగయ్య, క్షేత్రయ్య, రామదాసు ఇతర వాగ్గేయకారుల మీద కూడా వివిధ విశ్వవిద్యాలయాల్లో పరిశోధకులు ప్రశస్తమైన పరిశోధనలు జరిపి ఆయా అంశాలను నిగ్గు తేల్చారు.

2. ఛందోవ్యాకరణాది శాస్త్రాంశాలను అన్వయించి పరిశోధించడం:

పాటిబండ మాధవశర్మ 'మహాభారతం – ఛందశ్శిల్పం', వివియల్ నరసింహారావు నన్నయ అక్షరరమ్యత, జంధ్యాల జయశంకర బాపూజీ శ్రీనాథుని సాహిత్యప్రస్థానం, నన్నయ, నన్నెచోడ, శ్రీనాథ, చేమకూర కృతులను భాషాశాస్త్రపరంగా పలువురు రచించిన వర్ణనాత్మక వ్యాకరణాలు, ఆనందవర్ధనుని ధ్వనిసిద్ధాంతాన్ని ఆంధ్ర మహాభారతానికి అన్వయించి శలాక రఘునాథశర్మ, మనుచరిత్రకు అన్వయించి కె.రాజన్నశాస్త్రి, సీతారామాంజనేయ సంవాదం కావ్యానికి జీవబ్రహ్మైక్య సిద్ధాంతాన్ని సమన్వయిస్తూ రత్నాకర బాలరాజు సిద్ధాంతగ్రంథం మొదలైనవాటిని శాస్త్రాంశాలను అన్వయించి రాసిన సిద్ధాంతగ్రంథాలకు ఉదాహరణలుగా పేర్కొనవచ్చు.

3. కేవలం ల శాస్త్రాలంశాల మీద, శాస్త్ర గ్రంథాల మీద కృషి:

వ్యాకరణం, భాష, ఛందో–లంకార శాస్త్రాదుల ఆవతరణ వికాసాల మీద, అంతర్గత అంశాల పరిణామ స్వరూప స్వభావాల మీద, తత్సంబంధ గ్రంథాల మీద పరిశోధకులు యథోచిత దృష్టి ప్రసరింపచేశారు. తెలుగు వ్యాకరణ వికాసంపై బొడ్డుపల్లి పురుషోత్తం 1966లో ఆంధ్ర విశ్వవిద్యాలయం నుండి, అమరేశం రాజేశ్వరశర్మ 1970లో

ఉస్మానియా విశ్వవిద్యాలయం నుండి, జి.లలిత మద్రాసు విశ్వవిద్యాలయం నుండి డాక్టరేట్లు పొందారు. చిన్నయసూరి బాలవ్యాకరణం, బహుజనపల్లి సీతారామాచార్యుల ప్రౌఢవ్యాకరణాల రచనానిర్మాణ వైఖరులను విశ్లేషిస్తూ చేసిన పరిశోధనలు వచ్చాయి. తూమాటి దొణప్ప వైకృత పదస్వరూపాలను వివరించి 1965లో ఆంధ్ర విశ్వవిద్యాలయం నుండి డాక్టరేటు పొందారు.

కేతన కృతుల మీద పరిశోధించిన హరిశివకుమార్ గారు 'ఆంధ్రభాషా భూషణాన్ని వర్ణనాత్మకంగా సమీక్షిస్తే సరిపోయేది. కాని వారు దానికి మూలమైన నాగవర్మ (ద్వితీయ) రాసిన కర్ణాటక భాషాభూషణంతో సరిపోల్చి పరిశీలించారు. తొలి వ్యాకరణమైన ఆంధ్ర భాషాభూషణంలోని ప్రయోగాల, సూత్రాల ప్రభావం విన్నకోట పెద్దన, అనంతుడు, చిన్నయసూరి, బహుజనపల్లి సీతారామాచార్యుల దాక వచ్చిన అనంతర వ్యాస కర్తల మీద ఎలా ప్రసరించిందో సప్రమాణికంగా వివరించారు.

సంస్కృతేతర దేశిచ్ఛందస్సుల మూలాలు శోధించి, పద్య, గణ, యతి నిర్మాణాల మూలాలకు జానపదచ్ఛందాలు మాతృకలని, సీసాది ఛందాలు గేయం నుండి రూపుదిద్దుకున్న శిష్టవాఙ్మయ ఛందోరూపాలని నరసయ్యగారు కేవలం శాస్త్రదృష్టితో నిగ్గుతేల్చిన పరిశోధన ''తెలుగు 'దేశీఛందస్సు-ప్రారంభవికాసాలు'. సంగనభట్ల, బొడ్డుపల్లి పురుషోత్తం, అమరేశం రాజేశ్వరశర్మగార్ల పుస్తకాలకు కొంతమేరకు ఖ్యాతి వచ్చింది పాండితీయశోమండితమైన మరొక సిద్ధాంత గ్రంథం 'ఆంధ్ర మునిత్రయ తత్త్వదర్శనము' డా॥ చిల్లావూరి శివరామకృష్ణశర్మగారిది. 1988లో నాగార్జున విశ్వవిద్యాలయంలో డాక్టరేటు పొంది రెండు సంపుటాల్లో 1990లో ముద్రణ రూపమెత్తింది. నాగార్జున విశ్వవిద్యాలయ సిద్ధాంత గ్రంథ సూచికలతో సహా ఎక్కడా దీని ప్రస్తావన ఉండదు. ఆంధ్ర శబ్దచింతామణి, వికృత వివేకము, కవిశిరోభూషణముల చుట్టు దట్టంగా అల్లుకున్న అపప్రథలను, అవిశ్వాసాలను, మహావిద్వాంసుల పూర్వ నిశ్చితాభిప్రాయాలను పూర్వపక్షం చేస్తూ సత్యశోధన దిశలో పయనించి స్వీయసిద్ధాంత ప్రతిపాదనం చేశారు. అయితే ఈ పుస్తకాన్ని ఈ కాలంలో చదివి అర్థం చేసుకొనే ఓపిక, తీరిక, కోరిక ప్రశ్నార్థకమే.

భద్రిరాజు కృష్ణమూర్తి ఇండియాలో భాషాశాస్త్రాభివృద్ధికి విశేషంగా కృషి చేశారు. వారి శిష్యప్రశిష్యులెందరో భాషాశాస్త్రానికి సంబంధించిన భిన్న భిన్న అంశాలను పాశ్చాత్య సిద్ధాంతాలతో, పద్ధతులలో, శాస్త్రీయంగా, దేశవిదేశాల్లో విశ్లేషించారు. శాసనభాషా పరిణామంపై కాలవిభజన చేసుకొని బూదరాజు రాధాకృష్ణ, కె.కె.రంగనాథాచార్యులు, కందప్పచెట్టి క్రమంగా వ్యవహారిక ప్రయోగాల ప్రాచీనతా స్థాపనాన్ని, పదపదాంశ వాక్యనిర్మాణ వైఖరులను లేఖన స్వరూప పరిణామాన్ని పరిశోధించారు. చేకూరి రామారావు 1968లో కార్నెల్ విశ్వవిద్యాలయం నుండి తెలుగు నామవాచకాలను ఛామ్స్కి పరివర్తన

సిద్ధాంతం వెలుగులో పరిశోధించి డాక్టరేటు పుచ్చుకున్నారు. బి.రామకృష్ణారెడ్డి తెలుగువాక్యం మీద లోకలిస్టు సిద్ధాంత ప్రభావాన్ని పరిశీలించి ఎం.డి.బర్గ్ విశ్వవిద్యాలయం నుండి 1976లో డాక్టరేటు పొందారు. వివిధ మాండలికాల పరిశీలన, నామరూపకృత్తద్ధిత, సమాస కారక సర్వనామ, అన్యదేశ్యాద్యనేకాంశాలు పరిశోధనలకు పాత్రమయ్యాయి.

4. ప్రక్రియా వికాసాలను పరిశీలించడం:

తెలుగులో భిన్న భిన్న రూపవస్తు ప్రక్రియలను పరిశోధనాంశాలుగా గ్రహించి ఆ రంగం సంపూర్ణ అవతరణ వికాసాలను ఆవిష్కరించిన వారనేకులు ఉన్నారు. ఇవి ఒకరకంగా ఆ ప్రక్రియకు సంబంధించిన సమగ్ర సాహిత్య చరిత్రలు. ఇవి నేడు ముఖ్యమైన రిఫరెన్సు గ్రంథాలుగా, బృహత్ సాహిత్య చరిత్ర నిర్మాణానికి ప్రధానమైన ప్రాతిపదికలుగా అమితంగా ఉపకరిస్తున్నాయి. 'జానపదగేయ వాఙ్మయం'పై 1956లో బి.రామరాజు, 'శతక వాఙ్మయం'పై 1965లో కె.గోపాలకృష్ణారావు, 'నాటక వికాసం'పై 1961లో పి.యస్.ఆర్.అప్పారావు, 'ప్రబంధ వాఙ్మయ వికాసం'పై 1960లో పల్లా దుర్గయ్య, నన్నయ నుండి నేటిదాకా వచ్చిన వచన పరిణామ రీతులపై 1964లో ఎం.కులశేఖరరావు, 'ఆధునికాంధ్ర కవిత్వం'పై డా॥ సి.నారాయణరెడ్డి, 'నవల'పై 1963లో బి.వి.కుటుంబరావు, 'కథానిక'పై 1977లో పోరంకి దక్షిణామూర్తి, 'సాహిత్య విమర్శ'పై 1973లో ఎస్.వి.రామారావు ఉస్మానియా విశ్వవిద్యాలయం నుండి డాక్టరేట్లు గ్రహించారు. ఆంధ్ర విశ్వవిద్యాలయంలో 'యక్షగానం' పై 1957లో ఎస్.వి.జోగారావు పరిశోధనలు చేశారు. శ్రీవేంకటేశ్వర విశ్వవిద్యాలయంలో 'ద్విపద వాఙ్మయం'పై 1966లో జి. నాగయ్య, 'వ్యాసప్రక్రియ'పై 1974లో కొలకలూరి ఇనాక్, డాక్టరేట్లు పొందారు. ఛందస్సు, గేయం, పేరడీ, సైన్స్ ఫిక్షన్ కథలు, ఉదాహరణ వాఙ్మయం, స్మృతిలాంటి ప్రక్రియల అవతరణ వికాస పరిణామాలను పరిశీలించిన సిద్ధాంత గ్రంథాలు వెలువడ్డాయి. ఈ గ్రంథాలన్నింటిల్లోను ఆ ప్రక్రియలకు సంబంధించిన సమాచారాన్ని పుష్కలంగా సేకరించి ముఖ్య, అముఖ్యగ్రంథాలను, విశేషాలను, పరిణామాలను అన్ని కోణాల్లోంచి విశ్లేషణ చేయడం కనబడుతుంది. ఇవి ఒకరకమైన హిస్టారికల్ డాక్యుమేంటేషన్లు. విశ్వవిద్యాలయాల్లో పరిశోధన ప్రారంభమయ్యాక ప్రక్రియా వికాసాల మీద జరిగిన ఈ పిహెచ్.డి.లు ప్రామాణ్యాన్ని సంతరించుకొని ఆయా పరిశోధకులకు ఎంతో పేరు ప్రఖ్యాతులను తెచ్చి పెట్టాయి. ఈ గ్రంథాల్లో ప్రస్తావింపబడిన అంశాలు తర్వాతి కాలంలో ప్రత్యేక పరిశోధనాంశాలయ్యాయి.

5. చారిత్రక సామాజిక అంశాలను అన్వేషించడం:

సమాజ పరిణామాన్ని, గతిశీలాన్ని సాహిత్యం సమర్థంగా ప్రతిబింబిస్తుంది. అందునా చారిత్రక సామాజిక అంశాలను పరిశీలించడం ఆధునికయుగంలో అనివార్యమైంది. 'ప్రబంధాలలో సామాజిక చిత్రణ', 'తెలుగు శాసనాలు-సామాజిక సాంస్కృతిక దృక్పథం' లాంటి డైరెక్టు సిద్ధాంతగ్రంథాలతో పాటు ఆయా కవుల మీద విడివిడిగా చేసిన పరిశోధనల్లోను సామాజికాంశాల అన్వేషణ గోచరిస్తుంది.

జానపద విజ్ఞానంలో దాదాపు 350 మంది దాకా ఎం.ఫిల్., పిహెచ్.డి.లు వచ్చాయి. ఇవన్ని సాహిత్య సామాజికాంశాలే. జిల్లాలవారిగా ప్రాంతాలవారిగా కూడా జానపదాంశాల పరిశీలనలు జరిగాయి.

'ఆంధ్రుల జానపద విజ్ఞానం' మీద ప్రశస్త ప్రామాణిక గ్రంథం ప్రకటించి ఆర్.వి.ఎస్.సుందరం పిహెచ్.డి. కన్న ఉన్నతమైన డి.లిట్ పట్టా గ్రహించారు. తెలుగులో వీరగాథా కవిత్వం (1969)పై తంగిరాల సుబ్బారావు, నృశాస్త్రాన్ని అన్వయించి నాయని కృష్ణకుమారి తెలుగు జానపద గేయగాథలను (1970) పరిశీలించారు. రావి ప్రేమలత పురాణగాథలపై విస్తారంగా పరిశోధనలు సలిపారు. వివిధ ప్రాంతాల గ్రామదేవతలు, వాటి నేపథ్యం, జాతరలు వాటి విశేషాలు, గిరిజన విజ్ఞానం, కులవిజ్ఞానం, పౌరాణిక కథలు, ప్రదర్శన కళలు, సామెతలు, జాతీయాలు ఇత్యాదిగా ఎంతో విస్తారంగా జానపద పరిశోధనలు తెలుగులో జరిగాయి.

కేతు విశ్వనాథరెడ్డి 1975లో శ్రీ వేంకటేశ్వర విశ్వవిద్యాలయంలో తొలిసారి కడప జిల్లా గ్రామనామాల మీద పరిశోధించారు. యార్లగడ్డ బాలగంగాధరరావు అనంతపురం జిల్లా గ్రామనామాల మీద 1981లో నాగార్జున విశ్వవిద్యాలయంలో పిహెచ్.డి చేయడమే గాక తన శిష్యులచేత ఇంచుమించు కృష్ణాజిల్లాలోని అన్ని మండలాల ఊళ్లను గురించి పరిశోధింపచేశారు. ఇండ్లపేర్లు, కులగోత్రాలు, వ్యక్తుల పేర్లు లాంటివి కూడా వచ్చాయి.

6. కవుల వ్యక్తిత్వాలను, వారి కృతులను కలిపి పరిశోధించడం:

కవి జీవిత కాలాదికాలను చర్చించిన పిదప వారి రచనలన్నింటిని విశ్లేషించడం ఈ వర్గీకరణ కిందికి చేర్చవచ్చు. తెలుగులో దాదాపు ప్రతి కవి మీద పరిశోధన జరిగింది. బృహత్కావ్యంలో చెప్పగలిగే అంశాలుంటే ఆ ఒక్క కావ్యం మీదనే పరిశోధించడం లేదా కవి రచించిన అన్ని కృతులను సమీక్షాత్మకంగా పరిశీలించిన గ్రంథాలను ప్రస్తావించుకోవచ్చు. ఆధునిక కవులు, రచయితలు అందరిపైన విపుల పరిశోధనలు వచ్చాయి.

'కందుకూరి వీరేశలింగం' తెలుగు సంఘానికీ, తెలుగు సాహిత్యానికి తెచ్చిపెట్టిన కొత్త వెలుగును అక్కిరాజు రమాపతిరావు ప్రదర్శించి ఉస్మానియా నుండి 1965లో

డాక్టరేటు గ్రహించారు. వేటూరి ప్రభాకరశాస్త్రి సాగించిన సాహిత్య పరిశోధన జీవితాన్ని, సాధించిన యోగపారమార్థిక జీవితానుభవాలను ఆవిష్కరించి పోచిరాజు శేషగిరిరావు 1980లో ఆంధ్ర యూనివర్సిటి నుండి డాక్టరేటు పొందారు. పానుగంటిలక్ష్మీనరసింహరావు సాహిత్యసృష్టిపై ముదిగొండ వీరభద్రశాస్త్రి (1963), చిలకమర్తి సాహిత్య సేవపై ముక్తేవి భారతి (1980), జాషువా కృతులపై బి.భాస్కరచౌదరి (1979), చలం సామాజిక దృక్పథంపై ఎన్.రామచంద్ర, అడవి బాపిరాజు రచనలపై వి. సిమ్మన్న, మన్నవ సత్యనారాయణ ఇలా భిన్న భిన్న విశ్వవిద్యాలయాల నుండి ఎందరో పరిశోధించి కృతార్థులైనారు. గిడుగు రామ్మూర్తి, కొమర్రాజు వేంకటలక్ష్మణరావు, వేదం వేంకటరాయశాస్త్రి, తాపీధర్మారావు, విశ్వనాథ సత్యనారాయణ, గురజాడ, శ్రీశ్రీ, దేవులపల్లి కృష్ణశాస్త్రి, జాషువా, బోయి భీమన్న, గోపీచంద్, రావిశాస్త్రి, సి.నారాయణరెడ్డి, శేషేంద్రశర్మ మొదలైన ఆంధ్రసాహితీలోక మూర్ధన్యుల రచనలపై విస్తారంగా పరిశోధనలు జరిగాయి. పనిలో పనిగా సాధారణ రచయితల జీవితాలు రచనల మీద కూడా పరిశోధనలను బండ్లకెక్కించారు.

7. తులనాత్మక పరిశీలన:

తులనాత్మక పరిశీలనం(అధ్యయనం) అంటే రెండు అంశాల మధ్య సామ్యభేధాల పరిశీలనం. దీని ద్వారా రెండిరటిలోని ప్రత్యేకత ప్రకాశమానమై మరింత స్పష్టంగా చెప్పుకునే వీలు కలుగుతుంది. భిన్నభాషల్లో వెలువడిన లేదా ఇద్దరు రచయితలు వేర్వేరుగా రాసిన ఒకే అంశం తులనాత్మక పరిశీలన కిందికి వస్తుంది. భారతీయభాషలన్నింటిలో భారత భాగవత రామాయణాలు ఏదో తీరుగా ఉంటాయి. కనుక తులనాత్మక పరిశోధనలు వాటి చుట్టూ పరిభ్రమించటంలో ఆశ్చర్యపోనక్కర లేదు. పంప పేరుందేవనార్ నన్నయల కవిత్వ వైఖరులను తులనాత్మకంగా పరిశీలించి కె.వెంకటేశ ఆచార్య కర్ణాటక విశ్వవిద్యాలయం నుండి డాక్టరేటు పొందారు. వీరు కన్నడ, తమిళ, తెలుగు కవులను గూర్చి తమ గ్రంథాన్ని ఇంగ్లీషులో రాయడం మరొక సంగతి. దీనితో నాలుగు భాషల కూడలిగా వారి రచన తయారయ్యింది.

తిక్కన కుమార వ్యాసులపై కంబ రంగనాథ రామాయణాలపై పోతన సూరదాసులపై పరిశోధనలు వచ్చాయి. తెలుగులో ఎందరో రాసిన గోదాదేవి కథలను, నలకథలను, హరిశ్చంద్రోపాఖ్యాలను, విప్రనారాయణ కథలను పోల్చి చూసిన వారు కూడా ఉన్నారు.

ఉస్మానియా హిందీశాఖలో పనిచేసిన భీంసేన్ నిర్మల్గారు, ఆంధ్ర విశ్వవిద్యాలయం హిందీశాఖలో ఆచార్యులుగా పనిచేసిన జి.సుందరరెడ్డి, కర్ణ రాజశేషగిరిరావు

ఇరుభాషల్లోను పండితులు, రచయితలు కావడం మూలాన తమ శిష్యప్రశిష్యుల చేత తెలుగు హిందీ తులనాత్మక పరిశీలనలను గణనీయంగా ప్రోత్సహించారు.

'భారతేందు హరిశ్చంద్ర వీరేశలింగం'ల గురించి ఖ్వాజామెయిన్ (1965) సూర్ దాస్ పోతన సాహిత్యాల్లో వాత్సల్యరస పోషణం గురించి బి.లీలాజ్యోతి (1967), ప్రసాద్-పానుగంటిల మీద ఎ.గోపాలరావు 1972లో, సూర్ దాస్ -పోతనల్లో భక్తి భావన సి.హెచ్.రాములు 1972లో, హిందీ-తెలుగు భావకవిత్వాలను గురించి, అభ్యుదయకవిత్వాల గురించి, శతక సాహిత్యాల గురించి, చారిత్రక నాటకాల గురించి, నవలల గురించి, అస్తిత్వవాదం గురించి, స్మృతి కావ్యాలను గురించి ఉస్మానియా విశ్వవిద్యాలయంలో పరిశోధనలు జరిగాయి.

హిందీ తెలుగు నాటకాల గురించి ఐ.పాండు రంగారావు 1957లో, నవలల గురించి జి.వి. సుబ్రహ్మణ్యం 1971లో, హిందీ తెలుగు కావ్యాలపై గాంధీయవాద ప్రభావం గురించి ఎం.శివప్రసాదరావు (1977) ప్రభృతులు ఆంధ్ర విశ్వవిద్యాలయం నుండి పరిశోధనలు జరిపారు. సుమిత్రానందన్ పంత్ కృష్ణశాస్త్రి కవిత్వాల భేదసాదృశ్యాల గురించి, విద్యాపతి, క్షేత్రయ్యల పదకీర్తనల గురించి, ప్రేమ్ చంద్, గోపీచంద్ నవలల గురించి, విశ్వనాథ సత్యనారాయణ, జయశంకర ప్రసాద్ కవిత్వాల గురించి, విశ్వనాథ చతుర్ సేన్ శాస్త్రి నవలల గురించి ఆంధ్ర విశ్వవిద్యాలయంలో పరిశోధనలు జరిగాయి.

శ్రీ వేంకటేశ్వర విశ్వవిద్యాలయం హిందీశాఖలో హిందీ తెలుగు వైష్ణవభక్తి కావ్యాల గురించి కె.రామనాథన్ 1964లో చేసిన పరిశోధనతో తులనాత్మక పరిశీలనకు అంకురార్పణ జరిగింది. సూర్ దాస్ అన్నమయ్యల కీర్తనల మాధుర్యం గురించి ఎం.నాగరత్నమ్మ సూర్ దాస్ అన్నమాచార్యుల గురించి ముట్నూరి సంగమేశం, సూర్ దాస్ అన్నమయ్యల సాహిత్యం దాస్యభక్తిని గురించి కె.పద్మావతి పరిశోధనలు జరిపారు. హైదరాబాదు కేంద్రీయ విశ్వవిద్యాలయం హిందీశాఖలో ఆచార్య వై.వెంకటరమణారావు హిందీ తెలుగు తులనాత్మక పరిశోధనలు బాగా ప్రోత్సహించారు. అలహాబాదు, బెనారస్, బీహార్, నాగపూర్ లాంటి ఉత్తరాది విశ్వవిద్యాలయాల్లో కూడా తెలుగు హిందీ తులనాత్మక పరిశోధనలు జరిగాయి. ఉత్తరాదిలోను దక్షిణాదిలోను హిందీ తెలుగు తులనాత్మక పరిశోధనలు చేసినవారు చాలామటుకు హిందీ నేర్చిన తెలుగువారే తప్ప తెలుగు నేర్చిన హిందీవారు కారు.

హైదరాబాదు నగరంలోనుఉన్న తెలుగు విశ్వవిద్యాలయంలో తులనాత్మక అధ్యయన కేంద్రం ఒకటి ప్రత్యేకంగా స్థాపించబడింది. దానిలో దాదాపు 40 ఎం.ఫిల్. పదిదాకా పిహెచ్.డి.లు వచ్చినట్లున్నాయి. తులనాత్మక పరిశోధకులు సోదర భారతీయ

భాషలకన్న హిందీ ఆంగ్ల తెలుగు రచనల్లోని సాదృశ్యాలు, వైదృశ్యాల పరిశీలించడానికి ప్రాధాన్యమిచ్చారు.

8. తెలుగులోని వివిధాంశాలను గుర్తించడం:

ప్రాచీన ఆధునిక కవిత్వంలోను నవల నాటకం కథ జానపదాది ప్రక్రియల్లోను ఉన్న వివిధాంశాలను పరిశోధనాంశాలుగా ఎందరో ఎన్నుకొని విశ్లేషించారు.

తెలుగు సాహిత్యంపై ఇంగ్లీషు ప్రభావం కొత్తపల్లి వీరభద్రరావు (1956), తెలంగాణలో సాహిత్య కార్యక్రమాలు-సంస్థలు -బన్న ఐలయ్య (1994), ఆధునిక తెలుగు కవిత్వంలో వాస్తవికత-అధివాస్తవికత -నందిని సిధారెడ్డి (1986), తెలుగునవలపై తెలంగాణా విమోచనోద్యమ ప్రభావం - పి.వరవరరావు (1981), తెలుగునవలల్లో ఉద్యోగినుల సమస్యలు (టి.వి.నాగరంజని) (1990), తెలుగు సినిమాపాటల ప్రభావం-పరిణామం పి.ఎస్.రెడ్డి (1992), ఆంధ్రసారస్వతంలోని అద్వైత తత్త్వకావ్యాలు ఎస్.పరబ్రహ్మశాస్త్రి (1973), తెలుగు కవితా విప్లవాల స్వరూపం వేల్చేరు నారాయణరావు (1974), తెలుగు కావ్యపీఠికలు డి.చంద్రశేఖరరెడ్డి (1988), తెలుగులో యాత్రాచరిత్రలు మచ్చ-హరిదాసు, తెలుగు సాహిత్యం-క్రైస్తవం జి.కృపాచారి (1985), ఆంధ్రవాఙ్మయం రామాయణం కె.మలయవాసిని (1971)లాంటి వాటిని అసంఖ్యాకంగా పేర్కొనవచ్చును. ఇప్పుడు పెద్దఎత్తున దళిత, ప్రాంతీయ, స్త్రీ దృక్కోణాలతో పరిశోధనలు చేస్తున్నారు. , కథ, నవల, వచనకవిత ప్రక్రియలకు సంబంధించిన విషయాలను గ్రహిస్తున్నారు. ఒకరచయితను గ్రహించి వారి జీవితం- రచనలమీద పరిచయాత్మకగ్రంథాలు రాస్తున్నారు. ఇలాంటి మంచి మంచి అంశాలు ఎన్నుకొని రాసిన సిద్ధాంత గ్రంథాలను లెక్కకుమించి పేర్కొనవచ్చు.

వాస్తవికమైన మరోకోణం :

ఇక సిద్ధాంత గ్రంథాలు ఆశించిన స్థాయిలో ఉండడం లేదని పలువురు ఆందోళన వెలిబుచ్చుతున్నారు. పత్రికల్లో సూటిపోటి వ్యాఖ్యలు, వ్యంగ్యరచనలు చేస్తున్నారు. ఈ ప్రమాణాల పతనంలో వ్యక్తిగత దోషాలు, వ్యవస్థాగత దోషాలు, సామాజిక దోషాలు ఎన్నెన్నో ఉన్నాయి. నేడు పరిశోధకుల పరిస్థితి, స్థాయి, పర్యవేక్షకుల స్థితి, 'పోబో నీళ్ళకున్ పలుచనై....' అన్నట్లు నానాటికి దిగజారుతుంది. నిరుద్యోగసమస్య, నేపథ్యజ్ఞానరాహిత్యం, లేఖన నైపుణ్యాల లేమి, పూర్వపు ప్రతిభా పాండిత్యాలు, శ్రద్ధాభక్తులు కనుమరుగైపోయాయి.

ప్రమాణాల కోసం పరితపించడం మూర్ఖత్వమనీ, ప్రయోజనాలు సాధించడమే మనిషి లక్ష్యం అనీ వేగంగా పరిశోధకులు ముందుకు దూసుకుపోతున్నారు. యువతరం

అయితే ఈ చొరవ ఈ వేగం విద్యాసముపార్జనం పట్ల, రచానభ్యాసం పట్ల చూపవలసిన అవసరం ఎంతైనా ఉంది. చేకూరి రామారావుగారన్నట్లు కష్టపడడానికి ఇష్టంలేని ఒకతరం తయారయింది. రకరకాల విద్యేతర ప్రభావాలతో, సామాజిక కారణాలతో 'సిద్ధాంత వ్యాసరచనకు మార్గదర్శక సూత్రాలు' నిర్వచించే, నిర్ణయించే స్థానాలలోకి వచ్చి కూర్చుంటున్నారు. అలా వచ్చాకయినా దృష్టిని స్థాయి పెంచుకొనే వైపు ప్రసరింప చేసుకోకపోవడం గమనార్హం. విశ్లేషణ, అన్వయసామర్థ్యం మాట దేవుడెరుగు. పుట్టెడు వాక్యనిర్మాణ దోషాలతో, అక్షరదోషాలతో అనన్వయంగా రాసేసి డిగ్రీలు తెచ్చుకొన్న పరిశోధకులూ ఉన్నారు. ఆ పరిశోధకులే పర్యవేక్షకులుగా పరిణమించి మార్గదర్శనం చేస్తున్నారు. రాసింది ఒకసారి సరిచూసుకుందాం అనే ఓపిక లేకపోవడం, నేర్చుకోవాలన్న ఆసక్తి లేకపోవడం. ఏమి రాసినా డిగ్రీ వస్తుందన్న నిర్లక్ష్యం అంతే. ఇంటర్ నెట్, డి.టి.పి లాంటి సాంకేతికవసరులు బాగా పెరిగాక "కాపీజాడ్యం" కూడా బాగా పెరిగింది. అంతేగాక పరిశోధన గ్రంథోత్పత్తి కుటీర పరిశ్రమలు వెలిశాయి. దయ్యపు రాతలు (Ghost writings) బలిశాయి. గురుశిష్యుల మధ్య ఆర్థిక లావాదేవీలు అధికమవుతున్నాయి. సర్వే సర్వత్ర వ్యాపించిన 'వ్యాపార సంస్కృతి'కి పరిశోధక పర్యవేక్షకులు మాత్రం అతీతులెలా కాగలరు? వారు కూడా మనుషులే కదా! పరిశోధకరంగం ఒక్కటే చెడిపోయింది. దేశమంతా బాగుందన్నట్లు అభాండాలు వేయడం సబబు కాదు. ఈ స్థితి తెలుగుశాఖకే పరిమితమూ కాదు. కాకపోతే నేడు మారిన సాంఘిక పరిస్థితుల వల్ల చదువరుల సంఖ్య బాగా (పాతకాలంతో పోలిస్తే) పెరిగిన కారణాన ఆ పెరుగుదల ప్రమాణానికి అనుగుణంగా ఈ పతనాల ప్రమాణమూ పెరిగి ఉండవచ్చు. అది అనివార్యంగదా మరి. అవమానకరమైన పరిస్థితుల్లో మన చదువుల్నీ మన పరిశోధనల్నీ ఉంచుకోవడం విషాదకరమైన పరిణామమే. ఆ పరిణామానికి ప్రత్యక్షంగానో, పరోక్షంగానో మన అందరిపాత్ర ఉన్నదన్నదీ కాదనలేని వాస్తవమే. ఏది ఏమైన "పరిశోధన"అన్న వ్యవస్థ ఉండడంవల్ల ఎన్నో విషయనిర్భరమైన, ప్రామాణికమైన ఉత్తమసిద్ధాంత గ్రంథాలు వెలువడ్డాయన్నదీ కళ్ళముందు కనిపిస్తున్న చారిత్రకసత్యమే

భోగలాలస, ఆదర్శాల లేమి, పిరికితనం, డబ్బు మీద యావ, ద్వంద్వ ప్రవృత్తి ఈ జాతిని ముంచెత్తుతున్నంత కాలం ఏదీ బాగుపడదు 'పరిశోధన'తో సహా. సమస్యలను పరిష్కరించలేని నిస్సహాయత ఉన్నా నిజాలను గుర్తించడంలోనైనా వెనుకంజ వేయకూడదు. నిజానికి ఇవేవి కొత్తవి. గాదు. అందరికీ తెలిసినవే. పరిశోధకు లొక్కరినే బలి పశువులను చేయకూడదు. అందరి దోషమూ ఉంది.

పరిశోధన గమనాన్ని నిరంతరం సన్నిహితంగా గమనిస్తున్న వ్యక్తిగా ఆవేదనతో రాస్తున్నది. ఎన్నో మంచి సిద్ధాంత గ్రంథాలు వస్తున్న సంగతి తెలుసు, శ్రద్ధాళువులైన విద్యార్థులు ఉన్న సంగతీ తెలుసు. మంచి గ్రంథాల సంఖ్య, మంచి విద్యార్థుల సంఖ్య

మరింతగా పెరగాలని ఆశపడుతూ రాస్తున్నది. చుట్టూరా ఆవరించుకొని ఉన్న చీకటిని తిడుతూ కూచోవడం కన్నా చిరుదీపాన్ని వెలిగించడం మిన్న. మన వలయంలోకి వచ్చిన విద్యార్థులనైనా మనం మంచి దారి చూపించి ప్రోత్సహించి శాయశక్తులా వారిని తీర్చిదిద్దడమే మనం చేయవలసిన పని. అలాంటి పనికి మనం పునరంకితం కావడం అంటే మనం పునీతులం కావడం అన్నమాట. ఏది ఏమైన చిత్తశుద్ధి, చేస్తున్న పనిపట్ల గౌరవం, శ్రమశీలం, నిరంతర రచనాభ్యాసం, వ్యుత్పన్నత, త్వరగా రాసేయాలన్న ఆతురత లేకుండా మూడేళ్ళ కాల పరిమితిలో రోజూ రెండు గంటల పాటు చదవడం, రాయడం చేస్తే చాలు. మంచి సిద్ధాంత గ్రంథం రాయవచ్చు.

డా. కేశవరెడ్డిగారి 'మునెమ్మ' – మహిళా చైతన్యమా? మార్మిక శిల్పమా?

–ఆచార్య దార్ల వెంకటేశ్వరరావు,
తెలుగుశాఖ అధ్యక్షులు, మానవీయ శాస్త్రాల విభాగం,
యూనివర్సిటీ ఆఫ్ హైదరాబాద్, హైదరాబాద్ –500 046
ఫోను :9182685231
ఈ–మెయిల్: darlahcu@gmail.com

తెలుగు కాల్పనిక సాహిత్యంలో ఈ మధ్యకాలంలో సంచనలం సృష్టించిన తెలుగు నవలిక డా.కేశవరెడ్డి (1946 మార్చి 10 – 2015 ఫిబ్రవరి 13) రాసిన మునెమ్మ. మొదట ఈ నవల 2007 అక్టోబర్ నెల చతుర మాసపత్రికలో వచ్చింది. 2008లో పుస్తకరూపంలో తీసుకొచ్చారు. 2009లో ఈ నవలికకు పొట్టిశ్రీరాములు తెలుగు విశ్వవిద్యాలయం వారు ఇచ్చే ఉత్తమ నవల బహుమతి వచ్చింది. ఈ నవలికలో ఒక స్త్రీ పాత్రను కేంద్రంగా చేసి భిన్నమైన సమస్యలతో సతమతవుతున్న మహిళల జీవితాల్ని చిత్రించారు. స్త్రీని అర్థం చేసుకోవడంలో వైఫల్యానికి గురవుతున్న పురుషుల అంతరంగాలను రచయిత మన ముందు ఆవిష్కరించారు. మాతృస్వామ్యంపై పెత్తనం చెలాయించే పితృస్వామిక వికృత స్వరూపాన్ని కళ్ళకు కట్టినట్లు చూపించారు. నిజానిజాల్ని పసిగట్టడం అంత సులువైన పనికాదన్నట్లు, దానికి సరిగ్గా సరిపోయే మ్యాజిక్ రియలిజమ్ టెక్నిక్ని ఎన్నుకున్నారు. నోరుండీ తమకిష్టమొచ్చినట్లు మాట్లాడే మనుషుల కంటే, నోరున్నా మాట్లాడలేని పశువుల్లో ఉండే ఉదాత్తతని మన కళ్ళ ముందు నిలిపారు. బొల్లిగిత్తను ఒక పాత్రగా తీసుకుని నిష్కల్మషమైన వాత్సల్యం, విశ్వాసం, కృతజ్ఞతలను వర్ణించి వాటితో పోల్చుకున్నప్పుడు మానవుడు ఎంత వరకూ ఎదిగాడో పరీక్షించుకొమ్మన్నట్లుగా మనముందీ నవలికను పెట్టారు. దీన్ని వివరించడానికి నవలికలో స్త్రీ, బొల్లిగిత్త, పురుషుడు అనే మూడు ప్రధాన పాత్రల చుట్టూ కథని నడిపించారు.

మునెమ్మ, జయరామిరెడ్డి భార్యా భర్తలు. వాళ్ళిద్దరూ ఆరేళ్ళు కలిసిమెలిసి కాపురం చేశారు. వాళ్ళిద్దరూ ఒకరోజు పొలంలో పనిచేస్తున్నప్పుడు బొల్లిగిత్త తన రెండు కాళ్ళూ పైకెత్తి మునెమ్మ మీది కొస్తుంది. అది గమనించిన భర్త, ఆ బొల్లిగిత్తను కక్ష తీరా కొట్టి, దాన్ని అమ్మేయాలనుకుంటాడు. దాన్ని అమ్మడానికి పశువుల సంతకు వెళ్ళిన తన భర్త ఇంటికి రాడు. కానీ, ఆ బొల్లిగిత్త మాత్రం వచ్చేస్తుంది. ఆ రాత్రి మునెమ్మకు తన భర్త చనిపోయినట్లు కల వస్తుంది. తనకి మరిది వరసైన సినబ్బను తోడు తీసుకుని తెల్లవారగట్లే తన భర్తను

వెతకడానికి వెళ్తుంది. తన భర్తను మధ్యవర్తులు హత్య చేశారని తెలుసుకుని, వాళ్ళపై ప్రతీకారం తీర్చుకుంటుంది. తన భర్త చనిపోయినందువల్ల తాను కూడాచనిపోవాలనుకోలేదు. అవసరం అన్నీ నేర్పుతుందంటూ, అది మనిషికే కాదు, గొడ్డుకీ వర్తిస్తుందనడంతో నవలిక ముగుస్తుంది. ఇది స్థూలంగా కథ. కథ ముగ్గురు చుట్టూ తిరుగుతుంది. వాళ్ళు మునెమ్మ, బొల్లిగిత్త, జయరామిరెడ్డి.

ఈకథలో పితృస్వామికస్వభావం అనువర్తితమైన తీరుని చాలా జాగ్రత్తగా గమనించవలసి ఉంది. జయరామిరెడ్డికి తన తండ్రి గుణాలే వచ్చాయని చెప్పడానికే ద్రౌపది వేషం వేసిన వాణ్ణి నరికేసిన నేపథ్యాన్ని రచయిత వివరించారనుకోవడానికి వీల్లేదు. అతనికున్న మధ్యపాన వ్యసనం, స్త్రీలోలత్వం, భార్యని కూడా సంప్రదించకుండానే తానూ నిర్ణయాలు తీసేసుకోవడం వంటి వన్నీ తరతరాలుగా సంక్రమిస్తున్న పురుషాధిపత్య పితృస్వామిక అవశేషాలు. అవి రెండు తరాల్లో చూపి, మూడవ తరం సినబ్బ తరంలో మార్పుని ఆశించారు రచయిత. జాగ్రత్తగా చూస్తే, రెండవ తరంలోనే తానేమిటో నిరూపించుకోవడానికి స్త్రీ పడుతున్న సంఘర్షణ మునెమ్మలో చిత్రించారు. అందుకనే ఈ నవలికకు ముందు మాట రాసిన జయప్రభ ఇలా అభిప్రాయపడ్డారు.

"కథకుడైన కేశవరెడ్డిగారికి ఇవాళ్టి కాలంలోని స్త్రీలు చేస్తూన్న ఆలోచనలూ... వాళ్ళు వేస్తూన్న అడుగులూ తెలుసు. అందువలన ఆయన ఎంతగా అరవై ఏళ్ళ వెనకటి కథనే ఎన్నుకున్నా, మునెమ్మ పాత్రని చిత్రీకరిస్తున్నప్పుడు అనివార్యంగా ఆయనపై సమకాలీన స్త్రీల ఆలోచనల ప్రభావం పనిచేసినట్టుంది." (జయప్రభ, ఆధునిక తెలుగు కాల్పనిక సాహిత్యంలో "మునెమ్మ' ప్రత్యేకత , మునెమ్మ నవలికకు ముందుమాట, 2008: vii)

ఈ అభిప్రాయాన్ని విమర్శిస్తూ ఒక తెలుగు బ్లాగు (www. soumyabhavalu. blogspot.com, 28 February 2009) లో సౌమ్య (?) “గిత్తలతో రంకులు కట్టి చెంప పగలగొట్టే మొగుడ్ని హంతకుల్ని తమ చేతులతో తామే చంపేందుకు బయల్దేరతారా ఈనాటి ఆడవాళ్ళు! హతవిధీ!" అన్నారు. ఇక్కడొకటి గమనించాలి.

ఈనాటి స్త్రీ వాదంలోనూ రకరకాలు ధోరణులు ఉన్నాయి. సమకాలీన స్త్రీల ఆలోచనల ప్రభావం పనిచేయడాన్నెలా లెక్కించాలనేది ఆలోచించవలసిన ఒక అంశం. తనపైకి వచ్చిన బొల్లిగిత్తతో రంకు కట్టినట్లెక్కడా మునెమ్మ భావించలేదు. అంత స్ఫురద్రూపికి ఆమాత్రం అర్థం కాలేదా? అనీ కొంతమంది విమర్శించారు.

జయరాముడి ఆలోచనకీ, మునెమ్మ ఆలోచనకీ చాలా వ్యత్యాసాలు ఉన్నాయి. ఈ ఆలోచనలతో మునెమ్మను అర్థం చేసుకోవాలి. ఆమెకు ఆ బొల్లిగిత్తపై ఉన్నది వాత్సల్యమే తప్ప, మరో భావన లేదు. కనుక, ఆమె బొల్లిగిత్త గురించెలా ఆలోచిస్తుంది!

మనం కథను లోతుగా చూస్తే, మునెమ్మపైకి బొల్లిగిత్త కాళ్ళెత్తడంతో, ఆమె భర్త జయరామిరెడ్డిలో ఒక అనుమానం రేకెత్తుతుంది. వాళ్ళిద్దరి మధ్యా లైంగిక సంబంధం ఉందేమోననీ, అందువల్లనే అది అలా ప్రవర్తించిందనీ, అవన్నీ ఆమెకు తెలుసునన్నట్లు అతడు తనకు తానే ఓ నిర్ధారణకు వచ్చేస్తాడు. అందువల్ల దాన్ని అమ్మేయాలనుకుని, సంతకు తోలికెళ్ళి, తాను హత్యకు గురవుతాడు. ఈ నిర్ణయాలన్నీ పితృస్వామిక స్వభావానికి సంబంధించినవే. పితృస్వామ్యంలో తాను శాసించడమే తప్ప, స్త్రీ చెప్పే మాటకు విలువ ఉండదు. ఇంకొంచెం లోతుగా ఆలోచిస్తే, స్త్రీకి ఇక్కడ (మునెమ్మకు) చెప్పుకునే అవకాశమే ఉండదు. తనపై పడిన నిందను నిరూపించుకోవడానికి, అసలు విషయం చర్చించుకునేలోగానే నిర్ణయాలు వెలువడుతుంటాయి. అవన్నీ ఆధిపత్యంతో వెలువడే నిర్ణయాలు. అది ఈ నవలికలో బొల్లిగిత్తనూ, తననూ ఎందుకు కొట్టాడో తెలుసుకుందామనుకునే లోగానే అన్నీ అయిపోయాయని వర్ణించడం ద్వారా వ్యక్తమయ్యాయి. దీనికి ఉదాహరణగా తన భార్యతో మాట మాత్రం చెప్పకుండానే బొల్లిగిత్తను అమ్మేయాలనుకున్నట్లు వర్ణించారు రచయిత. అంతే కాకుండా జయరాముడు హత్యకు గురికావడం కూడా జరిగిపోయింది. స్త్రీ తన అభిప్రాయాలను చెప్పుకోవడానికి ఇంకెక్కడ అవకాశం ఉంది? బహుశా, జయరామిరెడ్డి బతికుంటే తప్పకుండా తన తప్పేమిటో నిరూపించుకోగలిగేదని సినబ్బతో మునెమ్మ మాట్లాడిన మాటల్ని బట్టి తెలుస్తుంది. ఈ కథని ఒక పదేళ్ళ కుర్రాడు (మునెమ్మకు మరిది వరస) చెపుతూ ఉంటాడు.

పసుపులేటి పూర్ణ చంద్రరావు దీన్ని" ఫండమెంటల్' కథ అంటూనే డబుల్ కొటేషన్స్లో పెట్టి "A manifesto on the feminine" అని అన్నారు. (ది సండే ఇండియన్, 1 నవంబరు 2009 : 42) ఈ చర్చలో పాల్గొంటూ నగ్నముని (ది సండే ఇండియన్ 15 నవంబరు 2009: 40) మునెమ్మలో భావి స్త్రీత్వ ఉద్యమాలు ఊపిరులూదదానికి బలమైన విత్తనాలు ఉన్నాయన్నారు. మునెమ్మలో ఎద్దుని ఒక Metaphorగా వాడారని (అదే సంచికలో) శ్రీనివాస్ దెంచనాల వ్యాఖ్యానించారు.

మునెమ్మ తనని కొట్టిన భర్తని వెతకడానికి వెళ్ళడంలోను; తనని ఎందుకు కొట్టాడో బొల్లిగిత్తకు కూడా తెలియకపోయినా (ఒక వేళ దానికి తెలిసినా) తనని ఇన్నాళ్ళూ పెంచి పోషించిన యజమానికి తన వంతు కర్తవ్యాన్నీ నెరవేర్చడంలోనూ అవ్యక్తానురాగాలున్నాయి. అందుకే తన భర్తని చంపిన వాళ్ళపై కక్షతీర్చుకోవాలని మునెమ్మ భావించింది. తన యజమానిని చంపిన వాళ్ళని బొల్లిగిత్త చంపింది.

ఇక్కడ మునెమ్మలో అనురాగం, బొల్లిగిత్తలో వాత్సల్యమే ప్రధానం. ప్రకృతిలోని పశుపక్ష్యాదులతో మానవులకున్న విడదీయరాని అనుబంధాన్ని ఏవో కొన్నింటితోనే అంచనా వేయలేం. వాటితో కలిసిమెలిసి జీవించిన వాళ్ళకే అది బాగా తెలుస్తుంది.

ఇటువంటి అభిప్రాయాన్నే దాము చెప్తూ "మునెమ్మ నవల ఆధునిక పూర్వ సమాజపు అవశేషాల్ని మిగుల్చుకొన్న గ్రామీణ జీవితానికి సంబంధించింది" గా కనిపిస్తుందని చెప్తూనే "మునెమ్మని అర్థం చేసుకోవడానికి మనం మునెమ్మ జీవించిన స్థలంలోకి, కాలంలోకి ప్రవహించగలగాలి" (ది సండే ఇండియన్ 15 నవంబరు 2009: 40, 41) అని అన్నారు. ఇది చాలా పరిశీలనతో చేసిన వ్యాఖ్య అనిపిస్తుంది. అయితే, ఇక్కడే మనకో ప్రశ్నకూడా ఉదయిస్తుంది.

ఈ నవలికలోని వస్తువు ఏకాలం నాటిది? మనం ఏ కాలంలో ఉండి మాట్లాడుతున్నాం లేదా ఏ కాలంలో మనుషులుగా అర్థం చేసుకుంటున్నాం? దీన్నీ చూద్దాం.

మునెమ్మకు, జయరామిరెడ్డికి వివాహం అయ్యిన తేదీ: 16-2-1939.బొల్లిగిత్తను అమ్మడానికి బయలుదేరిన రోజు : ఆదివారం.

ఇంటికి రావాలనుకుని ప్రణాళిక వేసుకున్న రోజు: మంగళవారం.అమ్మడానికి తోలికెళ్ళిన బొల్లిగిత్త తిరిగి ఇంటికొచ్చిన రోజు : మంగళ వారం.మునెమ్మకు కల వచ్చిన రోజు: మంగళవారం రాత్రి.

ఆ కల గురించి సినబ్బకు చెప్పిందెప్పుడు: మర్నాడు (బుధవారం) (పుట: 29).జయరామిరెడ్డిని వెతకడానికి బయలుదేరినదెప్పుడు : బుధవారం తెల్లవారగట్ల.బొల్లిగిత్త కొమ్ములకు తగిలించి ఉన్న చీటి పై ఉన్న తేది: 28-6-1945.

దీన్ని బట్టి ఈ సంఘటనలో బొల్లిగిత్తను కొట్టిన తేదీ ఎప్పుడై ఉంటుంది? మనకు కథను వివరిస్తున్న సినబ్బ బొల్లిగిత్తను అమ్మడానికి జయరామిరెడ్డి బయలుదేరిన రోజు "ఆదివారం" అని చెప్తున్నాడు. అంటే, బొల్లిగిత్త కొమ్ములకున్న చీటిని బట్టి దాని ముందు రోజున 27-6-1945 గా నిర్ధారించే అవకాశం ఉందా? ఈ రెండు రోజులూ ఏ రోజులై ఉన్నాయో గుణించాల్సిందే.

కథకుడే మనం ఆ ఇబ్బంది పడకుండా మరోచోట "ఇరవై ఎనిమిదో తారీఖున - అనగా సోమవారం బొల్లిగిత్త పరసలో ఉండినట్లు దాని కొమ్ముకు ఉన్న చీట్టిని బట్టి తెలుస్తుందని" (పుట: 36) చెప్పేశారు.

దీన్ని బట్టి బొల్లిగిత్తను ఆదివారం, 27-6-1945 తేదీన పరసలో అమ్మేయడానికి బయలుదేరినట్లు స్పష్టమవుతుంది. సంఘటన జరిగేటప్పటికి మునెమ్మకు సుమారు ఆరేళ్ళ క్రితం పెళ్ళైందని (పుట: 5) తెలుస్తుంది. దాన్ని రచయిత 16-2-1939, 28-6-1945 అనే తేదీలను జాగ్రత్తగానే వివరించాడు.

ఇక మనకు తెలియవలసింది, ఈ కథను సినబ్బ చెప్పడం ఎప్పుడు ప్రారంభించాడు? ఈ ఘటన జరినప్పటికి తన వయసు ఇరవైయ్యేండ్లని చెప్తాడు సినబ్బ (

పుట: 4). ఇంకా ఇలా చర్చలు చేసుకుంటూ పోవచ్చు. కానీ, అదే ప్రధానం కాదు. దాని ద్వారా రచయిత
చెప్పాలనుకున్నది వేరు.

ఇక్కడ కథాకాలాన్నీ, చారిత్రక వాస్తవాంశాలుగా చెప్పే ప్రయత్నాన్నీ మనం కథనంలో భాగంగా అర్థం చేసుకోవాలి. ఇది అద్భుత కథనం. కత్తి మహేష్ కుమార్ భావించినట్లు సినబ్బలోని కథాకథన నైపుణ్యం. అలాగని ఆ కాలం నాటి విషయాలతో కథకు సంబంధం లేదని కాదు. అది వాస్తవానికీ, సత్యానికీ ఉన్నంత భేదంతో కూడింది. మనం చదివేది సృజనాత్మక రచనే తప్ప, చరిత్ర గ్రంథం కాదు! చరిత్రలో వాస్తవాలు ప్రధానమైతే, సృజన సాహిత్యంలో సత్యం ప్రాధాన్యత వహిస్తుంది. సృజనకారుడు చారిత్రక అంశాలను స్ఫురిస్తూనే, తన లక్ష్యాన్ని సాధించుకుంటాడు. అది పితృస్వామ్య భావజాలంలో వస్తున్న పరిణామాల్ని మ్యాజిక్ రియలిజమ్ టెక్నిక్తో చెప్పడంగా నేను అర్థం చేసుకుంటున్నాను.

గతంలో ఈ రచయితే రాసిన అతడు అడవిని జయించాడు (1985) నవలికలో పంది రూపంలో ఓడిపోయినట్లు కనిపించిన స్త్రీత్వం గానీ, ముసలివాని విజయాన్ని గానీ మరింత స్పష్టంగా చూపడానికి గాని రచయిత మునెమ్మ ద్వారా ప్రయత్నించాడేమో అనే సందేహాలు కూడా కలుగుతుంటాయి. దీని గురించి సుజాత (www.manishi-manashulomaata. blogspot.com) "మునెమ్మ మనోభావాల చిత్రణ చదువుతుంటే, అతడు అడవిని జయించాడు లోని ముసలివాడి పాత్ర గుర్తొస్తుంది. ఆమె కర్తవ్య నిర్వహణ, అలుపెరుగని ప్రయాణం, పంది పిల్లల్ని కాపాడే ప్రయత్నంలో ముసలివాడు పడే తాపత్రాయాన్ని గుర్తుచేసుంది" అని వ్యాఖ్యానించారు. దీనిలో కూడా మహిళ సాహసాన్ని గుర్తించమనే అభిప్రాయం వ్యక్తమవుతుంది. ఆ రకంగా అది కూడా ఒక రకమైన స్త్రీచైతన్యమే.

ఈ రచనను మూడు కోణాల్లో అర్థం చేసుకోవాలనుకుంటున్నాను. మొదటిది మునెమ్మలో ఉన్న మహిళా చైతన్యం. రెండవది వాస్తవమనిపించేలా చారిత్రకాంశాల్ని గుదిగుచ్చుతూ, కథని ముందుకీ వెనక్కీ నడిపిస్తూ, కథనంలో ప్రవేశించే అవాస్తవిక విషయాల్ని అద్భుతంగా చిత్రిస్తూ, వాస్తవాలుగా చెప్పే మ్యాజిక్ రియలిజమ్ శిల్పంలో రచన కొనసాగించడం. మూడవది రచనను సాధ్యమైనంత ఎక్కువ మంది చదివించగలిగేందుకు తోడ్పడే విషయ ప్రకటనల్లో కావాలనే వివాదస్పదంగా మార్చగలగడం.

మొదటిది రచన ద్వారా రచయిత చెప్పాలనుకున్న సందేశం.రెండవది రచన ద్వారా రచయిత నిరూపించుకోవాలనుకున్న రచనా నైపుణ్యం. మూడవది రచనను మార్కెట్ అని పూర్తిగా అనలేం గానీ, సమకాలీన టి.వి. సినిమా, ఇంటర్నెట్ వంటి వాటి ప్రభావం నుండి

పుస్తక పఠనాన్ని సీరియస్గా మార్చగలిగే ఆలోచనలు వ్యక్తమవుతున్నాయి. ఇది రచయిత ఉద్దేశపూరకంగా పన్నిన వ్యూహం కావచ్చు.

కాత్యాయని (సాక్షి దిన పత్రిక,13 అక్టోబరు 2009) రచయిత డా. కేశవరెడ్డి గురించి చెప్తూ"చవకబారు పాఠకులను ఆకట్టుకోవాలని తపించిపోతున్నార"ని తీవ్ర స్వరంతో చెప్పినా నేను మూడో అంశంగా పైన ప్రతిపాదించిన రచయిత ఉద్దేశానికి సంబంధించిన విషయమే కాత్యాయని తన దైన మాటల్లో చెప్పారనిపిస్తుంది. పాఠకుల్ని రచయిత అంత తక్కువ అంచనా వేస్తాడని భావించలేం. అలా చెప్పడంలో పాఠకుల్ని నమ్మించే ప్రయత్నంగా కాకుండా, ఆలోచించే ప్రయత్నంగా అద్భుతమైన ముగింపుగా అర్థం చేసుకోవాలి. మార్మికతలోని మౌలిక అంశమే అది కదా! తెలుగు బ్లాగు లోకంలో కూడా ఈ నవలికపై విస్తృతంగానే చర్చ జరిగింది. కత్తి మహేష్ కుమార్ (www.parnashaala.blogspot.com) దీన్ని తార్కిక బుద్ధితో కంటే, రసస్పందనతో, రచయిత ఉద్దేశాలను పరిగణన తీసుకుంటూ చదవాలన్నారు. అంటే సృజనాత్మక సాహిత్య మౌలిక అంశాన్ని గుర్తించాలి. అలా చూసినప్పుడు మునెమ్మ రచయిత పాఠకులను రసహృదయుల్ని చేయగలిగినట్లే. ఆ విధంగా రచయిత మహిళా చైతన్యాన్ని గుర్తిస్తూ, పాఠకులకు మార్మిక శిల్పానుభూతిని అందించగలిగారు.

రచయితలోని మూడవ కోణం, రచయిత వ్యూహం అనుకున్నాం కదా! అది ఇలా సాగింది. పాఠకుల్ని ఇలా తనలో తాను చర్చించుకునేలా చేశారు

ఈ నవలిక సురేంద్రరాజు అన్నట్లుగానే " మునెమ్మ ప్రయాణం ఆసాంతం ఒక నేటివ్ క్రైమ్ థ్రిల్లర్లా, డిటెక్టివ్ స్టోరీలా సాగుతుంది" (అంబటి సురేంద్రరాజు, 2008 : 105) తన భర్తని చంపిన వాళ్ళెవరో తెలుసుకొనే అన్వేషణలో మునెమ్మ ఉంటే, మునెమ్మే భర్తని చంపి, మళ్ళీ తనెందుకు అలా ప్రవర్తిస్తుందని ఉత్కంఠతో పాఠకులూ అన్వేషణలో పడతారు. దానికి కారణం, ప్రారంభంలోనే రచయిత ఒక అనుమానాన్ని రేకెత్తిస్తాడు. కథనంతా చదివేసిన తర్వాత సంతోషంతో ఊపిరి పీల్చుకున్నా, మళ్ళీ ఆలోచనలు వెంటాడతాయి. అన్ని అసాధారణమైన తెలివితేటల్ని ప్రదర్శించిన మునెమ్మ, బొల్లిగిత్తని భర్త చావబాదిందెందుకో అర్థం కావట్లేదనడం ఆశ్చర్యాన్ని కలిగిస్తుంది. ఆమెకి తెలిసీ అలా ఎందుకు అడిగిందో ఆలోచించాలనిపిస్తుంది.

చిత్రమేమిటంటే, రచయిత కథాగమనంలో జోక్యం చేసుకున్నట్లు కనిపించదు. కానీ, సినబ్బలోనే రచయిత ఉన్నాడు. అతడే కదా దీనిలో నెరేటర్! మరి అతడికి తెలియని రహస్యమెలా ఉంటుంది? పిలగాడా అని మునెమ్మ బొల్లిగిత్తను పిలవడం సినబ్బకెలా తెలుసునని విమర్శించిన వాళ్ళు దీన్ని గుర్తించాలి. పాత్రల సృష్టి, స్థితి, లయ కారకుడు రచయితే కదా! అయితే, డా. కేశవరెడ్డి తన రచనలన్నింటిలోనూ పాత్ర పోషణలో భావజాల

విస్తరణ ఉంటుంది. ఒక తాత్త్వికత నిండి ఉంటుంది. అందువల్ల ఆ పాత్ర గతంగా మాట్లాడేటప్పుడు ద్వైదీభావం కనిపిస్తుంటుంది. మిగతా నవలికల కంటే దీనిలో రాయలసీమ, తెలంగాణ ప్రాంతాల భాషను చాలా పాత్రల్లో పలికించారు.

మునెమ్మ తన భర్త జయరాముడిని ఏకాంతంగా "పిలగాడా' అని పిలిచినట్లే, తనకు తెలియకుండానే బొల్లిగిత్త గురించి " పిలగాడా' అని అంటుంది. తన భర్తని తన వెంట్రుకలతో పేనిన తాడుతోనే చంపేశారని తెలిసి వివశురాలైపోతుంది. ఆ వర్ణన అద్భుతంగా ఉంది. దీన్ని కొంతమంది మహాభారతంలో ద్రౌపది వస్త్రాపహరణ ఘట్టాన్ని స్ఫురింప జేసిందనీ, ఆ సందర్భంలో కృష్ణా అని పిలిచింది నిజంగా తన సోదరుడైన శ్రీ కృష్ణుణ్ణా? తన భర్త అయిన అర్జునుణ్ణా? అని రచయిత ఇచ్చిన వివరణ (సాక్షి దినపత్రిక) గమనించవలసి ఉంది. అర్జునుడికి కూడా కృష్ణ అనే నామం ఉందట. అయితే మునెమ్మ ఆ సందర్భంలో ఇలా పిలవడాన్ని కూడా తప్పుపట్టిన వాళ్ళున్నారు. అది ఒక భయంకరమైన సన్నివేశం. అలాంటి సమయంలో ఏమి మాట్లాడుతున్నామో, ఏ స్థితోలో ఉన్నామో, ఏమి చేస్తున్నామో తెలియని ఉన్మాద స్థితిలోకి వెళ్ళిపోతాం. దీన్ని స్ఫురించ డానికే రచయిత తన శరీరంపై చీర లేదని గమనించలేకపోయిందంటారు. పిలగాడా అనిపిలవడం వివాదంగా కనిపించే వివాదం లేని సన్నివేశ కల్పన. రస స్పందనకు సంబంధించిన చిత్రణ.

కానీ, వివాదానికి కారణమైనది ఇంకొకటి ఉంది.జయరాముడికి పిల్లల్లేరు. జయరాముడు తాగుబోతు. జయరాముడు తండ్రిలాంటివాడే. తన జాకెట్టు చీరిపోతే, తన అత్తగారితో బొల్లిగిత్త గోకిందని చెప్తుంది. ఆ బొల్లి గిత్తనెందుకు తన భర్త తీవ్రంగా కొట్టాడో తనకి తెలియదా? కథచెప్తున్న సినబ్బ రూపంలో రచయిత గ్రామస్థులకే కాకుండా, మునెమ్మకు కూడా ఆ విషయం తెలియదంటాడు.

అత్తగారు మాత్రం వెంటనే పసిగట్టేస్తుంది. బొల్లిగిత్త ఒళ్ళంతా చీరికిపోయిన స్థితిని చూసి, కోడలితో మాట్లాడిన తర్వాత ఆమె కూడ బొల్లిగిత్తను అమ్మేయడమే మంచిదనే నిర్ణయానికొస్తుంది. అత్తగారు కూడా బొల్లిగిత్తను అమ్మేయడానికే సహకరిస్తుందని మునెమ్మ ఆశ్చర్యపోతుంది. అంత సూక్ష్మగ్రాహి అయిన మునెమ్మ వీటినెందుకు గుర్తించలేకపోయిందనే ఆలోచన వస్తుంది. ఇక్కడ సర్వ సాధారణంగానే, సామాన్య పాఠకులకు కలిగే అనుమానం ఇది.

కథాగమనంలో బొల్లిగిత్తనెందుకు కొట్టాడో తెలుసు కోలేదా అని అడిగిన సినబ్బతో "తెల్సుకునేదానికి తేల్చుకునేదానికి యాడ తీరిందిరా. అది జరిగినాక ఆయన బూమ్మీద ఉండింది రెండేరెండు దినాలు గదా" అన్నది మునెమ్మ. (పుట: 6) దీన్ని బట్టి మునెమ్మ నిలదీయగలిగే ఆలోచన ఉన్న స్త్రీగానే కనిపిస్తున్నా, ఒక జంతువుతో మనిషికి లైంగిక

సంబంధాన్ని ముడిపెట్టేటంతటి మూర్ఖ స్వభావాన్ని తన భర్తలో ఊహించలేకపోయిందనుకోవచ్చా?

పోనీ అనుకోలేదని అనుకుంటే, తన భర్త స్థానాన్ని బొల్లిగిత్త భర్తీ చేసిందని, అది పోయిటిక్ జస్టీస్ గా విమర్శకులు సమర్థించడాన్ని ఎలా అర్థం చేసుకోవాలి?

భర్తని చంపేసినా, పిల్లలు లేకపోయినా, తిరిగొచ్చేసిన బొల్లిగిత్తను బండి తోలాలని నిర్ణయించుకుంటూ "అవసరం అన్నీ నేర్పుతుందిరా సినబ్బా. ఈ మాట గొడ్డుకు కూడా వర్తిస్తుంది"(మునెమ్మ, 2008 : 95) అని అంటుంది మునెమ్మ.కథనాన్ని జాగ్రత్తగా చూస్తే పెళ్ళై ఇన్నాళ్ళైనా పిల్లలు పుట్టక పోవడానికి భర్తలో లోపాన్నేదో రచయిత సూచించాలనుకుంటున్నాడా? సినబ్బ మునెమ్మను "అక్కా" అని ఒక వరసలో పిలుస్తుంటాడు. ఆమె మాత్రం మరో వరసలో అతణ్ణి మరిదిగా భావిస్తుంది.

ఇలాంటి సన్నివేశాల్ని కల్పించడంలో రచయిత ఏదో చెప్పదలచుకుంటాడు. మునెమ్మలో అంత: చేతనలో లైంగిక వాంఛల్ని అణచుకుంటున్న సూచనలు కనిపిస్తున్నాయా? ఇటువంటి వర్ణనలే కాత్యాయిని, మరికొంతమంది ఈనవలికను తీవ్రంగా విమర్శించడానికి అవకాశం కల్పించాయని చెప్పక తప్పదు. మరికొంతమందైతే దీన్ని పురాగాథగానూ కీర్తించారు. గ్రామ దేవత కథలా చెప్పారనీ అన్నారు. మానవహక్కుల పోరాట నాయకులు, మానసిక వైద్యులు, రచయితలు, రచయిత్రులు, సామాన్య పాఠకులు ఇలా అనేకమంది పాఠకులను ఈనవలిక ఆకట్టుకోగలిగింది. ఇలాంటి చోట్ల మ్యాజిక్ రియలిజమ్ మోతాదు మించిపోయిందనిపించినా రచయిత లక్ష్యాన్ని సాధించారని చెప్పవచ్చు. తాను భావించిన మూడు కోణాల్లోనూ రచయితగా డా. కేశవరెడ్డి తాను విజయం సాధించారనుకోవచ్చు. రచయిత మాటల్తోనే దీన్ని ముగిస్తే " మునెమ్మ ఒక అద్భుతమైన పాత్ర. సమయస్ఫూర్తి, నిశిత పరిశీలన, బాధా సహిష్ణుత, పరేంగితావగాహన, సున్నితత్త్వము, కాఠిన్యము కలగలిసిన పాత్రగా తెలుగు నవలికా సాహిత్యంలో ఇదొక సంచలనం. మహిళా చైతన్యపరిణామంలో మునెమ్మ ఒక ధీరవనిత. మునెమ్మ పితృస్వామ్యంతో మాతృస్వామ్యం చేస్తున్న సంఘర్షణకు ప్రతిరూపం. అందుకే దీన్ని ఎవరెన్ని రకాలుగా వ్యాఖ్యానించినా మునెమ్మలో మహిళా చైతన్యం ఉందనే నా ప్రతిపాదన. అయితే ఆ చైతన్యం మ్యాజిక్ రియలిజమ్ పద్ధతిలో వ్యక్తం చేశారు. రచనకు చిన్న కాన్వాస్ నే ఎన్నుకున్నా, శాశ్వతంగా గుర్తుండి పోయేలా చిత్రించారు. నవలా సాహిత్యంలో చైతన్య స్రవంతి శిల్పాన్ని అనుసరించి నవీన్ రాసిన అంపశయ్య తెచ్చిన సంచలనం మళ్ళీ ఇన్నేళ్ళకి మునెమ్మ నవలికకు దక్కింది. దీన్ని తెలుగులో మ్యాజిక్ రియలిజమ్ పద్ధతిలో ప్రయోగాత్మకంగా వచ్చిన మొదటి నవలికగా గుర్తించవచ్చు. దీన్ని కొంతమంది నవల అన్నారు. మరికొంతమంది నవలిక అంటున్నారు. ఈ రచన లక్షణాలను పరిశీలిస్తే నవలికగానే భావించాలి. ఆ విధంగా ఇదొక ప్రయోగాత్మక నవలిక.

★★★

(ఈ వ్యాసంలోని కొంత భాగం మొదట సూర్య దినపత్రిక, 16.05.2011లో ప్రచురితమైంది. ఈ తర్వాత పూర్తి వ్యాసాన్ని నా పునర్మూల్యాంకనం పుస్తకంలో ప్రచురించాను. ఈ వ్యాసాన్ని పత్రికలో చదివి డా.కేశవరెడ్డిగారు సుమారు 55 నిమిషాల పాటు నాతో ఎంతో ఆత్మీయంగా మాట్లాడారు.)

రాజకీయ సాహిత్యం సమాజానికి వ్యర్థం

అనిశెట్టి సతీష్ కుమార్,
సెల్ : 9989353934.

సాహిత్యం సమాజ హితాన్ని కోరేది. సమాజ గమనానికి దిక్సూచి. సమాజ ఉన్నతికి తోడ్పడేది. చరిత్రకు భవిష్యత్తుకు వారధి సాహిత్యం. కనుమరుగవుతున్న మన సంస్కృతి సంప్రదాయాల గురించి నేటి తరానికి తెలిపేది సాహిత్యం.

రాజకీయ అనుబంధ సాహిత్యానికి మనుగడ కొద్దికాలమే. రాజకీయ పార్టీలు వారి పార్టీ ఆవిర్భావం సందర్భంగా లేదా ఎన్నికలు వచ్చినప్పుడు వారి పార్టీ గురించి కవుల కలాల నుండి బలవంతంగా సాహిత్యాన్ని రాయిస్తారు. ఆ సాహిత్యం సత్యదూరం, అసత్య సమీపం.

పార్టీ ఆవిర్భవించిన రోజున ఆ పార్టీ యే గొప్పదని, దేశాన్ని లేదా రాష్ట్రాన్ని మార్చామని గొప్పగా పాటల రూపంలో చెప్పుకుంటాయి. అవి అవాస్తవాలని ఆ పార్టీ నాయకులకే తెలుసు. విచిత్రంగా ప్రజలకు కూడా ఆ విషయం తెలుసని ఆ పార్టీ నాయకులకు తెలుసు. ఇలా పార్టీ ఆవిర్భావ వేళ వచ్చిన సాహిత్యం ఆ ఒక్కరోజు ఆయుష్షుతో ఆ రోజే అంతమౌతుంది లేదా మళ్ళీ వచ్చే పార్టీ జన్మదినం వరకు సుప్తావస్థలో ఉంటుంది. 'ఎప్పుడు సంపద కలిగిన నప్పుడు బందువులొత్తురు' అనే పద్యంలో చెప్పినట్టు చెరువు నిండగానే కప్పలు వచ్చినట్టు పార్టీ ఆవిర్భావ వేళ కాగానే ఆ మూలన పడ్డ సాహిత్యం మెరిసిపోతోంది.

ఇక ఎన్నికలు వచ్చిన వేళ రాజకీయ పార్టీలు సాహిత్యంతో ఆడించే ఆటలు అంతా ఇంతా కాదు. అతి ముఖ్యంగా పాటల రూపంలో ఎన్నికల్లో వాస్తవ రూపంలో తీసుకరాలేని వాగ్దానాలను చేసి, అవన్నీ పూర్తయినట్టు, ఇంకా చెప్పని పనులను కూడా చేసినట్టుగా కట్టుకథలు అల్లేస్తారు. ఆ అబద్ధాలు ప్రజల చెవుల్లో మారుమోగుతుంటే చెవిలో జోరీగా శబ్దంలా తోస్తుంది. ఆ అబద్ధాల పాటలు విని విని విసిగిపోతారు.

రాజకీయ సాహిత్యం గురించి ఎంత తక్కువగా చెప్పుకుంటే అంత మంచిది. ఎందుకంటే రాజకీయాల గురించి సృజన చేయించినవారు కానీ, సృజన చేసినవారు కానీ మరియు ఆ సృజనని విన్నవారు కానీ ఎవరూ గుర్తుకు ఉంచుకోలేరు. గుర్తుకు ఉంచుకుందామన్న గుర్తుంచుకోలేరు. ఎందుకంటే దానిలో ఉన్నదంతా అసత్యమేనని

అందరికీ తెలిసిందే. అందుకే సాహిత్యంలో రాజకీయ సాహిత్యమనే చోటే ఇవ్వలేదు రచయితలు కావొచ్చు లేదా పాఠకులు కావొచ్చు.

మరొక విషయం ఏంటంటే రాజకీయ సాహిత్యం అనేది వ్యక్తిగతంగా, వ్యక్తి కేంద్రంగా లేదా వ్యష్టి పార్టీ గురించి మాత్రమే ఉంటుంది. ఈ సాహిత్యం ఆ వ్యక్తికి లేదా ఆ రాజకీయ పార్టీకి మాత్రమే చెందినదై, వారికి మాత్రమే హితాన్ని చేకూర్చేలా ఉంటుంది తప్ప సమాజ హితానికి ఏ మాత్రం దోహదం చేయదు చేయలేదు. ఈ రాజకీయల గురించి రాసే సాహిత్యం ఆ వ్యక్తిని లేదా ఒక పార్టీని ఉన్నతంగా చూపించడానికి, అభూత కల్పనలు చేసి రాస్తారు.

ఇక రాజకీయాలకు అనుబంధంగా వచ్చిన సాహిత్యాన్ని చూసినట్లయితే అది శిథిలమైపోయి కాల గర్భంలో కలిసిపోయేవి. అవి తామరాకుపై పడ్డ నీటిబిందువులలా ముత్యాల్లా మెరుస్తాయి. ఆ నీటిబిందువులు తామరాకుపై నుండి కిందకు జారగానే వాటి అస్థిత్వాన్ని కోల్పోతాయి. అలాగే అవినీతిలో కూరుకుపోయిన రాజకీయ నాయకుల గురించి, రాజకీయ పార్టీల గురించి రాసిన సాహిత్య అక్షరాలు ఆకారాన్ని కోల్పోయి అనామకంగా మిగిలిపోతాయి.

పదకొండో దశాబ్ధంలో మన తెలుగు సాహిత్యం ప్రారంభమైంది. అప్పుడు రాయబడ్డ మహాభారతం, రామాయణం, భాగవతం లాంటి రచనలు ఇప్పటికి ప్రజలు ఆదరిస్తున్నారు. పోతన భాగవతంలోని చిన్ని కృష్ణుడి అల్లరిని తెలిపే పద్యాలు రానివారు వుండరంటే అతిశయోక్తి కాదు. 'అటజని కాంచె భూమిసురుడంబర చుంబి' ఈ పద్యం మనుచరిత్రలోనిది. ఇది వినగానే మధురానుభూతిని పొందుతారు. అద్భుత వర్ణనలు కలిగిన ఈ పద్యం ఎప్పటికి అజరామరం.

భాగవతంలో పోతన రాసిన 'ఇంతింతై వటుడింతై' అనే పద్యం ప్రజల నాల్కలపై నాట్యమాడుతుంది. 'సిరికిం చెప్పడు శంఖ చక్ర యుగముంజెదోయి సంధింపడే' అనే తేనెలొలుకు తెలుగు పద్యం ఓ అద్భుతం.

వేమన, బద్దెన లాంటి ఎందరో కవులు సమాజ హితం కోసం, ప్రజలకు సందేశం ఇవ్వడానికి రాసిన పద్యరత్నాలు ఆ కవులు మన మధ్య లేకున్నా వారి సాహిత్యం అజరామరం. సమాజ హితం చేసే ఏ సాహిత్యమైన శాశ్వతమై నిలిచివుంటుంది.

అనువాదం అనుసరణీయం

అనిశెట్టి సతీష్ కుమార్,
సెల్ :9989353934.

ఒక భాషలో రాసినదానిని వేరే భాషలోకి మార్చడం అనువాదం. అనువాదం అనుకరణ ఒకటే అని కొందరు అనుకుంటారు. కానీ అవి రెండు వేరు వేరు అనువాదం అంటే ఒక భాషలోని రాయబడిన విషయాన్ని చెడకుండా మరొక భాషలోకి మార్చడం. అనుకరణ అంటే ఒకరు రాసిన దానిని అనుసరిస్తూ కొద్ది మార్పులు చేసి అది వారి సొంత రచన అని ప్రచారం చేసుకోవడం.

మన తెలుగుభాషలో అనువాదం ఈ కాలంలో ప్రారంభ మయ్యింది కాదు. సంస్కృతంలో రాయబడ్డ మహాభారతాన్ని క్రీస్తు శకం 11వ దశాబ్దంలో కవిత్రయంగా పేరుపొందిన 'నన్నయ' ప్రారంభించి 'తిక్కన', 'ఎఱ్ఱన'లు పూర్తి చేయడం జరిగింది. వారు ముగ్గురూ కూడా సంస్కృత భారతాన్ని చదివి ఆకళింపు చేసుకొని, వారి పాండిత్యంతో మనోహరంగా అందించారు. మహాభారతానికి మూల భాషైన సంస్కృతంలో మనం చదవకపోయిన, తెలుగులోకి అనువదించబడ్డ మహాభారతాన్ని విని తెలుగు భాషలోనే మహాభారతం రాయబడ్డదని అనుకున్నారు. అందుకే తింటే గారలే తినాలి. వింటే భారతమే వినాలే అని మనపెద్ద మనుషులు ఎపుడో చెప్పారు.

మహాభారతం తరువాత అనువదించబడింది రామాయణం. మన దేశ సాహిత్య సంపదలో మొదటి కావ్యమైన రామాయణాన్ని అనేక మంది కవులు తెలుగులోకి అనువదించారు. ఒకరో ఇద్దరో కాదు ఎందరో తెలుగులోకి రామాయణాన్ని అనువదించారు. భారతం రాసిన 'తిక్కన' గారు 'నిర్వచనోత్తర రామాయణం', 'అయ్యాల రాజు రామభద్రుల' వారు రాసిన 'రామాభ్యుదయం', 'రఘునాథ రాయలు' రాసిన 'రఘునాథ రామాయణం', కవయిత్రి 'మొల్ల' రాసిన 'మొల్ల రామాయణం', విశ్వనాథ వారు రాసిన 'శ్రీమద్రామాయణ కల్ప వృక్షం', 'కపిలవాయి లింగమూర్తి' వారు రాసిన 'శారదా రామాయణం' ఇలా ఎన్నో రామాయణ కావ్యాలు రావడం జరిగింది. ఇవన్నీ ఎంతో ప్రజాధారణ పొందాయి. తెలుగు రామాయణాన్ని చదివిన సాహిత్యాభిమానులు మూల రామాయణాన్ని మరిచి తెలుగు రామాయణాన్ని హృదయంలో నాటుకున్నారు. తెలుగు రామాయణంలో కొన్ని చిన్న చిన్న మార్పులు చేసి రాసారు. అవి తెలుగు వారిని ఎంతో ఆకర్షించాయి. ముఖ్యంగా విశ్వనాథ వారు రాసిన 'శ్రీమద్రామాయణ కల్ప వృక్షానికి' కేంద్ర

జ్ఞానపీఠ్ పురస్కారం లభించిందంటే అది ఎంత అద్భుతంగా ఉండి ఉండాలి. ఇది అనువాద రచనలకే తలమానికంగా నిలిచింది.

మన దేశానికి మొట్టమొదటి నోబెల్ బహుమతి సాహిత్యరంగంలో రావడం మన దేశానికి గర్వకారణం. సాహితీవేత్తలకు, సాహిత్యాభిమానులకు మరచిపోలేని మనసులో నిలిచి ఉండే మధురజ్ఞాపకం. 1913లో మన దేశ జాతీయగీతం రాసిన 'రవీంద్రనాథ్ ఠాగూర్' గారు రాసిన 'గీతాంజలి' పద్యకావ్యానికి నోబెల్ బహుమతి వచ్చింది. ఆధ్యాత్మికతతో పాటు, జీవితంలో నిరాశనిస్పృహలకు గురైన వ్యక్తులకు ఉత్సాహాన్ని అందించే ఉత్ప్రేరకం. అలాంటి గీతాంజలి కావ్యాన్ని ప్రపంచంలోని అనేక భాషల్లోకి అనువదించడం జరిగింది. ఇంత విలువైన సాహిత్యం మన తెలుగువారి చెంత చేరి సంతసం కలిగించాలని, ఒక్కరు కాదు అనేకమంది ప్రముఖ తెలుగు సాహిత్యవేత్తలు అనువదించడం జరిగింది. అందులో ఒకరు మన తెలుగుతల్లి గురించి తెలుగువారంత గారివించేలా 'మా తెలుగుతల్లికి మల్లెపూ దండ' అనే గేయాన్ని రాసిన 'శంకరంబాడి సుందరాచారి' గారు ఒకరు. 'నా అక్షరాలు వెన్నెల్లో ఆడుకునే ఆడపిల్లలు' అని మగువల మనసెరిగి మహిళలకు మద్దతుగా రాసిన 'గుడిపాటి వెంకటా చలం' గారు కూడా రవీంద్రనాథ్ ఠాగూర్ గారు రాసిన గీతాంజలికి అభిమానిగా మారి దానిని తెలుగువారికి వారి కలంతో అందించాలని సంకల్పించి, దానిని తెలుగులోకి అనువదించారు. తెలుగు సినీ రంగంలో ప్రముఖ నటులైన 'శ్రీ కొంగర జగ్గయ్య' గారు కూడా ఠాగూర్ గారు రాసిన గీతాంజలిని వారి మనోగతంతో అవగతం చేసుకొని ఆంధ్రీకరించారు. నేటి కాలంలో ప్రముఖ సాహితీవేత్త 'వింజమూరి విజయ్ కుమార్' గారు 'ఠాగూర్' గారు రాసిన 'గీతాంజలి' కావ్యాన్ని అనువదించారు. ఇలా వీరంతా ఒకే ప్రక్రియలో కాకుండా వారికి మనసుకు నచ్చిన ప్రక్రియలలో రాయడం జరిగింది. ఒకరు కవితా రూపంలో, మరొకరు పద్యాల రూపంలో అనువదించారు.

తెలుగు సాహిత్యాభిమానులు వారికి ఇష్టమైన ప్రక్రియలో ఠాగూర్ గారు బెంగాలీ, ఇంగ్లీషులో రాసిన గీతాంజలి కావ్యాన్ని తెలుగులో చదివి దానిలోని ఆంతర్యాన్ని అంతరంగంలో దాచుకొని ఆనందించారు.

అనువాదానికి అవధులు లేవు అంతరంగాన్ని తాకే భావం ఏ భాషలో ఉన్నాసరే దానిని ఆత్మీయంగా ఆహ్వానించడం అందరికి ఆనంద దాయకం. రష్యాలో పుట్టిపెరిగిన మాక్సిం గోర్కీ గారు రాసిన 'మదర్' అనే నవల ప్రపంచంలోని దాదాపు అన్ని దేశాల భాషల్లోకి అనువదించడం జరిగింది. అలాంటి అద్భుత నవలను 'క్రొవ్విడి లింగరాజు' గారు 'అమ్మ' అనే పేరుతో తెలుగులో అనువదించడం జరిగింది. అమ్మంటే అమాయకంగా ఉండటమే కాదు ఆదిపరాశక్తిగా మారగలదని నిరూపించే, అందరికి ప్రేరణగా నిలిచే ఈ నవల తెలుగులోకి అనువదించడం వల్ల గొప్ప సాహిత్యాన్ని మన తెలుగు వాళ్ళు పొందడం

జరిగింది. 'మాక్సిం గోర్కీ' గారిని చూడకున్న, రష్యాలో పరిస్థితులు కళ్ళారా చూడకున్నా తెలుగులో రాయబడ్డ 'అమ్మ' అనే నవలతో అన్ని తెలుసుకున్నారు.

ఇలా ఎన్నో వేరు వేరు భాషల్లో రాయబడిన గ్రంధాలను చాలా మంది ఉద్దండ తెలుగు కవులు మనస్ఫూర్తిగా చదివి, ఆ గ్రంధాలను తెలుగు వారికి అందించాలని ఎంతో శ్రమించి, వారి కవన నైపుణ్యాలను జోడించి సాహితీప్రియులను ఆకర్షించేలా, హృదయానికి హత్తుకునేలా రాయడం జరిగింది.

నేటి ఆధునిక సాంకేతికత కారణంగా ప్రపంచమంతా ఓ కుగ్రామమైపోయింది. ఒకప్పుడు ఒక పుస్తకం రాయాలంటే సరైన లేఖనా వస్తువులు లేక సంవత్సరాలు పట్టేది. ఇప్పుడు సాంకేతికత చాలా అభివృద్ధి చెందింది. ఒక భాష నేర్చుకోవడానికి ఎక్కడికి వెళ్ళకుండా ఇంట్లోనే కూర్చొని నేర్చుకోవచ్చు. ఇలా మనకు నచ్చిన పుస్తకం చదివి, దానిని తెలుగులోకి అనువాదించవచ్చు. ఇంకా సాంకేతికత ఎంత అభివృద్ధి చెందిందంటే ప్రపంచంలో ఏ భాషనైన ఏ భాషలోకైనా మార్చే ట్రాన్స్ లేట్ చేసే అప్ లు వచ్చాయి. వాటితో అనువాదం ఇంకా చాలా చాలా సులువైంది. అలా అని ఎవరనుకుంటే వారు చేసేది అనువాదం కాలేదు. మూల గ్రంధాన్ని అనుసరిస్తూ, పాఠకులను ఆకర్షించే విధంగా రాసే రచనా కౌశల్యం ఉండాలి.

ఆత్మ కథలు అవలోకనం.

దామరాజు విశాలాక్షి.
విశ్రాంత ఉపాధ్యాయని..
విశాఖపట్నం.
9010902794.
ప్రస్తుత నివాసం: కెనడా

ఆత్మ కథ అంటే ,తనలోపలికి తానుతొంగి చూసి,చూసిన దాన్ని చూపెడుతూ, కథ చెప్పడం.. ఆత్మ నిత్యం సత్యం శివం సుందరం అయినది..ఆత్మ దర్శనాన్ని పొందగలిగే వారు. ఆత్మ విశ్లేషణ చేసుకుంటారు .నేడు ఆత్మకథలు రాసినవారు అరుదుగా కనిపిస్తున్నారు.. ఆత్మకథను ఆవిష్కరించడం.వారి అనుభవైకవేద్యంగా చెప్పవచ్చు .ముఖ్యంగా ఆత్మకథలను సాహిత్య రాజకీయ రంగాలలో ఉన్నవారు మాత్రమే వ్రాసుకునేవారు..., వైజ్ఞానిక, వ్యాపార రంగాలవంటి రంగాలలోఉండేవారువ్రాసుకునే ఆత్మకథలు,స్వీయచరిత్రలు అరుదుగా ఉంటాయి..ఆత్మకథ ఎవరికి వారు వ్రాసుకునేది ..స్వీయ చరిత్ర ఒకరు ఇంకొకరి చేతకూడా వ్రాయించుకోవచ్చు..ఆత్మకథలు తమ జీవితంపై తాము పరిపూర్ణ అవగాహన కలిగిన వారు వ్రాసుకూంటారు

జీవితం పూలబాటైనా ముళ్ళబాటైనా సమదృష్టితోచూచుకునేవారు ,ధైర్యంగా ఆత్మ కథలు వ్రాయగలరు..

నేడు అన్నిరంగాలలో ఉన్న ఆత్మకథలూ అనువాదాలు అందరికీ అందుబాటులోనికి వస్తున్నాయి ..

ఆత్మకథ ద్వారా సమాజంలో విభిన్నకోణాలను .సందర్శనం చేయించడం, భావితరాలకు భద్రత కలగజేయడం, నాటి వారి ప్రధానఉద్దేశంగా కనబడుతుంది..ఆత్మకథను పారదర్శకతతో వ్రాసే వాళ్ళ తేజస్సు ప్రత్యేకంగా దర్శనమిస్తుంటుంది. యోగులు,తత్వవేత్తలు, సత్యాన్వేషకులు. మాత్రమే సాధారణంగా తమ జీవిత సత్యాలను చక్కగా ఆవిష్కరిస్తారు..ఆత్మ గోచరము కానిది.అగోచరమైన దాని ఆ సాక్షాత్కారాన్ని పొందిన వారు మాత్రమే ఆత్మన్యూనతా భావం లేకుండా నిజాలు నిబ్బరంగా ఆవిష్కరించగలరు...

"మహాత్ముల ఆత్మకథలలో దార్శనికత "త్రివేణి సంగమంలో సరస్వతీనదిలా అంతర్వాహినిగా కనిపిస్తుంది"..

ఆత్మకథ, కట్టే కొట్టే తెచ్చే అన్నట్లు కాకుండా, సమాజ శ్రేయస్సు వాంఛిస్తేనే , చక్కనైన కథనంతో ఉంటేనే ,ఆకట్టుకుంటుంది.ఆనాటి ఆర్థిక సాంఘిక రాజకీయ నైతిక. వైజ్ఞానిక ,సామాజిక పరిస్థితులను విశదీకరిస్తూ,

విశిష్ట శైలిలో సాగిన ఆత్మకథలు, నేటికీ విశిష్టతను పొందుతున్నాయి ..ఎంతసేపు "ఆత్మస్తుతి పరనింద కాకుండా", ఆత్మకథ ఆనందాన్ని కలిగించే విధంగా ఉండాలి .. ఆత్మకథలు గూర్చి రాసేటప్పుడు వారి కథల్లో అక్కడక్కడ గోప్యత తొంగి చూస్తుంది. లోపల ప్రకాశిస్తున్న ఒక జ్యోతి , వెలుగులు చూడాలంటే లోపలికి తొంగి చూడాలి ...దానికి ధ్యానం ఏకాగ్రత ఎరుక కావాలి. తన ఆత్మతో తను మాట్లాడుకోవాలంటే నిజాయితీ నిబ్బరం కావాలి. అవి పుష్కలంగా ఉన్న వాళ్ళు మాత్రమే ఆత్మకథలు తీసుకోగలరు..

సాయి సచ్చరిత్ర .,రమణుల కథ, పరమహంస ,శారద దేవిల చరిత్ర, ఒక యోగి ఆత్మకథ వంటి మహనీయుల కథలు మన నిత్య పారాయణ గ్రంథాలు.అనుసరణీయాలు,,.

యోగులు క్రాంతి దర్శనులు...సాహసవంతులు,తన జీవితాన్ని, తనుబ్రతికిన సమాజాన్ని విభిన్న కోణంలో యధాతథంగా చూపించగలిగే శక్తిసమన్వితులు,వారు మాత్రమే ఆత్మను దర్శించి చూపించే పనికి పూనుకోగలరు. .....ఆత్మకథ వ్రాసుకోవాలి అనుకునే వారికి ,ముందు ,వారి మీద వారికి నమ్మకం కావాలి. వారిలో ఒక ఆర్తి ఆవేదన ఉండాలి .చెప్పగలిగే విషయాన్ని స్పష్టంగా చెప్పగలిగే చాతుర్యం ఉండాలి.

చెప్పగలిగే విధానంలో ఆర్ద్రత, సున్నితత్వం, సహజత్వం జాలువారాలి.. చక్కని భాషా పటిమ కావాలి. అస్తిత్వాన్ని చాటి చెప్పే ఆత్మవిశ్వాసం కావాలి. తాను చెబుతున్న విషయం సమాజాన్ని పక్కతోవ పట్టించకుండా ఉండేలా రాసే వాళ్ళు ముఖ్యమైన జాగ్రత్తలు తీసుకోవాలి..ఆత్మకథలు ఆదర్శప్రాయంగా ఆకట్టుకునే విధంగా ఉండాలి..హేతుబద్ధంగా ఉండాలి. రచయితకు దార్శనికత కావాలి..తన కష్టాలు అనుభవించిన సమస్యలు ఎదుర్కొన్న సవాళ్లు ,వాటి నుండి ఎలా బయటపడ్డారు అనే విషయాన్ని వివరించేటప్పుడు దాపరికాలు లేకుండా నిజాయితీగా వివరించ గలిగేటట్లుండాలి..కృతజ్ఞత ఉండాలి.భావితరాలకు మంచి మార్గాలు చూపెట్టగలగాలి.. తనకు సాయం చేసిన వారిని, తన జీవితానికి మార్గనిర్దేశం చేసినవారిని, నయానా భయానా తనను తోవలో పెట్టినవారిని, ఆదరించిన వారిని. అసహ్యించుకున్న వారిని, ఆ సందర్భాలు సహితం కళ్ళకు కట్టినట్లు చెప్పగలగాలి... విమర్శించే వారిని సహితం విస్మరించకూడదు.మానవుని ఎదుగుదలకు పొగడ్తల కన్నా విమర్శలే ఎక్కువగా ఉపయోగపడతాయి .., విషయాన్ని తెలియజేసి భావితరాలకు భద్రతా భరోసా కల్పించి బహు ప్రయోజనకారిగా ఉంటేనే ఆత్మకథలు అందిస్తాయి.. అసభ్యత, అశ్లీలత దొర్ల నీయకుండా సాధ్యమైనంత వరకూ, సందేశాత్మక తను అందించగలిగితే సమాజానికి ఆత్మకథలు చక్కని దిక్సూచి అవుతాయి

ముఖ్యంగా ఆత్మ కథలు స్వీయచరిత్రలు పిల్లలకు వ్యక్తిత్వ వికాసానికి గొప్పగా దోహదపడతాయి.

తెలుగులో మొట్టమొదటి ఆత్మకథ శ్రీమదజ్జాడ .ఆదిభట్ల నారాయణదాసు గారి "నాఎరుక" .పై లక్షణాలన్నింటినీ సంతరించుకుంది.ఆ "ఎరుక". అంతటి ఆత్మకథ మరొకటి లేదు అనిపిస్తుంది. అందులో దాసు గారి బాల్యం నుంచి వృద్ధాప్యం వరకూ గల జీవిత పోరాటం ఉంది. జీవితంలో పొందిన సఫలత, ఎదుర్కొన్న సమస్యలు

వాటి పరిష్కారాలు, నాటి జీవన విధానాలు సామాజిక రుగ్మతలు, సవ్యమైన మార్గంలో జీవితాన్ని నడిపించుకోవడానికి చేసుకున్న ప్రయత్నాలు , సమీకరణలు,అంచెలంచెలుగా ఎదిగి,వారు పొందిన అపారమైన జ్ఞానం.,బహుభాషా పాండిత్యము., సేవ ,శుశ్రూష., గురు శిష్య పరంపర,కుటుంబం ,సామాజిక సంబంధాలు వాటితోపాటు ,అచంచలమైన ఆత్మవిశ్వాసం, సమయస్ఫూర్తి, సాంగత్యాలు, రాజాశ్రయాలు,అన్యభాషల ఆధిపత్యం, మాతృభాష, భాషపట్ల ఆయనకు గల బాధ్యత,సమాజంపై అక్కర, హరికథకునిగా ఆవిర్భావం, వివేకానందునికి పాఠాలు బోధించిన విశిష్ట వ్యక్తిత్వం, గురుదేవులు రవీంద్రనాథ్ ఠాగూర్ చే కొనియాడబడిన ఉన్నతత్వం,ఇలా ఎన్నో విషయాలు దోసిళ్ళతో తాగుతున్నా ,తనివితీరని విధంగా ఈఆత్మ కథలో జాలువారుతూ ఉంటాయి .దాసుగారు ఆత్మకథ అమృతపానం చేయిస్తారు..సామాజిక పరంగా ఎదగాలంటే సమస్యలు ఎదుర్కోవాలో "ఎరుక" ను తెలియజేస్తుంది..

నాటి పాఠ్యభాగం, వీటికి ఎందరికో మార్గదర్శకత్వం. అయిన మన చిన్ననాడే చదువుకున్నఅనువాదకథ" సత్యశోధన" గాంధీజీ ఆత్మకథ. జీవితంలో ప్రతి విషయంలో ఒక మార్గనిర్దేశం చేసే మామూలు మనిషి నుండి మహనీయుడిగా ఎదిగే వరకు గల ప్రస్థానంలో, మహత్తరమైన అనుభవాలను మనతో పంచుకుని , ఎలాంటి గోప్యత ,సందిగ్ధత ,సంక్లిష్టత లేక జీవితంలో ఎత్తుపల్లాలను చూపెడుతుంది,, సత్యం పట్ల మనిషి ఆకర్షితుడు అవ్వడానికి, సంఘర్షణలను ఎదుర్కొనే సామర్థ్యాన్ని సంపాదించుకోవడానికి ,మామూలు మనిషి నుండి మహాత్ముడుగా ఎదగడానికి ఆచరించిన ధర్మాలు ,అనుసరణీయ మార్గాలనుసత్యశోధన, అడుగడుగునా చూపెట్టి దిశా నిర్దేశం చేసింది. సత్యశోధన.ఇదిం ఒక వజ్రాలగని, పగడాల దీవి. సుధా సముద్రం ఇది అదే అనుకుంటే కాదు , జీవితంలో తాను ఎదుర్కొన్న సమస్యలు పొందిన అనుభవాలు, ప్రతి ఒక్కటి మార్గదర్శకత్వంగా ఉన్నాయి.. ఈ తరం వాళ్ళు కచ్చితంగా చూడాల్సిన ఆత్మకథ. ఆనాడు ప్రతి ఒక్కరు దీనిని చదివి విలువలు గ్రహించారు..

ఇక ముఖ్యంగా చెప్పాలంటే సాక్షాత్తు స్వామి వివేకానంద తనకు తాను రాసుకున్న

స్వీయ అనుభవం"నా ఆత్మకథ' ఈ మహోన్నతమైన కథ. రామకృష్ణ మిషన్ వారు తెలుగులోకి
అనువాదం చేశారు ..ఈ ఆత్మ కథలో ప్రతి అక్షరం అగ్నికణం వలె ప్రజ్వరిల్లుతుంది....

ఇది ఒక సన్యాసి ఆత్మకథలా కాకుండా సమయాసమయాలని ఎరిగిన, సత్యాన్వేషణకు వెతుకులాడిన ఒక ధీర పురుషుని దృఢసంకల్పంలా కనిపిస్తుంది..అపురూపమైన అందమైన బాల్యం..బాల్యం నుంచే బలీయమైన నిర్ణయాలు. భయపడని మనస్తత్వం.. ఆశ్చర్యకరమైన విషయాలు ఆనందం కలిగిస్తాయి,తల్లి కాశీ విశ్వనాథా! మంచి కొడుకును ఇమ్మని , నీకు మొరపెట్టుకుంటే"! నీ ప్రమదగణాలలో ఒకరిని నా పుత్రుడుగా పంపావా? తండ్రీ! అనడం," అందంగా మందలించే సన్నివేశం. ఆనందం కల్గిస్తుంది .. నరేంద్రుని అలవి కాని అల్లరి. చెవిలో ఓంకారం చెప్తూఉంటే, శివునికి అభిషేకం చేస్తున్నట్టు భావించి హాయిగా ఆస్వాదించే ఆ బాలయోగి తత్వం,.తన మీదనుండి పాము వెళ్ళిపోతున్నా, గమనించని స్థితిలో బాల్యంలోనే ధ్యానంలోకి వెళ్లిపోగలిగిన బాల్య ప్రతిజ్ఞ ..ధీశక్తి.. గురువు చెప్పిన పాఠాన్ని గుర్తు పెట్టుకుని, గడగడా అప్పజెప్పగలిగే జ్ఞాపకశక్తి. ఏకాగ్రత..సేవ చేసేటప్పుడు ఎంతటి కష్టమైనా సునాయసంగా చేయగలిగే మహోన్నత మానవతా భావం,ఆపదలనధిగమించే ఆత్మవిశ్వాసం వివేకానందుని విజ్ఞత ఈ ఆత్మకథలో అడుగడుగునా దర్శనమిస్తాయి. అంతేకాదు విదేశాలలో కూడాఎన్ని కష్టాలు ఎదుర్కొన్న విషయాలు,తనస్వరాన్ని బలంగా విన్పించి ధర్మపరిరక్షణ ధ్యేయంగా,హిందూమత ఔన్నత్యాన్ని, భారతీయ సాంప్రదాయ విలువలు,వినిపించగల వాగ్ధాటితో , శిష్యులకు స్వామి తన వాణి వినిపించిన పొందుపరచిన విశిష్ట వ్యక్తి... "ప్రపంచంలో ఎక్కడైనా గురువును వెతుక్కుని శిష్యుడు వెళతాడు...కానీ గురువును పరీక్షించడానికి వెళ్లి, గురువుచే గుర్తింపబడి నీవే నా శిష్యుడవు. నీకోసమే నేను వెతుక్కుంటున్నాను అని గురువు చెప్పే స్థాయిలో గల శిష్యుడు స్వామి వివేకానందుడు మాత్రమే ..గుండెల నిండా దైవభక్తి , దేశభక్తి నింపుకున్న ముక్తికాంత పుత్రుడు ,భరతమాత బిడ్డడు వివేకానందుడు .. ఆయన భాషలో చెప్పాలంటే

"దుష్టవిధికల్పించినది అంధకారబంధురమైనది జీవితం. కానీ నేను యజమానిని .చూడు నేను చెయ్యిఎత్తగానే అదిపాప పంచలవుతుంది .ఇదంతా అర్ధరహితం. భయమా? నేను భయానికే భయాన్ని. భీతికే భీతిని.నేను నిర్భయ అద్వితీయఏకాగ్నిని.. నేను విధి నియామకుడను"...అని తన దేశ యువతను జాతిని మేల్కొల్పి, జాగృతి పరిచిన స్వామి వివేకానందుడు..మహాత్ములకే మహాత్ముడై మార్గదర్శకుడయ్యాడు.. విశాల భారతావని లోనే భారతీయ ఖ్యాతిని విశ్వ విఖ్యాతంచేసి, హైందవ ధర్మ ఔన్నత్యాన్ని అత్యంత ఉన్నతంగా నిలబెట్టిన. "మానవసేవే మాధవసేవని" మహిలో చాటి చెప్పిన మహనీయుడు

వివేకానందుడు. ఈయన ఆత్మకథ అంతులేని అగాధము ,ఆనందార్ణవము..దశదిశా నిర్దేశం చేసిన దివ్య పదము.

చిలకమర్తి లక్ష్మీనరసింహం గారి" స్వీయ చరిత్ర" నాటి కాలంలో ముఖ్యంగా స్థితిగతులు , ఆర్థిక సాంఘిక సామాజిక పరిస్థితులు, సమాజంలో నైతిక విలువలు, బంధాలు బాధ్యతలు ప్రతి ఒక్కదాన్ని కళ్ళకు కట్టినట్లు చూపెడుతుంది..19వ శతాబ్దం చివరలో 20వ శతాబ్దం ఆరంభకాలంలో తెలుగు సాహిత్య అభివృద్ధికి, తెలుగు నేలపై ఆధునిక భావాల వికాసానికి కృషి చేసిన మూలపురుషులలో ఒకడైన చిలకమర్తి వారు. వారి స్వీయచరిత్ర.

కందుకూరి వీరేశలింగం గారి స్వీయచరిత్ర: .తొలి కథ నవల స్వీయచరిత్ర ప్రహసనము పద్యం గద్యం నాటకము నాటిక నేనే వ్రాసితిని అని నిబ్బరంగా చెప్పుకున్న వీరేశలింగంగారు , ఒక రచయితగా సంస్కర్తగా ఉత్తమ ఉపాధ్యాయుడిగా, ఆచరణాత్మకమైన ఆదర్శవాదిగా, అబలా రక్షకునిగా అనేక రూపాలతో సాక్షాత్కరించారు.. కందుకూరి వారి స్వీయ చరిత్ర.. కఠోర సత్యాల నిలయమై, కాల్పనికత లేని యదార్థ జీవిత గాథల వేదిక.నాటి సామాజిక పరిస్థితులలో,.ఎన్ని కష్టాలు అనుభవించాడు .ఎన్ని తిరస్కారాలు అవమానాలను సహించారు.. ధర్మాచరణలో తన ఎన్ని కష్టాలు పడ్డారు.. కూలంకషంగా చర్చించారు వీరేశలింగం గారు ..

అద్భుత ప్రతిభాశాలి తెలుగువారి కీర్తి కిరీటం విశ్వనాధ వారు..వీరు ఉపాధ్యాయులే బహుగ్రంధకర్త,భాషాభిమాని. స్వాభిమాని సమాజ నిర్దేశకుడు. వారి ఆత్మకథ వారివ్యక్తిత్వాన్ని ఆనాటి సమాజంలో స్థితిగతులు , అడుగున ఎదురుకొన్న సమస్యలను విశధీకరిస్తూనే,ఈ ఆత్మ కథ వారి వ్యక్తిత్వ పోరాటాన్ని కూడా వివరిస్తుంది..

నేటికీ వేలాది మంది విద్యార్థులు చదవబడుచున్న" ఒక విజేత ఆత్మకథ" వింగ్స్ ఆఫ్ ఫైర్"

ప్రముఖ అణు శాస్త్రవేత్త, విద్యావేత్త, మేధావి,సరళ స్వభావి, ఉన్నత వ్యక్తిత్వం గల ఉత్తమ భారత రాష్ట్రపతి, భారతరత్న అబుల్ కలాం గారు స్వయంగా రాసుకున్న ఆత్మకథ..." వింగ్స్ ఆఫ్ ఫైర్"దీని తెలుగు అనువాదమే" ఒక విజేత ఆత్మ కథ"..సమాజానికి ముఖ్యంగా నేటి విద్యార్థులకు ఒక దిక్సూచి .ఎన్నెన్నో అనుభవాలు, అంతరంగ మధనాలు ఈకథలో దర్శనం ఇస్తాయి..

ముఖ్యంగా ఈ విజేత ఆత్మకథ , "వింగ్స్ ఆఫ్ ఫైర్" విద్యార్థులకు ఒక కరదీపిక.. ఆత్మకథలు చదవడం వల్ల వాళ్ల జీవితాలు కూలంకషంగా తెలుసుకోవడం వలన అందులో మంచిని ప్రేరణగా తీసుకుని, వాళ్ళు పొందిన చెడు నుండి గుణ పాఠాలను నేర్చుకోగలరు.ఉన్నతంగా అభివృద్ధి చెందగలరు..

ఇక సంచలన రచయిత చలం స్త్రీ సాంగత్యం ,,విముక్తి స్వేచ్ఛ విషయాలపై అనుక్షణం తన ఆత్మవిష్కరణ చేసుకున్న చలం,రమణ ఆశ్రమానికి చేరిన తర్వాత ఆయన శైలిలో ఆలోచనలో. మార్పు వచ్చిందని ఈ రచన చూసిన ఎవరు భావించనక్కర్లేదు..అభ్యుదయ ఆత్మ యోగి చలం.. వీరిఆత్మకథ సాహిత్యకారుని నిక్కచ్చితనానికి ప్రతీక.

తెలుగు వారి ఆత్మకథలలో శ్రీపాద సుబ్రహ్మణ్య శాస్త్రి గారి "అనుభవాలు జ్ఞాపకాలు". చాలా ముఖ్యమైనది. ఆనాటి కాలమాన పరిస్థితులకు దర్పణం పట్టేలా కనిపిస్తాయి.. జీవిత సారాన్నంతటినీ క్రోడీకరించి అందులో ప్రవహింప చేశారా ?అన్నట్లు ఆత్మకథలో సహజత్వం జాలువారుతూ ఉంటుంది...

ఇక దువ్వూరి వెంకటరమణ శాస్త్రి గారి స్వీయ చరిత్ర మార్ధవమైన మనసు భాష.ఆత్మకథ అంటే ఏంటో అర్థం చెప్పిన కథ. ఆనాటి సామాజిక విలువలను చాటి చెప్పిన ఉత్తమ రచన.శాస్త్రి గారు. తన స్వీయ చరిత్రలో సాధారణమైన జీవితాన్ని చేతులుజాచి ఆహ్వానించి అక్కున చేర్చుకొని ఆత్మకథగా వ్యక్తపరిచారు..

శ్రీ శ్రీ.. అనంతం ఎవరు అడక్కపోయినా..తన జీవితాన్ని గూర్చి తానే ఎత్తిచూపించిన ప్రజ్ఞాదురంధరుడు... ఆధునిక భాష..అనంతం ఆత్మఘోష.తన వ్యసనాలను బలహీనతలను కూడా ఇతర ఆత్మకథలో ఆవిష్కరించగలిగే ఆత్మల బలం కలవాడు శ్రీశ్రీ.

తిరుమల రామచంద్ర గారి "హంపీనుండి హరప్పా వరకు ", అద్భుతమైన ఆత్మకథే కాకుండా ఒక చారిత్రక ప్రాధాన్యతను సంతరించుకున్న సజీవ దృశ్యమాలిక. ఆనాటి చారిత్రక నేపథ్యాన్ని కూడా తనదైన శైలిలో చక్కగా ఆవిష్కరించిన తిరుమల రామచంద్ర గారు చారిత్రక ప్రాధాన్యతను అనే పద్యాన్ని తన ఆత్మ కథలో అద్భుతంగా వివరించారు..మనం ఆ ప్రాంతాల్లో పర్యటిస్తున్నంత ఉద్వేగాన్ని కలిగిస్తారు.స్ఫూర్తినిచ్చే చక్కని ఆత్మకథ..

ముళ్ళపూడి వెంకటరమణ గారి" కోతికొమ్మచ్చి" తను జీవితంలో నిలదొక్కుకోవడానికి ఎన్ని కష్టాలు పడ్డారో వివరిస్తూనే సమాజంపై హాస్య వ్యంగ్య అస్త్రాలను సంధిస్తూ, తన సినిమా జీవితం వరకు చక్కగా వివరించారు.అన్ని విషయాలను వివరించి ఆత్మ ఆత్మకథలో చూపెట్టారు.."ఆరామగోపాలం"సామాన్యుడి నుండి అసమానునిగా ఎదిగిన ప్రస్థానంలో అడుగడుగునా ఎదుర్కొన్నా అవాంతరాలు, వాటన్నిటిని అధిగమించిన ఆత్మస్థైర్యం మనుషుల పట్ల గల మక్కువ, హాస్యం లోనే అంతరంగాన్ని మెలిపెట్టగలిగే బాధను కూడా చెప్పగలిగే సామర్థ్యం భరాగో గారి ఆత్మకథ.

పీవీ నరసింహారావు గారి వంటి అంతరంగ ఆవిష్కరణ "లోపలి మనిషి" అద్భుతంగా వ్రాయగలిగారు. సామాన్య కార్యకర్తనుండి ప్రధానమంత్రి వరకు ఎదిగిన తన ప్రయాణాన్ని రచించి దాన్ని మార్గదర్శకం చేయగలిగారు... అంబేద్కర్ గారి ఆత్మకథ ఆయన స్వదస్తూరి అంటరానితనంతో ఈ జాతి వారైనా కొందరు పొలిమేరలలో పడిగాపులు పడిన దీనావస్థను హృదయ విదారకంగా చిత్రీకరించారు.

అంబేద్కర్ గారు ఆంగ్లంలో రాసుకున్న కథను తెలుగులోకి అనువాదం. అంబేద్కర్ ఆత్మకథ. ఇలా ఎందరెందరో తెలుగువారు తమ ఆత్మ కథలను రచించి సమాజానికి అమూల్య రత్నాలను అందించారు. అందరినీ ఇక్కడ ప్రస్తావించలేకపోయినా ఎందరో మహానుభావులు అందరికీ వందనాలు సమర్పిస్తున్నాను.ముఖ్యంగా భావి పౌరులచేత ఆత్మకథలు స్వీయ చరిత్రలు చదివించడం వలన వారి జీవితాలకు ఒక దిశానిర్దేశం జరుగుతుంది కడగండ్ల పాలైన జీవితాల నుండి ఖచ్చితమైన ఆత్మకథలు వచ్చాయి.. అవి సమాజానికి మార్గ నిర్దేశం చేస్తున్నాయి....

నా ఆత్మ (హత్య) కథ

గోవిందరాజుల నాగేశ్వర రావు,
అకౌంటెంట్, ఉత్తమ మాటల రచయిత, నంది అవార్డు గ్రహీత, ఆస్ట్రేలియా

'ప్రముఖ' లో 'ప్ర', 'ప్రవర్ధమానం'లో 'ప్ర' లేని రచయిత ఈశ్వర రావు. ఓ అయిదు నాటకాలు, పది టివి సీరియల్స్, రెండు మూడు చిన్న సినిమాలకి మాటలు రాసాడు. అతనికి ఉత్తమ మాటల రచయితగా 'నంది' అవార్డు కూడా ఇచ్చారు. ఈశ్వర రావు రచయితే కాదు ఒక 'ప్రముఖ' లో 'ప్ర', 'ప్రవర్ధమానం' లో 'ప్ర' లేని నటుడు కూడా. కామెడీ రచయితగా ఈశ్వర రావు కి కొంచెం పేరు వుంది. కామెడి స్క్రిప్ట్ కావాలంటే ఈశ్వర రావుని కూడా చాలామంది అడుగుతారు. ఈ మధ్యే ప్లస్ టి.వి. కామెడీ మైనస్ చానల్ లో రెండు మూడు సీరియల్స్ రాసాడు. అలాంటి ఈశ్వర రావు సడన్ గా చనిపోయాడు. అందరూ వచ్చి చూసి వెళుతున్నారు.'అమ్మా మిగిలిన కార్యక్రమం కానిద్దాం' అంటూ అడిగాడు ఓ పెద్ద మనిషి 'దానికి టైం వుంది. ముందు పోలీసు రిపోర్ట్ ఇవ్వాలి.' అంది ఇందిర 'పోలీసు రిపోర్టా' అన్నాడు ఆ పెద్దమనిషి 'అవును..నా భర్త చనిపోలేదు .. చంపేశారు..' అంటూ పోలీసు స్టేషన్ కి ఫోన్ చేసింది ఇందిర. అందరూ ఆశ్చర్య పోయారు. పోలీసులు వచ్చారు. 'ఎం జరిగింది' అంటూ అడిగాడు ఎస్సై.'టివి చూస్తూ అలాగే వుండి పోయారు. ఏవండీ అని పిలిచి తడితే కుప్ప కూలిపోయారు'అంది ఇందిర.' హార్ట్ స్ట్రోకా?' అడిగాడు ఎస్సై.కాదు.. చానల్ స్ట్రోక్' అవును సర్ 'నా భర్తని చంపేశారు ..దానికి రుజువే ఆయన రాసుకున్న ఈ డైరీ ..చూడండి' అంటూ చూపించింది ఇందిర.. ఎస్సై తీసుకుని డైరీ ఓపెన్ చేసాడు. దాంట్లో "నా ఆత్మ(హత్య) కథ" అని రాసుంది ఎస్సై ఆశ్చర్య పోయాడు. కథ చదవడం మొదలు పెట్టాడు.

★★★

ఒక రచయిత గా నేను అనుభవించిన ఆనందం.. వియోగం... విషాదం.

ఆనందం : రాజబాబు నన్ను రచయితగా గుర్తించి అవకాశం ఇచ్చి అందరికి పరిచయం చెయ్యడం. నాకథలు సీరియల్ గా తీసి నాకు నంది అవార్డ్ గ్రహీతగా చెయ్యడం.

వియోగం: రాజకీయాలు జరిగి ఆయన నుండి నన్ను కొన్ని శక్తులు వేరుచెయ్యడం.

విషాదం: ఒకటి నంది అవార్డ్ ని ఎక్కడో ఎవరికీ నేను తెలియని చోట ప్రదానం చెయ్యడం.

రెండు : అవకాశాలు తగ్గి ఎదురు చూస్తున్న రోజులవి. ప్రముఖ టి.వి. చానల్ తన అనుబంధంగా టివి కామెడీ చానల్ ని పెట్టింది. నిర్మాతలు కొత్త సీరియల్స్ తియ్యొచ్చు అని ఉబలాట పడ్డారు. రచయితలు , నటులు అందరూ తమకి మంచి రోజులు వచ్చాయి , చేతినిండా పని దొరుకు తుందని ఆశ పడ్డారు..

మైనస్ చానెల్ చుట్టూ సీరియల్స్ నిర్మాతలు తిరగటం మొదలు పెట్టారు. టివి కామెడీ చానల్ కి క్రియేటివ్ హెడ్ నూర్జహాన్.

నిర్మాతలు, రచయితలు అందరూ ఆశ్చర్య పోయారు. తెలుగు చానెల్ క్రియేటివ్ హెడ్ నూర్జహానా ..అంటూ.. త(ప)ప్పులో కాలేసారు. నూర్జహాన్ తెలుగు వారికంటే తెలుగు బాగా మాట్లాడు తుంది. ఆమెకి తెలుగు వాడికి వున్న తెగులు కూడా పూర్తిగా వుంది . ఎవరయితే మాకేంటి .. మాకు సీరియల్స్ ఇస్తే చాలు.. అంటూ సీరియల్స్ కోసం నిర్మాతలు నూర్జహాన్ ని కలుసు కున్నారు. నూర్జహాన్ “ కథలు ఇవ్వండి ... చూసి బాగుంటే వేస్తాం ..” అంటూ చెప్పింది.ఈ విషయం తెలిసిన రచయితలు నిర్మాతల చుట్టూ తిరగటం మొదలు పెట్టారు. తమ బుర్రలకి పదును పెట్టి చేతికి పని పెట్టారు. నిర్మాతలకి కథలు రాసి ఇచ్చారు. నిర్మాతలు ఆ కథ లని నూర్జహాన్ కి ఇచ్చారు.

అవన్నీ చదివిన నూర్జహాన్ ‘ఇలా కాదు .. కథగా నాలుగు పేజీలు , షూటింగ్ స్క్రిప్ట్ గా పది ఎపిసోడ్ లు, ఓ ఇరవై ఎపిసోడ్ లు సినాప్సిస్ , అయిదు ఎపిసోడ్స్ షూట్ చేసి ఇవ్వండి ‘ అంటూ చెప్పింది.‘సీరియల్ ఇవ్వాలే గాని అయిదు ఎపిసోడ్స్ ఏంటి యాభై షూట్ చేసి ఇస్తాం .. అంటూ నిర్మాతలు ... చంకలు గుద్దుకుంటూ వెళ్ళారు.

నిర్మాతలు రచయితలని నానా హడావిడీ చేసి నూర్జహాన్ అడిగి నట్టే రాయించారు.డబ్బులు అడిగిన రచయితలకి సీరియల్ ఓకే. అయితే ఇస్తాం ... అంటూ చెప్పారు. అక్కడే ఇరుక్కున్నాను నేను .

కామెడీ సీరియల్ నిర్మించే నిర్మాత, రాజబాబు దగ్గర నేను గత పదేళ్ళ నుంచి పనిచేస్తున్నాను . రాజబాబు కి ఫీల్డు లో మంచి పేరుంది. అందరిలాగే రాజబాబు కూడా సీరియల్స్ కోసం ప్రయత్నించాడు. రాజబాబు కోసం నేను కూడా అలాగే కష్టపడ్డాను . రాజబాబు షూటింగ్ పూర్తి చేసి నూర్జహాన్ చెప్పినవన్నీ చెప్పినట్టుగా చేసి తీసుకు వెళ్ళాడు. అవన్నీ చూసిన నూర్జహాన్ ‘షూట్ చేసిన ఎపిసోడ్స్ బాగోలేదండి...అక్కడ అక్కడ బోర్ గా వుంది .. అవన్నీ కట్ చేసి రెండు ఎపిసోడ్స్ చేసి తీసుకు రండి. అలాగే వచ్చేటప్పుడు మీ రైటర్స్ కూడా తీసుకు రండి. డిస్కస్ చేద్దాం ‘ అంటూ చావు కబురు చల్లగా చెప్పింది.రాజబాబు ఏమీ అనలేక ‘అలాగే’ అంటూ ఇచ్చినవన్నీ జాగ్రత్తగా తీసుకు

వచ్చాడు.అయిదు ఎపిసోడ్స్ ని రెండు ఎపిసోడ్స్ గా చెయ్యమనడం తో అప్పటి వరకు అయిదు ఎపిసోడ్స్ లకి ఖర్చు పెట్టిన లెక్క చూసుకున్న రాజబాబు కంట్లో నీళ్ళు తిరిగాయి. ముందు సీరియల్ ఇస్తే ఎలాగో రికవర్ అవ్వచ్చు అనుకుంటూ తనకి తనే సర్ది చెప్పుకున్నాడు రాజబాబు. నన్ను తీసుకుని రాజబాబు నూర్జహాన్ ని కలిసాడు. నేను అనుకున్న కథ ని నూర్జహాన్ కి చెప్పాను . అలాగే రెండు మూడు కథలు చెప్పాను. నూర్జహాన్ 'అలా కంటిన్యు కథ ఉండ కూడదు, అంటూ నేను చెప్పిన కథకి నాలుగు పనికిరాని పాయింట్లు కలపమని చెప్పి తనకి 'ఏ ఎపిసోడ్ కి ఆ ఎపిసోడ్ అయిపోవాలి' అంది..

'అంటే ప్రతీ ఎపిసోడ్ ఒక కొత్త కథా' అంటూ అడిగాడు ఈశ్వర రావు. 'అలా కాదండి.. కథలో కంటిన్యుటి వుండాలి.. కాని ఏ ఎపిసోడ్ కి ఆ ఎపిసోడ్ అయిపోవాలి. అప్పుడే అందరూ చూస్తారు ' అంది నూర్జహాన్.' ఏ ఎపిసోడ్ కి ఆ ఎపిసోడ్ అయితే జనం ఒక ఎపిసోడ్ చూడటం మిస్సయినా పెద్దగా ఫీలవ్వరు. అదే కంటిన్యుటి కథ వుంటే సస్పెన్స్ పెట్టు కోవచ్చు' అన్నాను నేను 'చెప్పింది చెయ్యండి.' అంటూ నవ్వుతూ తన మాటే ఫైనల్ అన్నట్టు రాజబాబు పరిస్థితి అర్ధం చేసుకుని ' ఈశ్వర రావు గారు.. ఆవిడ చెప్పింది నాకు అర్ధం అయ్యింది. అలాగే చేద్దాం.. పదండి..' అంటూ తీసుకు వెళ్ళాడు. నేను ఇష్టం లేకపోయినా .. నూర్జహాన్ చెప్పినట్టు చచ్చినట్టు రాసి ఇచ్చాను .అది తీసుకు వెళ్ళిన రాజబాబు కి మళ్ళీ మార్పులు చెప్పింది నూర్జహాన్. మళ్ళీ మార్పులతో రాజబాబు షూటింగు మొదలు పెట్టాడు. చివరకి పదిహేను ఎపిసోడ్స్ ఇస్తే ఎనిమిది ఎపిసోడ్స్ ఓకే చేసింది నూర్జహాన్.రాజబాబు మళ్ళీ అయిదు ఎపిసోడ్స్ పంపిస్తే అందులో మళ్ళీ కట్స్ చెప్పాడు. అయిదు ఎపిసోడ్లు అదంతా చేసే సరికి ఒక్క ఎపిసోడ్ అయ్యింది.

నాలో పస తగ్గిందేమోనని కొత్త రైటర్ ని తీసుకు వచ్చాడు రాజబాబు మేనేజర్. అలా నన్ను రాజబాబు నుంచి పక్కకి తప్పించాడు మేనేజర్. అక్కడ నేను బాగా ఫీలయ్యాను. ఆ తర్వాత మళ్ళీ రాజబాబు నన్ను పిలవలేదు.కొంతమంది టివి కామెడీ చానల్ కోసం కొంత మంది నన్ను కథలు అడగటం మొదలు పెట్టారు. నేను కొన్ని కథలు చెప్పాను. ఈ లోగా నూర్జహాన్ తనే కథలు చెప్పడం మొదలు పెట్టింది. ఆ విషయం నాకు తెలిసింది. ఓ నెల తర్వాత ఓ నిర్మాత, నటుడు కార్తీక్ టివి కామెడీ చానల్ తనకో స్టోరీ ఇచ్చింది . దానికి మాటలు రాయాలంటూ నన్ను అడిగాడు. కథ విని నేను షాక్. ఎందుకంటే అది నేను నూర్జహాను కి చెప్పిన కథే.. దాంట్లో కొన్ని మార్పులు చేసి కార్తీక్ కే చెప్పిందని తెలిసింది. దాంతో నూర్జహాను తో నా అనుభవాన్ని కార్తీక్ కి చెప్పాను. కార్తీక్ నాకు టివి కామెడీ చానల్ హెడ్ చాలా బాగా తెలుసు. ఆయన నాకు మాటిచ్చాడు. నూర్జహాన్ సంగతి వదిలెయ్యండి. నేను చూసుకుంటా. మీరు రాస్తారా? లేదా? అంటూ అడిగాడు.నేను కాదనలేక రాసి ఇచ్చాను. చివరకి అది నూర్జహాను చేతికే వెళ్ళింది. ఆవిడ దాంట్లో కూడా మార్పులు చేసి అయిదు ఎపిసోడ్స్ షూట్ చేసి తీసుకు రమ్మంది. ఇలాగే మరో నిర్మాత

అచ్చిరాజుకూడా హేపీగా పది షూట్ చేసి తీసుకెళ్ళి చూపించాడు. బాగోలేవు.. మళ్ళీ షూట్ చెయ్యమంది. దాంతో నూర్జహాను సంగతి అందరికి తెలిసినా అక్కడ నూర్జహానుకి కెపాసిటీ ఏమిటో తెలియక, ఆమెకి కావలసినది ఏమిటో తెలియక ఏమీ చెయ్యలేక లోపల పిసుక్కోవడం తప్ప ఏమీ చెయ్యలేకపోయారు. నేను ఆశ చావక రాజబాబు కి ఫోన్ చేసాను. రాజబాబు నూర్జహాను టార్చరు తట్టుకోలేక సీరియల్ చెయ్యటం నావల్ల కాదు అంటూ మానేసాను అంటూ చెప్పాడు . నేను చెప్పిన కథలు చాలా చిన్న చిన్న మార్పులతో నూర్జహాను తనదగ్గర వచ్చిన వాళ్ళకి చెప్పడం.. వాళ్ళు మాటల కోసం నన్ను అడగటం.. నేను నా అనుభవాన్ని చెప్పడం చాలా సార్లు జరిగింది.

చివరికి టివి కామెడీ చానల్ లో సీరియల్ చెయ్యాలన్న నిర్మాతలు అందరికీ నూర్జహాన్ చేతిలో ఇలాగే చేదు అనుభవం ఎదురయింది. ఎవ్వరూ నూర్జహాను తాకిడికి ఎదురు నిలవ లేక పోతున్నారు.

దాంతో నిర్మాతలు రైటర్స్ కి ఎపిసోడ్ టెలికాస్ట్ అయినతర్వాత పేమెంట్ ఇస్తామని చెప్పడం మొదలు పెట్టారు.

నాకు నూర్జహాను నవ్వితేనే ప్రపంచం నవ్వుతుంది అని, క్రియేషన్ హెడ్ లేనివాడే క్రియేటివ్ హెడ్ అవుతాడని అప్పుడే అర్ధమయింది. ఏడవలేక నవ్వుతూ నా మొహం అద్దంలో చూసుకున్నాను.

అద్దంలో నా ప్రతిబింబం కనిపించి ఎవరు నువ్వు అని అడిగింది.

'నేను సినిమా, సీరియల్ రచయిత ఈశ్వరరావుని అన్నాను.' ప్రతిబింబం కాండ్రించి మొహం మీద వుమ్మింది. 'సిగ్గులేదురా ఆ మాట చెప్పుకోడానికి. నువ్వు రచయితవా? నువ్వు రాసిన కథని రాసినట్టు ఎవడయినా తీసాడా? నువ్వు అడిగినంత ఎవడయినా ఇచ్చాడా? అడక్కుండా రాసినందుకు సంతోషించి నీకు ఇవ్వాల్సింది ఎవడయినా ఇచ్చాడా? ఎందుకురా నీ బతుకు. చావక. నీ వెధవ మొహం ఇంకెప్పుడు నాకు చూపించకు' అంటూ మాయమయింది.

నేను మాట్లాడలేదు. నా మనసులో పరి పరి ఆలోచనలు..

ఒక సీరియల్ గాని , ఒక సినిమా గాని హిట్ అవ్వాలి అంటే మంచి కథ కావాలి అని అందరూ చెబుతారు. అలాంటి కథ రాసిన రచయితకి చిన్న బేనర్, చిన్న కంపనీ అంటూ బేరాలు ఆడతారు. అనవసరమయిన నటుల్ని విమాన చార్జీలు, ఏ.సి. హోటల్స్ ఇచ్చి వాళ్ళు చెప్పినట్టు కథలు మార్పించి రచయితని అతని కథ ని ఖూనీ చేస్తారు. అతని కథ మీద ఎన్ని కోట్లు సంపాదించినా రచయితకి ఇచ్చేది కొద్ది మొత్తమే. అదీ నామ మాత్రమె... అడిగితే నా తర్వాత ప్రాజెక్ట్ కి నువ్వే రచయితవి అంటూ నవ్వుతూ చెబుతారు. ఆ తర్వాత ప్రాజెక్ట్ వుందో లేదో దేవుడికే తెలియాలి. ఈ ఫీల్డు లో రచయితలు, నటులు

ఆశా జీవులు. వాళ్ళే మొదట మోస పోయేది. ఎందుకంటే రచయితలు, నటులు నిర్మాతల దృష్టిలో (ఏ కొంత మందికో తప్ప) కరివేపాకు లాంటివారు. వాళ్ళ అవసరమే కాని వాళ్ళకి విలువ లేదు. రాసిన కథకి మార్పులు చెప్పడం కాదు... చెప్పిన మార్పులు కథకి బలాన్ని ఇవ్వాలి. దమ్ముంటే రాయాలి. రాస్తే తెలుస్తుంది. ఒక బిడ్డని కనడానికి ఒక తల్లి ఎంత ప్రసవ వేదన పడుతుందో... ఒక కథని రాయడానికి రచయిత కూడా అంతే వేదన పడతాడు. ఇది క్రియేషన్ వున్న హెడ్ కే గాని క్రియేటివ్ హెడ్ కి తెలీదు.

కథంటే తెలియని వాళ్ళు కథలని విశ్లేషించే వాళ్ళుగా వుండటం వాళ్ళు చెప్పిన మార్పులు కథకి పనికి రానివి, సంబంధం లేని మార్పులు అలాంటివి ఒక్కొక్కటి నాకు ఒక్కో కత్తి పోటు. నా కథలు బాగోలేవని.. అవే కొంచెం మార్చి ఇంకొకళ్ళకి చెప్పి నన్ను నాలోని రచయితని చంపేశారు. చంపేశారు .'

ఎస్సై చదివి కళ్ళు తుడుచుకున్నాడు.

'ఇప్పుడు చెప్పండి. నా భర్త చనిపోయాడా? చంపెసారా? ఈ ఆధారాలతో మీరు వాళ్ళని వెంటనే అరెస్ట్ చెయ్యాలి' అంది ఇందిర

'సారీ మేడం... ఇంత ప్లాన్ గా పకడ్బందీగా ఎటువంటి ఆధారం దొరక్కుండా నైస్ గా మర్డర్ చేసే ఇటువంటి వాళ్ళని ఏ చట్టం పట్టుకోలేదు.. శిక్షించలేదు. మీ వారి ఆత్మకి శాంతి కలగాలని కోరుతున్నా '

అంటూ వెళ్ళిపోయాడు.

అలా ఒక రచయిత అస్తమించాడు.

ఆరోజు అసలేం జరిగిందంటే :

ఒకరోజు టివి చూస్తున్నాడు ఈశ్వరరావు. చానల్ మారుస్తుంటే టివి కామెడీ చానల్ వచ్చింది. ఈశ్వరరావుకి కామెడీ ప్రాణం కాబట్టి క్షణం ఆగింది. అంతే ఆ క్షణంలో ఈశ్వరరావు గుండె కూడా ఆగిపోయింది. ప్రాణం పోయింది. టి.వి.లో ఈశ్వరరావు చెప్పిన కథ, అతను రాసిచ్చిన మాటలు సీరియల్ గా వస్తూ బుల్లి తెరమీద కథ, స్క్రీన్ ప్లే, మాటలు, నూర్జహాన్ అంటూ కనిపించింది.

నటుడి డైరీలో ఓ పేజి

గోవిందరాజుల నాగేశ్వర రావు,

అకౌంటెంట్, ఉత్తమ మాటల రచయిత, నంది అవార్డు గ్రహీత, ఆస్ట్రేలియా

ఇంకా కొంత మంది నాటక ప్రియులు, పోషకులు ప్రతీ సంవత్సరం నాటక పోటీలు,పరిషత్తులు

జరుపుతూ వుండటంతో నాటక కళ ఇంకా కొన ఊపిరి తో కొట్టు కుంటోంది.

నారాయణరావుకి నాటకాల పిచ్చి ఆ పిచ్చితోనే నా.నా. సమాజాన్ని స్థాపించాడు. నానా అంటే నారాయణరావు నాటక సమాజం. ఆ సమాజం పేరుతో నాటకాలు ప్రదర్శించే వాడు.

టి.వి. ఫ్లేవర్ వల్ల నాటకాల పవర్ తగ్గింది. దీంతో నా.నా. సమాజం నాటకాలు వెయ్యాలంటే నానా తిప్పలు పడేది. కానీ నారాయణరావు నాటకాలు మానలేక తను సృష్టించిన సమాజాన్ని తనే చంపుకో లేక ఆత్మాభిమానాన్ని చంపుకుని ఎలాగో అలాగ చిన్న చిన్న నాటికలు ప్రదర్శిస్తూనే వున్నాడు. ఇక్కడ ఆత్మాభిమానాన్ని చంపు కోవటం అంటే కళాకారులు కనిపిస్తే నాటకం వేస్తారా అని అడుక్కోవటమే. దానికి కారణం ఏమిటంటే నటన రాక పోయినా, భాష పలకడం, భావం పలికించడం రాకపోయినా నటుడిగా చలామణీ చేసే కళా రంగం ఒకటుంది. అదే టి.వి.సీరియల్స్ రంగం. దాంతో అందరూ నాటక రంగాన్ని వదిలి ఆ రంగం వైపు దూకుతున్నారు. దీనికీ ఓ చిన్న కారణం వుంది. ఆ రంగంలో కళాకారులకు హార్దిక మరియు ఆర్ధిక లాభం దొరకటమే. దాంతో నాటకాలు కుంటు పడ్డాయి.

నా.నా. సమాజంలో నారాయణరావు తో పాటే వున్న ఫౌండర్ మెంబర్ గోవిందరావు టి.వి రంగం లో ఓ చిన్న రచయితగా., నటుడి గా స్థిర పడ్డాడు. ఎన్నో సార్లు నారాయణ రావుని ఈ రంగంలోకి దూకమని అడిగాడు.

" నాటక రంగం అన్నింటికీ మాతృ సంస్థ. దాన్ని వదలటం నాకిష్టం లేదు.' అన్నాడు నారాయణరావు

"నిన్ను వదలమనలేదు , కాక పోతే దీనిని కూడా రుచి చూడు "అన్నాడు గోవిందరావు

దాంతో నారాయణరావుకు అందులో వున్న ఆనందం తెలుసుకుందామని ప్రయత్నించాడు. కానీ అందులో నారాయణరావుకి ఆనందం దక్కక పోగా అతనిలో వున్న కళాకారుడికి అవమానం జరిగింది.

ఓ రోజు రవీంద్ర భారతిలో తన సమాజం తరపున ప్రదర్శిస్తున్న నాటకానికి వెళుతూ అద్దం ముందు నిలబడి తల దువ్వుకుని పక్కనే వున్న డైరీని తీసుకున్నాడు. అందులోనుంచి ఐదు వందల నోటు కింద పడింది. నారాయణరావు ఆ నోటుని తీసుకుని అద్దం ముందు పెట్టి చూసాడు.

సరిగ్గా పది రోజుల క్రితం ఎం జరిగిందో అద్దం లో అతనికి గతం కనిపించింది. అది ఏంటంటే.?

ఆ రోజు ఓ ఫోను వచ్చింది. ఫోను తీసి

'హలో' అన్నాడు

'నారాయణరావు గారా'

'అవునండీ .. నారాయణరావునే మాట్లాడుతున్నా'

'నమస్తే సార్'

'నమస్తే .. చెప్పండి.'

'సార్ నేను జంబ లకిడి పంబ బేనర్ నుంచి మేనేజర్ని మాట్లాడుతున్న.'

'జంబలకిడి పంబ బేనరా'.

'జీళ్ళ పాకం ..సీరియల్... ఆ.. .. అవునండి.'

'రేపు మీకు షూటింగు వుంది. అందులో మీరు తండ్రి పాత్ర చెయ్యాలి. మీ గురించి గోవిందరావు గారు చెప్పారు.'

నారాయణ రావుకి ఆనందం ఆశ్చర్యం కలిగాయి.

'మీ పేరు ' నారాయణ రావు అడిగాడు

'నాపేరు చంద్రం. మేనేజర్ని' అన్నాడు చంద్రం

'మీరె క్కడ వుంటారు'

'వనస్థలి పురంలో '

'షూటింగు పటాన్చెరు దగ్గర '

'పటాన్చేరువా '

'అవునండి. పటాన్చెరువు బస్టాండ్ దగ్గిరికి వచ్చి ఫోన్ చెయ్యండి. రేపు ఆరు గంటలకల్లా రావాలి. మీది కంటిన్యుటీ కారక్టర్.తండ్రి పాత్రలో మీకు రేపు మూడు సీనులు వుంటాయి. మొదటి సీనులో మీరు జమిందారు. అంటే కోటు, ఫాంటు, బ్లాక్ షూస్, టై తెచ్చు కోవాలి. అలాగే రెండో సీనులో మామూలు మిడిల్ క్లాసు తండ్రి. అంటే మామూలు

ఫాంటు, షర్టు, మంచివి డార్క్ కలర్ వి రెండు జతలు తెచ్చు కొండి. అలాగే మూడో సీనులో చితికి పోయిన పేద తండ్రి. చిరిగి పోయిన బనీను, తెల్ల పంచె, తువ్వాలు. డార్క్ కలర్ వి రెండు జతలు తెచ్చు కొండి. ఎందుకయినా మంచిది అలాగే చిరగనివి కూడా రెండు జతలు తెచ్చు కొండి. రేపు అరుగంటలకల్లా లోకేషన్ లో వుండాలి. వుంటా సార్. ' అంటూ ఫోన్ కట్ చేసాడు.

నారాయణ రావుకనిపించిన అందరికీ తనకి టి.వి సీరియల్ లో నటిస్తున్నానంటూ అందరికీ చెప్పాడు.

కానీ సూటు, టై లేక పోవటం తో పక్కనే ఉన్నా సుబ్బారావుని అడిగాడు. సుబ్బరావు దగ్గర టై ఒక్కటే వుండటం తో అందరి దగ్గరా తలొకటి ముష్టి తెచ్చు కుని డ్రెస్ సమకూర్చుకున్నాడు. చంద్రం చెప్పి నట్టు అన్నీ ఉన్నాయా లేదా అని చూసికుని రాత్రే బాగ్ లో సర్దుకున్నాడు.

గదిలో తలుపు వేసుకుని అద్దం ముందు నిలబడి తండ్రి పాత్ర. అందులో మూడు సీనులు. జమిందారు తండ్రి , మామూలు తండ్రి. చితికిపోయిన తండ్రి. డైలాగులు ఎలా వుంటాయో తెలీదే .. ఎలా .. ఆ ఎలా వుంటేనే పాత్రలో జీవించాలి. అంటూ అద్దం ముందు అన్ని పాత్రల్లో నటించడం మొదలుపెట్టాడు. జమిందారుగా హుందాగా, మామూలు తండ్రి గా సగటు మనిషిగా, చితికిపోయిన తండ్రి గా దీనంగా హావభావాలను అద్భుతంగా నటించి , రేపు కెమేరా ముందు ఇరగదీయాలి అనుకున్నాడు. రేపు ఉదయం ఆరు గంటలకి పటాన్చెరు బస్టాండ్ లో ఉండాలంటే ఇంటి దగ్గరినుంచి కనీసం నాలుగు గంటలకయినా బయలు దేరాలి . అంటే నేను మూడు గంటలకి లేచి తయారు కావాలి అనుకుంటూ రెండు న్నరకి అల్లారం పెట్టుకుని పడుకున్నాడు.

టి.వి.లో నటిస్తున్నానన్న ఆనందంతో నారాయణ రావుకి నిద్ర పట్టలేదు. అరగంటకో సారి అలారం మోగలేదేంటి అనుకుంటూ లేచి చూసుకుంటూ రెండు గంటలకే లేచి తెమిలాడు. ఆ రోజు ఇంట్లో అందరికీ జాగారమే అయ్యింది. మూడు గంటలకే నారాయణరావు మోటారు సైకిల్ మీద పటాన్చెరు

బయలుదేరాడు. హమ్మయ్య వెళ్ళాడురా బాబూ అనుకుంటూ అందరు హాయిగా పడుకుని ఉదయం తొమ్మిది గంటలకి లేచారు.

ఆరు గంటలకల్లా నారాయణ రావు పటాన్చెరు బస్టాండ్ చేరి ఇరవయ్-ముప్పై సార్లు ఫోన్ చేసి మొత్తానికి లొకేషన్ చేరుకున్నాడు.

నారాయణరావు లొకేషన్ కి వెళ్ళే సరికి ఎవ్వరూ లేరు . లొకేషన్ ఇదేనా కాదా.. తప్పు గా వచ్చానా అనుకుంటూ కంగారు పడ్డాడు. టైం ఏడు అయ్యింది. మెల్లిగా ప్రొడక్షన్ వేన్ వచ్చింది. ఇంకో అరగంటకి రెండు కార్లు, రెండు వేన్ లు వచ్చాయి. కెమెరా

సామానులు, లైట్లు, రిఫ్లెక్టర్ బోర్డులు దిగాయి. నారాయణ రావు కంగారు తగ్గింది. చంద్రం ఎవరో తెలీక ఇద్దరు, ముగ్గుర్ని అడిగి చంద్రాన్ని కనుక్కుని 'సార్.. నేనే నారాయణరావుని ' అంటూ పరిచయం చేసుకున్నాడు

'అలాగా.. కూర్చోండి.. ' అంటూ పట్టించుకోకుండా వెళ్లి పోయాడు.

నారాయణ రావు కి ఎం చెయ్యాలో తెలీలేదు. అంతా కొత్త. కొత్తవాళ్ళు. కొత్త వాతావరణం. కొత్త ఫీలయ్యి అక్కడే వున్న కుర్చీలో కూర్చున్నాడు. ఇంతలో ప్రొడక్షన్ బాయి ఫ్లాస్క్ లో టీ తెచ్చి ప్లాస్టిక్ గ్లాసులో పోసి ఇచ్చాడు.

నారాయణరావు తీసుకుని తాగాడు.

ఇంతలో చంద్రం ఓ వ్యక్తి తో వచ్చాడు.

'ఈయనకి తండ్రి పాత్ర మేకప్ చెయ్యండి. నారాయణ రావు గారు వెళ్ళండి . అవును డ్రెస్లు చెప్పినవన్నీ తెచ్చారా ' అన్నాడు చంద్రం.

'తెచ్చాను సార్ చూస్తారా' అంటూ ఆత్రంగా అడిగాడు.

'వద్దులెండి. తర్వాత చూద్దాం' అంటూ వెళ్ళిపోయాడు చంద్రం.

నారాయణ రావు ఫీలయ్యి మేకప్ కోసం అ వ్యక్తి వెనకాలే వెళ్లాడు.

నారాయణ రావుకి మేకప్ వేస్తున్నాడు. ఆ వ్యక్తి.

'జమిందారు తండ్రి. మధ్య తరగతి తండ్రి, పేద తండ్రి అన్నారు. ఎ పాత్ర కి మేకప్.' అంటూ అడిగాడు నారాయణరావు.

'తండ్రి పాత్ర కి వేస్తాను. ఏది కావాలంటే అప్పుడు టచ్ అప్ చేద్దాం.' అంటూ వేసాడు.

టైం తొమ్మిదయింది .

నారాయణ రావు మేకప్ వేసుకుని కూర్చున్నాడు.

అసిస్టెంట్ డైరెక్టర్ . డైరెక్టర్ కి సీను పేపరు చూపిస్తున్నాడు.

ప్రొడక్షన్ వాళ్ళు టేబుల్స్ వేసి అందరికీ టిఫిన్ ఎరేంజ్ చేసారు. అందరూ టేబుల్స్ దగ్గర కూర్చున్నారు.

ప్రొడక్షన్ చీఫ్ వాళ్లకి టిఫిన్స్ పెట్టాడు.

దూరంగా ఇంకో టేబుల్ మీద మిగిలిన వాళ్లకి టిఫిన్స్ ఎరెంజి చేసారు.

చంద్రం వచ్చి 'రావుగారు టిఫిన్ చెయ్యండి ' అని చెప్పి వెళ్లి పోయాడు.

నారాయణరావు అందరితో టిఫిన్ చేసి మళ్ళీ వచ్చి తన కుర్చీలో కూర్చున్నాడు. పలకరిద్దామంటే ఎవరూ తెలిసిన వాళ్ళు లేరు. మిగిలిన వాళ్ళు ఎవరూ తనని చూసీ చూడనట్టు చూస్తున్నారు.

ఇద్దరు ముగ్గురుని పలక రించినా వాళ్ళు కూడా ఏదో పలికీ పలకనట్టు మాట్లాడారు.

నారాయణరావు గోవిందరావు కోసం ఎంక్వయిరీ చేసాడు. గోవిందరావు గారు ఇవ్వాళ రారు.

అంటూ ఓ వ్యక్తి చెప్పాడు.

మళ్ళీ ప్రోడక్షన్ బాయి ప్లాస్టిక్ గ్లాసులో టీ తెచ్చి ఇచ్చాడు. ఇంకో ప్రోడుక్షన్ బాయి ఓ ట్రే లో పింగాణీ కప్పులతో టీ ని డైరెక్టర్, కెమెరా మెన్, హీరో జానకి రాం లకి ఇస్తున్నాడు. నారాయణ రావు తన చేతిలో ప్లాస్టిక్ కప్పు వంక చూసు కొన్నాడు.

ఓ అరగంటలో షూటింగు మొదలయింది. డైరెక్టర్ మానీటర్ లో చూస్తున్నాడు. హీరో యాక్షన్ చేస్తున్నాడు. అసిస్టెంట్ డైరెక్టర్ ప్రామ్ప్టింగు చేస్తున్నాడు. 'అమ్మా .. నాకు ఉద్యోగం వచ్చింది. వెంటనే చేరాలి.' అది విని హీరో జానకి రాం అదే డైలాగు చెబుతున్నాడు. మూడు టేకుల్లో ఓ.కే. అయ్యింది. అందరూ చప్పట్లు కొట్టారు.

నారాయణ రావు ఈచిన్నడైలాగు కి ప్రామ్ప్టింగు కావాలా. అనుకున్నాడు.

కాసేపు చూసి నా డైలాగులు ఎలా వుంటాయో అనుకుంటూ అసిస్టెంట్ డైరెక్టర్ ని సీను పేపర్ అడిగాడు.

'అవన్నీ మీకెందుకు ఇపుడు. మీ టైం వచ్చినపుడు ఇస్తాం. మీరు వెళ్లి రిలాక్స్ అవ్వండి.' అన్నాడు.

'ఎం లేదు కొంచెం ప్రాక్టీసు చేసుకుందామని.'

'ఏం అవసరం లేదు. మేం చెబుతాం. మీరు చెప్పండి.' అంటూ వెళ్లి పోయాడు అసిస్టెంట్ డైరెక్టర్

నారాయణ రావుకి ఏం అర్ధంకాలేదు . మౌనంగా కూర్చున్నాడు.

టైం పన్నెండు అయ్యింది. నారాయణ రావు షూటింగు ఎలా జరుగుతుందో అంతా చూస్తున్నాడు.

ఒంటి గంట అయ్యంది. డైరెక్టర్ బ్రేక్ చెప్పాడు.

'నారాయణ రావు గారు లంచ్ చెయ్యండి ' అంటూ చెప్పి వెళ్లి పోయాడు చంద్రం.

లంచ్ ఎక్కడా అని చూసాడు. ఓ చోట టే బుల్స్ వాటిమీద భోజనానికి అన్నీ సర్ది వున్నాయి. నారాయణరావు వెళ్లి కూర్చున్నాడు. మీకు ఇక్కడ కాదు లెండి అంటూ చెప్పాడు. ఓ ప్రొడక్షన్ బాయి. నారాయణ రావు లేచి వెళ్లాడు. ఇంకో చోట పెద్ద టేబుల్స్ కుర్చీలు వేసి వున్నాయి. అక్కడికి వెళ్లి కూర్చున్నాడు. 'సార్ మీకు ఇక్కడ కాదు అక్కడ అంటూ చూపించాడు. నారాయణరావు చూసాడు. అక్కడ అందరికీ ప్లేట్లు చేతికి ఇస్తున్నారు. నారాయణ రావుకి కూడా అ ఓ ప్లేటు ఇచ్చాడు. అక్కడ వున్న మోడాల మీద కూర్చున్నాడు

నారాయణరావు. లైటు బాయిస్, అసిస్టెంటులు , జూనియర్ ఆర్టిస్టులు అందరూ కూర్చుని ఉన్నారు. నారాయణరావు వారితో పాటూ కూర్చుని ఎలో అలా లంచ్ కానిచ్చి అయింది అని పించాడు. మళ్ళీ షూటింగు మొదలయింది . ఇంకా నారాయణరావు కి పిలుపు రాలేదు. చిరాగ్గా ఫీల్ అయ్యాడు.

ఇంతలో చంద్రం వచ్చి' ఓసారి టచప్ చేయించుకోండి ' అన్నాడు.

'నా కారెక్టర్ ఎప్పుడు వస్తుంది' అంటూ అడిగాడు నారాయణరావు.

'వస్తుంది ముందు మీరు టచప్ చేయించుకోండి'. అంటూ వెళ్లాడు.

నారాయణ రావు హేపీ గా తన సీను వస్తోందని వెళ్లి మళ్ళీ టచప్ చేయించుకున్నాడు.

గడియారం ఐదు అయ్యింది.

ఏడయ్యా తండ్రి పాత్ర వేసే ఆయన? ఎక్కడ?' అంటూ డైరెక్టర్ అరిచాడు.

నారాయణరావు మండుటెండ లో వాన కురిసినట్టు అనిపించింది.

'నేనే సార్ ' అంటూ వెళ్లాడు.

డైరెక్టర్ చూసి ఓకే అన్నాడు. అసిస్టెంటు డైరెక్టర్ ని పిలిచి 'డ్రెస్ ఏంటి ' అంటూ అడిగాడు.

'పేద తండ్రి సీను సార్ ' అన్నాడు అసిస్టెంట్ డైరెక్టర్ .

' అయితే చిరిగిపోయిన పంచె, బనీను, తువ్వాలు వెయ్యండి' అన్నాడు డైరెక్టర్

' నేను తెచ్చుకున్నా.నాదగ్గర రడీగా వుంది సార్ ' అన్నాడు నారాయణరావ్.

' అలా అయితే వేసుకుని రండి' అన్నాడు డైరెక్టర్,

'త్వరగా వెళ్లి వేసుకు రండి. లేటవుతోంది.' అంటూ కసిరాడు అసిస్టంట్ డైరెక్టర్.

'లేటవుతోందా .. ఉదయం ఆరింటికి వచ్చాను సార్ ' అన్నాడు నారాయణరావు .

' సరేలెండి .. త్వరగా రండి' అన్నాడు. అసిస్టెంట్ డైరెక్టర్

'మొదటి సీను పేద తండ్రి. సెంటిమెంటు సీను . అదరగొడతా ' అనుకుంటూ డ్రెస్ వేసుకుని వచ్చాడు.

డైరెక్టర్ చూసి ' బాగుంది' అన్నాడు.

'సార్. సీను పేపర్ ఇస్తారా' అడిగాడు నారాయణ రావు.

'ఎందుకు మేం చెబుతాం. మీరు విని చెప్పెయ్యండి'.అన్నాడు అసిస్టంట్ డైరెక్టర్.

నారాయణరావు కి అర్ధం కాలేదు. ' ఓసారి మాటర్ పూర్తిగా చూడనీయండి' అంటూ పేపర్సు చూసుకుని రెండు నిముషాల్లో సీను బట్టీ పట్టి ఇచ్చేసాడు.

ఓ ఐదు నిముషాల్లో సీను మొదలు అయ్యింది.

నారాయణ రావు పేద తండ్రి వేషం లో ఓ అమ్మాయితో హీరో జానకి రాం ముందు నిలబడి వున్నాడు.

డైరెక్టర్ యాక్షన్ ‘ అన్నాడు.

‘అయ్యగారు మీ కూతురు రాధని ఈ చేతులు మీదుగా పెంచి పెద్ద చేసాను’ అంటూ బాధగా ఆర్ద్రతతో చెప్పాడు.

‘కట్ ‘ అంటూ అరిచాడు డైరెక్టర్

నారాయణ రావు ఆగి పోయాడు.

‘ఎందుకండి అంత ఓవర్ యాక్షన్ చేస్తారు. మామూలుగా చెప్పండి చాలు.’ అన్నాడు డైరెక్టర్.

నారాయణరావు కి అర్ధం కాలేదు.

మళ్ళీ యాక్షన్ అంటూ అరిచాడు.

అదే డైలాగు మెల్లిగా చెప్పాడు.

మళ్ళీ ‘కట్ ‘ అంటూ అరిచాడు.

‘అబ్బా అదేంటండి సెంటిమెంటు డైలాగు అంత మెల్లిగా చెబుతారు. కాస్త గట్టిగా చెప్పండి.’ అంటూ మళ్ళీ ‘యాక్షన్ ‘ అంటూ అరిచాడు. డైరెక్టర్

నారాయణ రావు బాధగా చెప్పాడు.

‘ కట్.. అంత బాధ అవసరం లేదు. మోహంలో ఎక్స్ ప్రెషన్ అవసరం లేదు. మామూలుగా చెప్పండి. ప్రాణం తియ్యకండి... ఇదివరకు ఎప్పుడయినా చేసారా ‘అడిగాడు డైరెక్టర్ .

‘చాలా నాటకాలు వేసాను సార్. చాలా ప్రైజులువ చ్చాయి.’ అన్నాడు ఆనందంగా నారాయణరావు.

‘అదీ.. ఎవడయ్యా నాటకాల వాళ్ళకి కారక్టర్ చెప్పింది. ఓవర్ యాక్షన్ చేస్తారు. ..సార్ ఇది నాటకం కాదు. టి.వి. సీరియల్. జాగ్రత్తగా.. మామూలుగా చెయ్యండి. ‘ అన్నాడు చిరాగ్గా డైరెక్టర్ .

‘అలాగే సార్’ అన్నాడు నారాయణరావు.

‘ఓకే . యాక్షన్’ అన్నాడు డైరెక్టర్

నారాయణరావు మోహంలో ఎటువంటి ఫీలింగులేకుండా, మాటల్లో ఎటువంటి బాధ లేకుండా బాడీలో ఎటువంటి నటన లేకుండా అదే డైలాగు చెప్పాడు.

‘ షాట్ ఒకే ‘. అన్నాడు డైరెక్టర్. అలా నాలుగు డైలాగులు చెప్పించి ‘ క్లోజులు తీసుకోండి ‘అంటూ డైరెక్టర్ సిగరెట్టు కాల్చుకోడానికి వెళ్లి పోయాడు. నారాయణ రావుని

కెమెరా ముందు నిలబెట్టి 'పైకి చూడండి, కిందకి చూడండి, అటు చూడండి, ఇటు చూడండి, తల నిలువుగా ఊపండి, అడ్డంగా

ఊపండి. ఓసారి అటునుంచి ఇటు చూడండి, ఓసారి ఇటు నుంచి అటు చూడండి. ఓకే. అయిపోయింది. వెళ్ళండి. ' అన్నాడు కొ డైరెక్టర్.

'ఇంకా రెండు సీన్లు ఉన్నాయి అన్నారు.' అన్నాడు నారాయణరావు.

'లేవు . ఇదొక్కటే . మీకు పేకప్. వెళ్ళచ్చు.' అంటూ వెళ్లి పోయాడు కొ డైరక్టర్.

అప్పటికి టైం రాత్రి పది అయ్యింది. నారాయణ రావు బాధగా మేకప్ తుడిచేసు కున్నాడు.

చంద్రం వచ్చాడు. 'సార్ ఇవిగో మీ అయిదువందలు. బాగా చేసారు . వచ్చినందుకు చాలా థాంక్స్. ' అంటూ ఇచ్చాడు.

'సార్ మూడు సీనులు , అయిదారు డ్రెస్సులు తెచ్చుకో మన్నారు. '

'అదా.. అది మీరు రావటం కాస్త లేటయితే ఇంకో అతనికి ఇచ్చేసాం. '

'నేను రావటం లేటయిందా . ఉదయాన్నే అరుగంటలకి రమ్మన్నారు. సార్ అందరికంటే ముందు వచ్చింది నేనే సార్. రాత్రి ఆరుగంటల వరకు పనే లేదు. ' అన్నాడు నారాయణరావు.

' ఈ ఫీల్డు లో ఇంతే. ఇలాగే చెబుతారు సార్.. తీసుకోండి. ఈసారి పెద్ద వేషం చూద్దాం. 'అంటూ ఐదు వందలు నారాయణ రావు చేతిలో పెట్టి వెళ్లి పోయాడు

నారాయణ రావు ఏడవలేక అ ఐదు వందలు వంక చూసుకున్నాడు.

గతం లోంచి వర్తమానం లోకి వచ్చి భోరుమంటూ ఏడ్చి' ఈ ఐదు వందలుని ఖర్చు పెట్టకూడదు ' అనుకుంటూ డైరీ లో పెట్టు కున్నాడు.ఇంతలో నారాయణ రావు ప్రతిబింబం ' హలో బాసూ ఎందుకు ఏడుస్తావు. అలాంటి డైరెక్టర్లు వున్నంత కాలం టి.వి. లో నటించడానికి కావాల్సింది నటన కాదురా.. నటన వచ్చినట్టు నటించడం. అది నీలాంటి నిజమయిన నటులకి చేత కాదు. అందుకని అలా ఏడవకుండా నీకు చేతనయినంత వరకు నాటకాన్ని బ్రతికించు'. అంటూ మాయం అయ్యింది.

ఇంతలో నారాయణ రావుకి ఫోన్ వచ్చింది.

ఫోను తీసి 'హలో' అన్నాడు నారాయణరావు

'నారాయణ రావుగారా?'

'అవునండి నారాయణ రావునే మాట్లాడుతున్నా. చెప్పండి

'నమస్తే సార్. నేను పంబలకిడి జంబ బేనర్ నుంచి మాట్లాడుతున్న.'

'సారీ రాంగ్ నెంబర్ ' అంటూ ఫోన్ కట్ చేసాడు నారాయణరావు..కళ్ళు తుడుచు కుంటూ

.

KASTURI VIJAYAM

📞 00-91 95150 54998

KASTURIVIJAYAM@GMAIL.COM

SUPPORTS

- PUBLISH YOUR BOOK AS YOUR OWN PUBLISHER.

- PAPERBACK & E-BOOK SELF-PUBLISHING

- SUPPORT PRINT ON-DEMAND.

- YOUR PRINTED BOOKS AVAILABLE AROUND THE WORLD.

- EASY TO MANAGE YOUR BOOK'S LOGISTICS AND TRACK YOUR REPORTING.